அருள் பொழியும் நிழல் பாதைகள்
(BYWAYS OF BLESSEDNESS)

ஜேம்ஸ் ஆலன்

(தமிழில் சே.அருணாசலம்)

வள்ளியம்மை பதிப்பகம்

mobile/WhatsApp: 91-8939478478

email: arun2010g@gmail.com

நூல் விவரம்

நூல் தலைப்பு	: அருள் பொழியும் நிழல் பாதைகள்
Book Title	: Arul Pozhlium Nizhlal Pathaigal
ஆசிரியர்	: ஜேம்ஸ் ஆலன்
தமிழில்	: சே.அருணாசலம்
உரிமை@	: வள்ளியம்மை பதிப்பகம்
முதல் பதிப்பு	: டிசம்பர் 2023
பக்கங்கள்	: 300
தாள்	: 70 ஜிஎஸ்எம்
அச்சகம்	: Real Impact Solutions, Chennai- 600 004
வெளியீடு	: வள்ளியம்மை பதிப்பகம்
	அலைபேசி: 91-8939478478
	மின்னஞ்சல்: arun2010g@gmail.com
விலை	: ரூ 400/-
ISBN	: 978-93-6068-948-3

உள்ளடக்கம்

அணிந்துரை—திரு.ஆ.மா.சகதீசன் iv
அணிந்துரை—திரு.முல்லைவனம் vi
முன்னுரை 1
1. சரியான தொடக்கங்கள் 6
2. சிறிய செயல்பாடுகளும் கடமைகளும் 25
3. பிரச்சினைகளையும், குழப்பங்களையும் சந்தித்து மீள்வது 48
4. மனச்சுமையை இறக்கி வைப்பது 63
5. உள்ளத்தில் செய்யப்படும் மறைவான தியாகங்கள் 85
6. இரக்க குணம் 115
7. மன்னிக்கும் தன்மை 141
8. தீங்கில்லாத உலகை காண்பது 158
9. நிலையான மகிழ்ச்சி 197
10. அமைதியுடன் இருப்பது 210
11. தனிமையை நாடுவது 228
12. தனித்து இரு 249
13. வாழ்வின் எளிய விதிகளைச் சரியாகப் புரிந்து கொள்வது 262
14. மகிழ்ச்சியான முடிவுகள் 285
அச்சு புத்தக விலைப்பட்டியல் 291

அணிந்துரை—திரு.ஆ.மா.சகதீசன்

ஜேம்ஸ் ஆலனின் ''BYWAYS OF BLESSEDNESS'' நூலின் தமிழ் மொழிப்பெயர்ப்பான இந்நூல் மிக சிறப்பாக, எளிமையாக அமைந்துள்ளது. இது ஒரு சுய முன்னேற்ற நூல். மனித வாழ்வில் ஒவ்வொருவரும் இதை படித்து தன்னையே திருத்திக் கொள்ள வழிக்காட்டி.

நற்குணங்களும் சில தீய குணங்களும் கலந்த ஒரு கூட்டே மனிதன். தூய்மையே முழுமையாக அமைந்த ஒரு தனி மனிதனைக் காண முடியாது. இந்த நூலில் உள்ள ஒவ்வொரு தலைப்பும் விளக்கங்களும் சிறப்பாக தெளிவாக விளங்குவதால் நம்மை நாமே திருத்திக் கொள்ள உதவும். மனிதன் தீயவற்றை விலக்கி, குறைத்து, படிபடியாக பண்பட இந்த நூல் ஒரு ஆங்கிலத் திருக்குறள்.

மனிதன் வாழ்க்கையில் செய்ய வேண்டிய கடமைகள், நற்செயல்கள், உள்ளத்தியாகங்கள், பல்லுயிர்களை பாதுகாக்கும் இரக்க குணம், எல்லோருடைய தவறுகளை மன்னிக்கும் நல் மனம்

போன்ற இவற்றை முழுமனதுடன் கடைபிடித்தால் நிலையான மனநிம்மதி, திருப்தி, மகிழ்ச்சி, அமைதி, ஆனந்தம் எல்லாம் பெற்று வாழ்க்கையை சித்தர்கள், வள்ளலார் காட்டிய ஒளியில் அடைவோம்.

திரு.அருணாசலம் மூலநூல் ஆசிரியரின் எண்ணத்தை பிரளாமல் தமிழில் அள்ளித் தந்துள்ளார். இவர் கூட்டவும் இல்லை; குறைக்கவும் இல்லை. எளிமை, சிறப்பு, சொற்றொடர்கள் அனைத்தும் மிக பிரமாதம். வாழ்த்துக்கள்.

--சகதீசன்.ஆ.மா.
12.01.2017

அணிந்துரை—திரு.முல்லைவனம்

சுற்றுச் சூழல் மேன்மைக்காக இந்தியா எங்கும் பயணித்து இருக்கிறேன். பல மேடைகளில் அனுபவங்களை பெற்று இருக்கிறேன். பயணம் செய்யும் போது பல நூல்களை படித்தவாறே பயணிப்பேன். அவை நல்ல நூல்கள் என்றாலும் பெரும்பாலும் அவை தற்போதைய நிலைமைக்கு மட்டுமே உதவும் நூல்கள். நூறாண்டுகளுக்கு முன்பு ஆங்கில அறிஞர் ஜேம்ஸ் ஆலனால் எழுதப்பட்டுள்ள இந்த நூல் மிக தொலை நோக்கு பார்வையோடு எதிர்கால உலகின் நன்மைக்காக சிந்தனையைத் தூண்டி நல்வழிப்படுத்தும் விதமாக இருக்கிறது. இளைஞர்கள் இந்த நூலை படித்து பயன் பெற வேண்டும் என அன்புடன் கேட்டுக் கொள்கிறேன்.

நன்றி.

கோ.முல்லைவனம்

05.04.17

Tree Bank, இலவச மரக்கன்று சேவை

அலைப்பேசி: 94440 04310

முன்னுரை

பர்மாவின் நீண்ட நெடுஞ்சாலைகளில் அங்கங்கே தகுந்த தூர இடைவெளிகளில், புழுதிக் காற்றிலிருந்து விலகி சற்று உட்புறமாக உள்ளப் பாதைகளில், அடர்ந்த மரக் கூட்டங்களின் குளுமையான நிழலின் கீழ் ஓய்வு இல்லம் எனப்படும் மரத்தால் கட்டப்பட்ட ஒரு சிறிய வீடு ஒன்று இருக்கும். அந்த வழியே பயணம் செய்பவன், தன் களைப்புத் தீர அங்கே ஓய்வு எடுத்துக் கொண்டு பசியையும், தாகத்தையும் தீர்த்துக் கொள்ள அங்கிருக்கும் உணவையும், நீரையும் அருந்தலாம். அந்த உணவும் நீரும் அவ்வழி வர இருக்கும் பயணிகளுக்காக அந்தப் பகுதி மக்கள் ஒரு மத கடமையைப் போல அன்புடன் வைத்துச் சென்றது ஆகும்.

வாழ்வு என்னும் நெடுஞ்சாலையிலும் இது போன்று நிழல் பாதைகள் அங்கங்கே பரவி கிடக்கின்றன. வெறி உணர்வு என்னும் வெப்பம் அங்கே நுழையாது. ஏமாற்றம் என்னும் புழுதிக் காற்று அங்கே வீசாது. எளிய ஞானம் என்னும் அடர்ந்த மரக்கூட்டங்களின் குளிர் நிழல் புத்துணர்வு ஊட்டும். நிபந்தனைகளை விதிக்காத நிம்மதித் தரும் இத்தகைய எளிய ஓய்வு இல்லங்கள், ஏறக்குறையக் கவனிக்கப்படாமலேயே

அருள் பொழியும் நிழல் பாதைகள்

இருக்கின்றன. கவனிக்க மறந்த இந்தப் பாதைகளின் உள் சென்றால் மட்டுமே, வாழ்க்கை பயணத்தால் களைத்தவன் தன் பயணத்தைத் தொடர ஆறுதலையும், நம்பிக்கையையும், வலிமையையும் பெற முடியும்.

இந்தப் பாதைகளைப் புறக்கணிப்பது துன்பத்தை வரவழைத்துக் கொள்வதாகும். வாழ்வு என்னும் மிகப் பெரும் நெடுஞ்சாலையில் மனித இனம் தன் கண்ணிற்குத் தெரியும் ஏதோ ஒரு மாய இலக்கை நோக்கிப் பொறுமையின்றி விரைவாக மிக எதிர்பார்ப்போடு பயணம் செய்கின்றது. அது போகும் வழியில் 'உண்மையான எண்ணங்கள்' என்னும் ஓய்வு இல்லங்களை, குறுகிய நிழல் பாதைகளாகக் காணப்படும் "பேரருள் வழங்கும் நற்செயல்களை" முக்கியமற்றதாக எண்ணிப் பார்வையைச் செலுத்தாமல் புறக்கணித்துச் செல்கிறது. இதன் விளைவாக மனிதர்கள் மயங்கிக் கீழே விழுந்தவாறே இருக்கிறார்கள். எண்ணில் அடங்கா அளவு மக்கள் இதயத்தில் ஏற்படுகின்ற பசியாலும், தாகத்தாலும், களைப்பாலும் மடிகிறார்கள்.

ஆனால், எவன் வெறி உணர்வுகளின் அழுத்தத்திலிருந்து விலகிக் கொண்டு இங்கே சுட்டிக் காட்டப்பட்டிருக்கும் அருள் பொழியும் நிழல் பாதைகளைக் கவனித்து உள் செல்கிறானோ, அவனது புழுதிப் படிந்த கால்கள் ஒப்பிட முடியாத

சே.அருணாசலம்

பேரருள் மலர்களின் மெல்லிய இதழ்களை மிதிக்கும். அவற்றின் பேரழகில் அவன் கண்கள் குளிர்ச்சியுறும். அதிலிருந்து தெளிக்கும் பன்னீரின் நறுமணத்தால் அவன் மனம் புத்துணர்வு அடையும். நெடுஞ்சாலையின் புழுதியில் மயங்கி விழுகாமல், பாதி வழியில் மடிந்து போகாமல், அவன் கவனித்த இந்த நிழல் பாதைகளுக்குள் சென்று தன்னைத் திடப்படுத்திக் கொண்டு மனதை வாட்டும் துன்பத்திலிருந்தும் வாழ்வைக் கசக்கும் வேதனையிலிருந்தும் தப்பி மகிழ்ச்சியானவனாக, வலிமையானவனாகத் தன் வாழ்க்கைப் பயணத்தைத் தொடர்ந்து வெற்றிகரமாக முடிப்பான்.

மனம் தன் அறியாமையால், பாரமான சுமைகளைத் தானே உருவாக்கித் தன் மீது ஏற்றிக் கொள்கிறது. தனக்குத் தானே தண்டனைகளை வழங்கிக் கொள்கிறது. யாரும் பாரங்களைச் சுமந்தே ஆக வேண்டும் என்று கட்டாயப்படுத்தப்பட்டு இருக்கவில்லை. துக்கம் யார் மீதும் கண்மூடித்தனமாகச் சாற்றப்படவில்லை. இவை எல்லாம் மனதின் உருவாக்கமே. நல்அறிவின் வெளிச்சமே மனப் பிரதேசத்தை ஆள வேண்டிய அரசன் ஆவான். உணர்ச்சி வேகம் அவனது அரச கட்டிலைக் கவிழ்க்கும் போது, அங்கே குழப்பம் தலைவிரித்து ஆடுகிறது.

அருள் பொழியும் நிழல் பாதைகள்

சுகபோகக் கொண்டாட்டங்களுக்கான தவிப்பு முன்புறமிருந்தால் துக்கமும் ஏமாற்றமும் பின்புறமிருக்கும்.

இந்தப் புத்தகம் சரியான மன நிலைகளை, ஞானத்தோடும், மெய்யறிவோடும் செயல்பட வேண்டிய வழிமுறைகளை, எடுத்துரைக்கின்றது. இவற்றை இக்கட்டான சூழ்நிலைகளில் பயன்படுத்தலாம். விளைவுகள் பேரருளாகக் கனிந்து வரும். ஒவ்வொருவர் வாழ்விலும் தினம் தினம் நிகழும் பொதுவான சூழ்நிலைகளில் இங்கு விளக்கப்பட்டுள்ள அடிப்படைக் கோட்பாடுகள் உறுதியாகப் பயன்படும். அவற்றைத் தவறாகவோ சரியாகவோ பயன்படுத்துவதிலேயே நம் துக்கமும் மகிழ்ச்சியும் உள்ளடங்கி இருக்கின்றன. சூழ்நிலைகள் மனிதனின் மன உறுதிக்குக் கட்டுப்படும் என்று இந்த அடிப்படைகோட்பாடுகளைத் தங்கள் வாழ்வில் செயல்படுத்துபவர்கள் உணர்ந்து கொள்வார்கள். மண்பாண்டம் செய்யும் குயவன் வெறும் களிமண்ணைக் கொண்டு அழகிய வடிவங்களைச் செய்வது போலச் சரியான மனநிலையில் வாழ்பவன் (ஆன்மீக குயவன்) கடினமான சூழ்நிலைகளில் இருந்து மதிப்பு மிகுந்த பேரழகுடைய பேரருள் நிறைந்த விளைவுகளைக் கொண்டு வருகிறான்.

எல்லா நன்மையும் நம்முள் எப்போதும் இருக்கின்றன.

மனிதர்களுக்கு அதை எடுத்துக் கொள்ளும் மெய்யறிவு தான் வரவேண்டும்.

மெய்யறிவில் தான் ஏழைகளாக இருக்கிறார்கள்.

அந்த மெய்யறிவை பெறும்போது அவர்கள் நெடுநாள் விரும்பிய நன்மையைக் காண்பார்கள்.

ஜேம்ஸ் ஆலன் - 1904

ப்ராட் பார்க் அவென்யு, இல்ஃப்பராகோம்ப்,

இங்கிலாந்து.

1. சரியான தொடக்கங்கள்

ஒவ்வொரு நாளும், பொதுவான விஷயங்கள், தினசரி நடவடிக்கைகள் அந்த அந்த நேரத்தில் அரங்கேறி பின் முடிகின்றன.

அவற்றினால் விளையும் இன்பமும் துன்பமும் நம்மை மேல் நிலைக்கு அழைத்துச் செல்லும் படிக்கட்டுகள்.

வானுயரப் பறப்பதற்கு நம்மிடம் சிறகுகள் இல்லை, ஆனால், நம்மிடம் கால்கள் இருக்கின்றன, அடிமேல் அடி வைத்து மேல் ஏறுவதற்கு.

..லாங்ஃபெல்லோ

சே.அருணாசலம்

தினசரி வாழ்வின் தேவைகளை, அது செல்லும் பாதைகளை, நான் செம்மையாக அழகு மிளிர அமைப்பேன்.

..பிரவுனிங்

வாழ்வு முழுவதும் தொடக்கங்கள் நிறைந்து இருக்கின்றன. அதைத் தொடங்கும் வாய்ப்பு எல்லா மனிதர்களுக்கும் ஒவ்வொரு நாளும், ஒவ்வொரு மணிப்பொழுதும் வழங்கப்படுகின்றன. பெரும்பாலான தொடக்கங்கள் சிறியவைகளாக, மிகச் சாதாரணமாக எந்த விதச் சிறப்பு முக்கியத்துவமும் இன்றித் தோன்றுகின்றன. ஆனால், உண்மையில் அவற்றில் தான் வாழ்வின் முக்கிய விஷயங்கள் அடங்கி இருக்கின்றன.

புற உலகில் ஒவ்வொன்றும் சிறிய தொடக்கங்களிலிருந்து எவ்வாறு தொடங்குகின்றன என்று கவனியுங்கள். பரந்து விரிந்து செல்லும் மிகப் பெரிய நதி, ஒரு வெட்டுகிளி தாவி செல்லும் அளவு அகலம் கொண்ட சிறிய நீரோடையாக இருந்தே தொடங்கியது; மிகப்பெரிய வெள்ளமும், சில மழைத் துளிகளிலிருந்தே தொடங்கியது. ஆயிரம் குளிர் காலங்களைக் கடந்து நிற்கும் வலிமையான

அருள் பொழியும் நிழல் பாதைகள்

காட்டு மரமும் சிறிய விதையிலிருந்து முளைத்த ஒன்று தான். கவனிக்கப்படாமல் தூக்கி எறியப்பட்ட சிறு தீக்குச்சியின் தீப்பொறி, ஒரு நகரையே விழுங்கும் நெருப்பிற்குக் காரணமாகலாம்.

பொருள் சாராத அக உலகிலும் பெரும் சாதனைகள் சிறிய ஆரம்பமாக இருப்பதைக் கவனியுங்கள். ஒரு சிறிய கற்பனையோ விளையாட்டாகத் தோன்றிய எண்ணமோ ஓர் அரியக் கண்டுபிடிப்பிற்கு, காலத்தை வென்று நிற்கும் ஒரு கலை வடிவத்திற்குக் காரணமாக இருக்கலாம். பேசிய ஒரு வார்த்தை வரலாறு மாற, ஒரு திருப்பத்தை ஏற்படுத்தக் காரணமாக இருந்திருக்கலாம். போற்றிப் பின்பற்றப்பட்ட ஒரு புனித எண்ணம் காந்த சக்தி போன்று அலையையும், நம்பிக்கையையும் உலகெங்கும் ஏற்படுத்தலாம். ஒரு நொடிப் பொழுதில் உதித்த கீழான மிருக வெறி, மனதை உறையச் செய்யும் குற்றத்திற்குக் காரணமாகலாம்.

தொடக்கங்களின் முக்கியத்துவத்தை இன்னும் நீங்கள் முழுதாக உணரவில்லையா? ஒரு தொடக்கத்தில் எவையெல்லாம் அடங்கியிருக்கின்றன என்று அறிவீர்களா? எத்தனை வகைத் தொடக்கங்களை நீங்கள் வரிசையாகச் செய்து கொண்டிருக்கிறீர்கள் என்பதையும், அது எந்த அளவு முக்கியம் என்பது பற்றியும் அறிவீர்களா? இல்லையென்றால், சிறிது நேரத்தை

சே.அருணாசலம்

ஒதுக்கி, கண்டும் காணாமல் புறக்கணிக்கப்படும் இந்த நல்வழிப் பாதையின் வழிக்காட்டல்களைத் தேடிக் கவனமாக மனதில் கொள்ளுங்கள். அதைத் தேடி அறிய முற்படுபவன் பேரருள் பெற்றவனாவான். அந்த நல்வழிப்பாதை அவனுக்கு வலிமையையும், ஆதரவையும் வழங்கக் காத்திருக்கிறது.

ஒரு தொடக்கம் என்பது ஒரு முதல் காரணம், முதல் வினையாகும். அந்த வினையை ஒரு விளைவோ அல்லது தொடர்ச்சியான பல விளைவுகளோ பின் தொடர்ந்தே ஆக வேண்டும். அந்த பின் விளைவுகளின் தன்மை அந்த முதல் காரணத்தின் இயல்பை ஒத்ததாகவே இருக்கும். முதல் செயல் பின் வரக்கூடியவைகளுக்கு ஒரு முன் அறிவிப்பாக இருக்கிறது. ஒரு தொடக்கம் என்றால் ஒரு முடிவு இருக்க வேண்டும். ஒரு தேவை, ஒரு குறிக்கோள், ஓர் இலக்கு இருக்க வேண்டும். ஒரு வாயில் கதவு ஒரு பாதைக்கு அழைத்துச் செல்கிறது. அந்தப் பாதை ஒரு குறிப்பிட்ட இடத்தில் முடிவடைகிறது. ஒரு தொடக்கம் விளைவுகளை ஏற்படுத்துகிறது. அந்த விளைவுகளைத் தொடர்ந்து ஒரு முடிவு ஏற்படுகின்றது.

தொடக்கங்கள் சரியானவைகளாகவும் இருக்கின்றன. தவறானவைகளாகவும் இருக்கின்றன. அவற்றைச் சரியான பின்விளைவுகளும், தவறான பின்விளைவுகளும்

அருள் பொழியும் நிழல் பாதைகள்

தொடர்கின்றன. நீங்கள் கவனமாக எண்ணினால், தவறான தொடக்கங்களைக் கைவிட்டு சரியான தொடக்கங்களைத் தொடர்ந்து தீய விளைவுகளிலிருந்து தப்பி நல்விளைவுகளை அனுபவிக்கலாம்.

சில வகையான தொடக்கங்களின் மீது உங்களுக்கு எந்த வகையான அதிகாரமோ, கட்டுப்பாடோ கிடையாது. அவை எல்லாம் உங்களை மீறி இந்தப் பிரபஞ்சத்தில், உங்களைச் சூழ்ந்துள்ள இயற்கையால் நடப்பெறுகின்றன. உங்களைப் போன்றே மற்ற மனிதர்களாலும் அவற்றைக் கட்டுப்படுத்தவோ அதிகாரம் செலுத்தவோ முடியாது.

மேலே குறிப்பிட்டுள்ள தொடக்கங்களைப் பற்றி நீங்கள் கவலைப் படத் தேவையில்லை. ஆனால், எந்த வகையான தொடக்கங்களின் மீது உங்களுக்கு முழுக் கட்டுப்பாடும், அதிகாரமும் இருக்கின்றதோ, அவற்றின் மீது உங்களின் முழுக் கவனத்தையும் ஆற்றலையும் செலுத்துங்கள். அவற்றின் விளைவுகள் ஒவ்வொன்றும் இணைந்து, பிணைந்து, ஊடுருவி நெய்யப்பட்டதே உங்கள் வாழ்வாகும். இந்த வகையான தொடக்கங்கள் உங்கள் எண்ணங்களில், செயல்களில் பரவிக் கிடப்பதை நீங்கள் தெளிவாகக் காணலாம். தினசரி வாழ்வில் நீங்கள் சந்திக்கும், எதிர்கொள்ள வேண்டிய பல்வேறு சூழ்நிலைகளின் போது உங்களுக்குள்

சே.அருணாசலம்

நிகழும் மனப்பாங்கில், மனக் கண்ணோட்டத்தில் காணலாம். சுருக்கமாகக் கூறினால், உங்கள் வாழ்வு எங்கும் காணலாம். அது நன்மையோ, தீமையோ;- உங்கள் வாழ்வு என்பது நீங்களே அமைத்துக் கொள்கிற உலகம் தான்.

பேரருள் நிறைந்த வாழ்வை வாழ வேண்டும் என்று எண்ணும் போது, கருத்தில் கொண்டு செயல்பட வேண்டிய மிக எளியத் தொடக்கம் எது என்றால் - ஒவ்வொரு நாளும் அந்த நாளின் ஆரம்பப் பொழுதையும் நாம் எப்படித் தொடங்குகிறோம் என்பதே.

ஒவ்வொரு நாளையும் எப்படித் தொடங்குகிறீர்கள்? உறக்கம் களைந்து என்ன மணிப்பொழுதில் எழுகிறீர்கள்? உங்கள் கடமைகளை எவ்வாறு தொடங்குகிறீர்கள்? புனிதமான இந்த வாழ்வின் ஒரு புதிய நாளிற்குள் என்ன மன நிலையோடு அடி எடுத்து வைக்கிறீர்கள்? இந்த முக்கியக் கேள்விகளுக்கு எல்லாம் உங்கள் இதயத்திற்கு நீங்கள் வழங்கும் பதில் என்ன? ஒரு நாளின் சரியான தொடக்கத்தை மகிழ்ச்சியும், தவறான தொடக்கத்தை வருத்தமும் தொடர்வதை நீங்கள் காண்பீர்கள். ஒவ்வொரு நாளும் சரியாகத் தொடங்கப்படும் போது மகிழ்ச்சியுடன் மனம் ஒத்திசைவான செயல்கள் வரிசையாக

அருள் பொழியும் நிழல் பாதைகள்

நடைபெறுகின்றன. பேரருள் நிறைந்த வாழ்விற்கு வெகு அருகில் வருகிறோம்.

ஒவ்வொரு நாளும் அதிகாலைப் பொழுது எழுவது என்பது அந்த நாளின் சரியான வலிமையான தொடக்கமாகும். உங்கள் உலக வாழ்வின் கடமைகளை ஆற்றுவதற்கு அவ்வாறு எழவேண்டிய தேவை இல்லை என்றாலும் அவ்வாறு எழ வேண்டும் என ஒரு கடமையை ஏற்படுத்திக் கொள்வது புத்திசாலித்தனமாகும். அதிகாலையில் சோம்பலை முறித்து வலிமையாக அந்த நாளைத் தொடங்குங்கள். ஒவ்வொரு நாளும் பலவீனத்திற்கு இடம் கொடுத்துத் தொடங்கினால் உடல் உறுதியையும் மன உறுதியையும் எவ்வாறு வளர்த்துக் கொள்வீர்கள்? தனக்காக மட்டுமே வசதியையும் சுகபோகத்தையும் நாடுவதை எப்போதும் வருத்தம் பின் தொடரும். நெடு நேரம் படுக்கையில் விழுந்து கிடப்பவர்கள் சுறுசுறுப்பானவர்களாகவும் உற்சாகமானவர்களாகவும் முகப்பொலிவு உடையவர்களாகவும் இருக்க மாட்டார்கள். எளிதில் எரிச்சல் அடைபவர்களாகவும், சோர்ந்து போய் விடுபவர்களாகவும், துணிவும், நம்பிக்கையும் இல்லாதவர்களாகவும், புத்துணர்ச்சி இல்லாதவர்களாகவும், தீங்கானவைகளைக் கற்பனை செய்து எண்ணிக் கொண்டிருப்பவர்களாகவும், எல்லா வகையான

சே.அருணாசலம்

கவலைகளைக் கொள்பவர்களாகவும் இருப்பார்கள். நெடுநேரம் படுக்கையில் விழுந்துக் கிடப்பதற்கு இது தான் அவர்கள் தருகின்ற விலையாகும். சுகபோகத்தில் திளைக்க வேண்டும் என்கிற பேராசை உணர்வு அவன் கண்ணை மறைக்கிறது. தன் நரம்புகளின் பலவீனத்தைப் போக்குவதற்காகவே மது அருந்துவதாகக் குடிகாரன் கூறிக் கொண்டிருக்கிறான். ஆனால் அவனது நரம்புகளின் பலவீனத்திற்குக் காரணமே அந்த மது தான் என்பதை எப்படியோ அவன் மறந்து விடுகிறான். அது போலப் படுக்கையில் விழுந்துக் கிடப்பவன் தன்னுடைய கவலைகளைப் போக்குவதற்கு, துன்பங்களைத் தாங்கிக் கொள்வதற்குத் தான் அவ்வாறு படுத்துக் கிடப்பதை ஒரு வடிகாலாகக் கருதுகிறான். ஆனால் உண்மையில் அவன் அவ்வாறு படுத்துக்கிடப்பதே அவனது உற்சாகமின்மைக்கும், கவலைக்கும் காரணமாகும். நித்திரை சுகத்தில் திளைக்கவேண்டும் என்று பொதுவாகக் காணப்படும் இந்த ஆவலால் எவ்வளவு பேரிழப்பிற்கு உள்ளாகிறோம் என்பதை ஆண்களும் பெண்களும் அறியாமல் இருக்கிறார்கள். உடல் உறுதியையும், மன உறுதியையும் இழக்கிறார்கள். வளமான வாழ்வு, புத்திக்கூர்மை, மகிழ்ச்சியை இழக்கிறார்கள்.

எனவே, அதிகாலையில் எழுந்து ஒவ்வொரு நாளையும் தொடங்குங்கள். அதிகாலையில் எழுந்து செய்தே ஆக வேண்டிய முக்கிய வேலை என்று எதுவும் இல்லை என்றாலும் அதிகாலையில் எழவேண்டும் என விரும்பி எழுங்கள். இயற்கையின் பேரழகைக் கண்டுகளிக்க உலாவச் செல்லுங்கள். ஒரு புத்துணர்ச்சியை, ஒரு பூரிப்பை, ஒரு மகிழ்ச்சியை இவற்றோடு ஒரு மன நிம்மதியையும் பெறுவீர்கள் என்பதைச் சொல்லத் தேவையில்லை. இது நீங்கள் விரும்பி எழுந்த முயற்சிக்கு இயற்கை உவந்து அளித்தப் பரிசாகும். ஒரு நல்ல செயலை மற்றொரு நல்ல செயல் பின் தொடரும். அதிகாலையில் எந்த ஆரவாரமுமற்ற அமைதி நிலவும். எந்தக் குறிக்கோளும் இல்லை என்றாலும் ஒரு மனிதன் அதிகாலையில் எழும்போது அந்த அதிகாலைப் பொழுது அவன் மனம் தெளிவடைவதற்கும், அவன் மனம் சாந்தமடைவதற்கும் உதவுகின்றது. அந்த அதிகாலை நடை அவன் செய்ய வேண்டிய காரியங்களைக் குறித்துச் சிந்திக்க அவனுக்கு நேரத்தை வழங்குகிறது. வாழ்வையும், வாழ்வின் சிக்கல்களையும், அவனையும், அவனது பல்வேறு கடமைகளையும் தெளிந்தக் கண்ணோட்டத்தில் காண அவனுக்கு வாய்ப்பு அளிக்கின்றது. நாளடைவில் தன் மனதை இசைந்து செயல்படுவதற்குத் தயார் படுத்திக் கொள்ள வேண்டும் என்னும் குறிகோளோடு அவன்

சே. அருணாசலம்

அதிகாலை எழ ஆரம்பிக்க, பின்பு எந்த நெருக்கடியையும், எல்லாச் சிக்கலையும் சந்தித்துத் தீர்ப்பதற்கான அமைதியான வலிமையையும், தெளிந்த அறிவையும் அவன் பெறுவான்.

அதிகாலை வேளையில் மிகுந்த ஆற்றலோடு ஆன்மீக உணர்வலைகள் பரவிக் கிடக்கின்றன. தெய்வீக மவுனமும் வார்த்தைகளால் வெளிப்படுத்த முடியாத பேரமைதியும் நிலவுகிறது. உறங்கிக் களிக்க ஏங்கும் மனதை உறுதியோடும் வலிமையோடும் கைவிட்டுக் காலை இளங்கதிரை வரவேற்க மலையின் மீது ஏறுபவன், அவ்வாறு வளர்த்துக்கொண்ட உள்ள உறுதியினாலும், வலிமையினாலும் உண்மை, பேர் அருள் என்ற மலைகளின் பல உயர்ந்த சிகரங்களையும் தொடுவான்.

சரியாகத் தொடங்கப்பட்ட நாளின் அடையாளமாக ஒருவனைப் பின் தொடர்வது அவன் அவனது வீட்டின் உறவுகளை உள்ளன்போடும் ஆதரவோடும் உற்சாகத்தோடும் சந்திப்பதாகும். பின்பு அந்த நாளில் முடிக்கவேண்டிய செயல்களையும், கடமைகளையும் குறித்து ஆராய்ந்து உறுதியோடு அவற்றை மேற்கொண்டு நிறைவேற்றுவதாகும்.

ஒவ்வொரு நாளையும் ஒரு புதிய வாழ்வின் தொடக்கமாகக் கருத வேண்டும் என்று நினைப்பது ஆழ்ந்த அறிவான நிலையாகும். அன்றைய நாளில்

அருள் பொழியும் நிழல் பாதைகள்

ஒருவன் தனது எண்ணங்களை, செயல்களை, வாழ்வைப் புத்துணர்வோடு இதுவரை இருந்ததை விடச் சிறந்ததாக மேன்மையாக வாழலாம்.

ஒவ்வொரு நாளும் ஒரு புது ஆரம்பமே.

ஒவ்வொரு காலைப் பொழுதிலும் இந்த உலகம் புதியதாக்கப்படுகிறது.

பாவங்களையும், துக்கங்களையும் பாரமாகச் சுமந்துக் கொண்டிருப்பவர்களே!

ஓர் அழகான நம்பிக்கை இங்கே ஒளி வீசிக் கொண்டிருக்கிறது.

எல்லோருக்கும் நம்பிக்கைத் தருவதற்கு அது காத்துக்கொண்டிருக்கிறது!

நேற்றைய குற்றங்களையும், தவறுகளையும் எண்ணி வருந்தியவாறே இருந்து இன்றைய பொழுதைச் சரியாக வாழாமல் வீணாக்கிவிடாதீர்கள்! இன்று நாம் களங்கமற்று வாழ விரும்பினால் அதை நேற்று செய்த தவறினால் தடுக்க முடியாது என நம்புங்கள்! இன்றைய பொழுதை சரியாகத் தொடங்குங்கள். நேற்று வரைக் கிடைத்த அனுபவப் பாடங்களின் துணையோடு இன்றைய புதிய நாளை இது வரை வாழ்ந்த நாட்களை விட ஒருபடி மேலாக வாழுங்கள். ஆனால் சிறந்த முறையில் தொடங்காமல் அந்த நாளைச் சிறந்த நாளாக

சே.அருணாசலம்

வாழ்வது எளிதானதல்ல. ஒரு நாள் ஆரம்பிக்கப்படும் விதம் அந்தநாள் முழுதும் பரவி இழையோடும்.

மிகவும் முக்கியத்துவம் வாய்ந்த இன்னொரு ஆரம்பம் ஒரு பொறுப்பு மிக்க குறிப்பிட்ட செயல்திட்டத்தை/நடவடிக்கையை எவ்வாறு தொடங்குகிறோம் என்பதாகும். ஒருவன் ஒரு வீட்டை எவ்வாறு கட்டத் தொடங்குகிறான்? கட்டி முடிக்கப்பட வேண்டிய வீட்டின் வரைப்படத்தை முதலில் கைகொள்கிறான். பின்பு எல்லாப் பகுதிகளையும் முழுமையாக, நுணுக்கமாக ஆராய்ந்து செயல்திட்டத்தை வடிவமைத்துக் கொள்கிறான். அதன் பின்பு அத்திட்டத்திற்கு ஏற்ப அடித்தளத்தில் இருந்து தொடங்குகிறான். அவன் தொடக்கத்தின்/ஆரம்பத்தின்/வரைபடத்தின் /செயல்திட்டத்தின் முக்கியத்துவத்தை விளங்கிக் கொள்ளாதவனாக இருந்தால் அந்தக் கட்டிடத்திற்காக மேற்கொள்ளப்பட்ட எல்லா உழைப்பும் வீணாகிவிடும். ஒருவேளை அந்தக் கட்டிடம் பாதியில் இடிந்து விழாமல் முழுமை அடைந்து இருந்தால், எந்த நேரத்திலும் இடிந்து விழும் அபாயத்துடனேயே எந்தப் பயன்பாடுமின்றி விளங்கும். இந்த விதி எல்லா முக்கியச் செயல்களுக்கும் பொருந்தும். தெளிவான

மனத்திட்டமும் அதைத் தொடங்கும் விதமும் இன்றியமையாதது.

ஓர் ஒழுங்குமுறை, குழப்பமற்ற தெளிவான உறுதி, குறிக்கோள்/பயன்பாடு என்பவை எல்லாம் இயற்கையின் செயல்பாடுகளில் எங்கும் என்றும் எப்போதும் காணப்படும். இயற்கையின் இச்செயல்பாடுகளை எவன் கருத்தில் கொள்ளாமல் செயல்படுகிறானோ, அவன் உடனுக்குடன் தன்னுடைய ஆற்றலை முழுமையை வெற்றியை இழக்கிறான். இயற்கையின் படைப்பில் எந்தக் குறையையும் காண முடியாது. எதுவும் அரைகுறையாக விட்டுவிடப்படவில்லை. அவள் குழப்பத்தை அறவே நீக்கி இருக்கிறாள். அல்லது குழப்பம் என்பது முழுவதுமாக அவளிடமிருந்து நீங்கி விட்டது.

ஒரு குறிக்கோளற்ற வாழ்வு

– அது தொடங்கிய நொடி முதல்

எவ்வளவு முயன்றும் எதையும் விளைவிக்காத

வறண்ட நிலமாகவே பயன்பாடின்றி இருக்கும்.

எவ்வாறுச் செயல்பட வேண்டும் என்று ஒரு திட்டத்தை மனதில் வகுத்துக் கொள்ளாமல் ஒருவன் வியாபாரத்தையோ, தொழிலையோ தொடங்கினால்

சே.அருணாசலம்

அவன் தன் முயற்சிகளில் தெளிவில்லாமல், குழப்பத்துடன் செயல்பட்டுத் தோல்வி அடைவான். ஒரு வீட்டைக் கட்டும்போது செயல்படும் விதிமுறைகள் ஒரு நிறுவனத்தை நிலைநிறுத்த முயலும் போதும் செயல்படுகின்றன. ஒரு தெளிவானத் திட்டத்தைக் குழப்பமற்ற முயற்சிகளுடன் கூடிய செயல்முறைகளும், குழப்பமற்ற செயல்முறைகளை ஒழுங்குடன் கூடிய விளைவுகளும் பின் தொடரும். ஒரு முழுமையான சிறப்பான வெற்றியும் மகிழ்ச்சியும் தேடி வரும்.

இந்த விதி இயந்திரமயமான செயல்பாடுகளுக்கும் பொருளாதார நிறுவனங்களுக்கும் மட்டும் பொருந்தவில்லை, எல்லாவித செயல்பாடுகளும் இந்த விதிக்கு உட்படுகின்றன. நூலாசிரியனின் புத்தகம், ஓவியனின் ஓவியம், பேச்சாளனின் உரை, சீர்திருத்தவாதியின் உழைப்பு, விஞ்ஞானியின் புது இயந்திர உருவாக்கம், இராணுவத் தளபதியின் போர்தாக்குதல், இவை எல்லாம் மனதில் திட்டமிடப்பட்ட பின்பே வெளியே செயல் வடிவமாகின்றன. மனதின் உருவகத்திற்கும், உண்மையில் உருவாகிய ஒன்றிற்கும் உள்ள ஒற்றுமை, தனித்தன்மை, சிறப்புகளே வெற்றியின் அளவை முடிவு செய்யும்.

வெற்றிகரமானவர்கள் யார்? பலரது மனங்களைக் கவரும் தன்மைக் கொண்டவர்கள் யார்? நல்ல மனிதர்கள் யார்? அவர்கள் யார் என்றால் மற்ற

அருள் பொழியும் நிழல் பாதைகள்

விஷயங்களுக்கு நடுவில் தொடங்கும் ஒன்றை உடனே அடையாளம் கண்டு அதன் முக்கியத்துவத்தை உணர்ந்து அதில் ஒளிந்திருக்கும் நன்மையைப் பயன்படுத்திக் கொள்பவர்களே! முட்டாள்கள் அவற்றை அடையாளம் காணாமல் புறம் தள்ளி விடுகிறார்கள்.

எல்லாத் தொடக்கங்களையும் விட மிக முக்கியத் தொடக்கம் ஒன்று இருக்கின்றது. பேரருளோ, பெருந்துன்பமோ அதைச் சார்ந்தே இருக்கின்றது. இருந்தும் அது கவனத்தில் கொள்ளப்படாமல் உணரப்படாமல் இருக்கின்றது. அது எது என்றால் நம்முடைய இயல்பு நிலையில் நம் மனதின் ஆழத்தில் பதியும் எண்ணங்களே ஆகும். உங்களுடைய முழு வாழ்வும் அந்த எண்ணங்களைத் தொடர்ந்து நிகழும் செயல்களை பின் தொடரும் விளைவுகளின் தொகுப்பே. அந்த விளைவுகளுக்கு ஊற்றுக்கண் உங்களுடைய மனதில் பதிந்திருக்கும் உங்களுக்குச் சொந்தமான எண்ணங்களே. எல்லா ஒழுக்க நெறிகளையும் வடிவமைப்பது எண்ணங்களே. எல்லாச் செயல்களும் (அவை நன்றோ தீதோ) கண்களால் காணப்படும் எண்ணங்களே. மண்ணில் புதைந்த விதை, ஒரு மரமோகவோ அல்லது ஒரு செடியாகவோ வளர ஆரம்பப் புள்ளி ஆகின்றது. அந்த விதை முளை விட்டு பின் செடியாகவோ மரமாகவோ வெளிச்சத்திற்கு வந்து வளர்கின்றது.

சே.அருணாசலம்

மனதில் ஆழப்பதியும் எண்ணமானது அந்த எண்ணத்திற்கு ஏற்ற ஒழுக்கமுறையை ஏற்படுத்தும். அது மனதிற்குள் வேர்களைச் செலுத்தி இறுகப்பற்றிக் கொள்ளும். அடுத்து செயல்களாகவோ, ஒழுக்கமுறைகளாகவோ வெளிச்சத்திற்கு வரும். பின்பு குணமாகவும், விதியாகவும் ஆகின்றது.

வெறுப்பை உமிழும் எண்ணங்கள், கோபக் கனலை மூட்டும் எண்ணங்கள், பொறாமையும், பேராசையும் நிறைந்த எண்ணங்கள், தூய்மையற்றக் களங்கமான எண்ணங்கள் தவறான தொடக்கத்திற்கு அறிகுறியாகும். அவை முடிவில் துன்பத்தையே கொடுக்கும். அன்பான, கனிவான, இரக்கமான, சுயநலமற்ற, தூய எண்ணங்கள் ஒரு சரியான தொடக்கத்திற்கு அறிகுறியாகும். அவை பெருமகிழ்ச்சிக்கும், பேரானந்தத்திற்கும், அழைத்துச் செல்லும். இது எவ்வளவு எளிய, தெளிவான, சந்தேகத்திற்கு இடமளிக்காத உண்மை. இருந்தும் நினைவில் கொள்ளாமல் மீறப்படுகின்றது. மிகக் குறைந்த அளவே உணரப்படுகின்றது.

ஒரு விதையை எங்கு, எப்பொழுது, எப்படி விதைக்க வேண்டும் என்று கற்று அறிந்து கொண்டுள்ள தோட்டக்காரன் மிகுந்த பயனையும், பலனையும், தோட்டக்கலைக் குறித்த அறிவையும் பெறுகிறான். நன்கு வளரும் செடிகளை பார்க்கும்

அருள் பொழியும் நிழல் பாதைகள்

போது அதை வளர்க்கத் தொடங்கியவனது உள்ளம் மகிழ்ச்சியில் திளைக்கின்றனது. தன் மனதிற்குள் வலிமையான எண்ணங்களை, நிறைவான எண்ணங்களைப் பரந்த நோக்கமுடைய எண்ணங்களை எவ்வாறு விதைக்க வேண்டும் என்று பொறுமையாகக் கற்றறிபவன் வாழ்வில் மிகுந்த பயனைப் பெறுகிறான். மெய்யறிவை அதிகம் பெறுகிறான். தன் மனதிற்குள் தூய்மையான, சிறந்த எண்ணங்களை விதைப்பவனைப் பேரருள் தேடி வருகின்றது.

சரியான எண்ணங்களை, சரியான செயல்களை அன்றி வேறு எதுவும் பின் தொடர முடியாது. சரியான செயல்களைச் சரியான வாழ்வை அன்றி வேறு எதுவும் பின் தொடர முடியாது. சரியான வாழ்வை வாழும் போது எல்லாப் பேரருளும் வருகின்றது.

தன்னுடைய எண்ணங்களின் தன்மையையும் தன் வாழ்வில் அவற்றின் முக்கியப் பங்கையும் உணர்பவன்; தீய எண்ணங்களைக் களைந்து அதற்கு பதிலாக நல்லெண்ணங்களை நடத் தினமும் அயராது முயல்பவன்; - எண்ணங்களின் தன்மையில் இருந்தே முடிவுகள் ஒவ்வொன்றும் ஆரம்பம் ஆகின்றது, தன் வாழ்வின் ஒவ்வொரு அம்சத்தையும் பாதிக்கும் திறன் கொண்டிருப்பவை தனது எண்ணங்கள், ஒவ்வொரு விஷயத்தையும் ஒவ்வொரு சூழ்நிலையையும் ஊடுருவிப் புதிய

சே.அருணாசலம்

வெளிச்சத்தை ஈர்க்கும் ஆற்றல் கொண்டவை எண்ணங்கள் என்று கண்டறியும் நிலையை இறுதியில் அடைவான். இவ்வாறு கண்டுணர்ந்தப் பின் நல் எண்ணங்களை மட்டுமே எண்ணுவான். மனதில் எழும் எண்ணங்களின் தன்மையைக் கவனித்துப் பேரருளுக்கும், பெருநிம்மதிக்கும் அழைத்துச் செல்லும் எண்ணங்களை மட்டுமே தேர்ந்தெடுத்துத் தொடங்குவான்.

தீய எண்ணங்கள் உதிக்கும் போது துன்பம் பிறக்கும். வளரும் போது துன்பத்தைக் கொடுக்கும். அவை கனிகளை ஈன்றெடுக்கும் போதும் துன்பத்தையே கொடுக்கும். நல் எண்ணங்கள் உதிக்கும் போது மகிழ்ச்சிப் பிறக்கும். வளரும் போதும் மகிழ்ச்சியைக் கொடுக்கும் – அவை ஈன்றெடுக்கும் கனிகளும் மகிழ்ச்சியையே கொடுக்கும்.

எவை எல்லாம் சரியான தொடக்கங்கள் என உள் உணர்ந்துக் கொண்டு அவற்றைத் தொடங்கி மேற்கொள்வதே ஒருவனை மெய்யறிவிற்கும், ஞானத்திற்கும் அழைத்துச் செல்லும் பாதையாகும். நிலையான மகிழ்ச்சியின் ஊற்று கண்ணும், முதலும் முடிவுமாக நின்று எல்லாவற்றையும் தழுவும் முக்கியமான ஒன்று, மனதிற்குள் நிகழும் எண்ண அசைவுகளின், எண்ண ஓட்டங்களின் தொடக்கம் ஆகும். மனதில் நிகழும் இந்த எண்ண அசைவுகள் தான் சுயக்கட்டுப்பாடு, மன உறுதி, தளராத மனம்,

வலிமை, தூய்மை, கனிவு, உள் உணர்வு, ஒன்றை எல்லாக் கோணங்களிலும் முழுமையாகப் பார்க்கும் தன்மை, போன்றவற்றிற்குக் காரணமாகும். இவை எல்லாம் ஒருவனை நிறைவான வாழ்வு வாழ வழி செய்யும். எவனது எண்ணங்கள் தீங்கின்றி சிறந்தவையாக இருக்கின்றனவோ அவன் துக்கத்தை நெருங்க முடியாமல் செய்துள்ளான். அவனது ஒவ்வொரு கணப்பொழுதும் நிம்மதியாக இருக்கின்றது. அவன் காலம் மகிழ்ச்சியால் சூழப்பட்டு இருக்கின்றது. பேரருளை முழுமையாக அவன் பெறுகிறான்.

2. சிறிய செயல்பாடுகளும் கடமைகளும்

நமக்கு மிக அருகில் உள்ள கடமையைச்
சரியாகச் செய்வதே
சுவர்க்கத்தின் வாசல் கதவைத்
திறக்கும் திறவுகோல் ஆகும்.
மிக முன்னதாகவும் அல்லாமல்
மிகத் தாமதமாகவும் அல்லாமல்
சரியான நேரத்தில் வருபவனுக்குத்
திரை விலகி சுவர்க்கத்தின் காட்சிக்
கிடைக்கும்.
தூரத்தில் மின்னும் நட்சத்திரம் போன்று
எந்த இடைவேளையும் இல்லாமல்
எந்த ஓய்வும் இல்லாமல்

அருள் பொழியும் நிழல் பாதைகள்

ஒவ்வொரு மனிதனும்

சக்கரத்தைப் போன்று சுழன்றவாறு

அந்த நாளின் கடமைகள் ஒவ்வொன்றையும் அவனால் முடிந்த அளவு நிறைவேற்றட்டும்.

-- கோத்தே

சரியானத் தொடக்கங்களைப் பேரருளும் தவறான தொடக்கங்களைப் பெரும் துன்பமும் தொடர்வது போல மகிழ்ச்சியும் துக்கமும் சிறிய செயல்களோடும் கடமைகளோடும் பிரிக்க முடியாதவாறு ஒன்று அறக் கலந்து இருக்கின்றன. மகிழ்ச்சியையோ துக்கத்தையோ வழங்குவதற்குக் கடமைகளுக்கு ஒரு தனிச் சக்தி இருப்பதாகக் கருத முடியாது. அந்தக் கடமையைக் குறித்து எண்ணும் மனோபாவம், அந்தக் கடமையை அணுகும் போது கொள்கின்ற மனநிலை, அந்தக் கடமையை நிறைவேற்றுவதன் நோக்கம் ஆகியவற்றில் தான் அவை எல்லாமே அடங்கி இருக்கின்றன.

பெரு மகிழ்ச்சி மட்டுமல்ல பேராற்றலும் சிறு சிறு விஷயங்களைத் தன் நலம் இல்லாமல், ஆழமாகச் சிந்தித்து அறிந்து, முறையாகச் செய்வதில் உருவாகின்றது. காரணம், வாழ்வு என்பது சிறு சிறு விஷயங்களால் ஆனதே. நாள் தோறும் எதிர்கொண்டு செய்ய வேண்டிய மிகச் சிறிய எளிய செயல்களையும் கவனமாகச் செய்வதில்

சே.அருணாசலம்

மெய்யறிவும் ஞானமும் குடிக்கொண்டிருக்கின்றன. எல்லாப் பாகங்களும் சரியாக இருக்கும் போது முழுமையும் எந்தக் குறையுமின்றி இருக்கும்.

இந்தப் பிரபஞ்சத்தில் உள்ள ஒவ்வொன்றும் சிறுசிறு விஷயங்களால் ஆனவையே. மிகப் பெரிய ஒன்றின் சிறந்த தன்மைக்குக் காரணம், அதன் சிறுசிறுப் பகுதிகளும் சிறப்பாக அமைந்து இருப்பதே. பிரபஞ்சத்தின் எந்தப் பாகமாவது குறைகளோடு இருந்தால் அது இந்த முழுப் பிரபஞ்சத்திலும் எதிரொலிக்கும். எந்தச் சிறு துகளாவது மறக்கப்பட்டிருந்தால் அந்த முழுமை அதன் முழுச் செயல்பாட்டை இழக்கும். ஒரு பிடியளவு மண் இல்லை என்றாலும் இந்தப் பூமி இப்போது போன்று இருக்க முடியாது. பூமிச் சிறப்பாக இருப்பதற்கு அந்த ஒரு பிடி மண்ணும் சிறப்பாக இருப்பதே காரணம். சிறியவற்றில் கவனம் செலுத்தாமல் புறம் தள்ளுவது பெரியவற்றில் குழப்பத்தை விளைவிக்கும். ஒரு நட்சத்திரம் எந்த அளவு சிறப்பாக இருக்கின்றதோ, பனிக்கட்டியும் அதே அளவு சிறப்பாக இருக்கின்றது. பனித்துளியும் பூமியைப் போன்றே சமச்சீரான வடிவமைப்பாக உள்ளது. ஒரு நுண்ணுயிரும் மனிதனைப் போன்றே ஒரு முறையான வடிவமைப்பைக் கொண்டுள்ளது. ஒவ்வொரு கல்லாக அடுக்கி, துளைகளிடப்பட்டுப் பொருத்தி சரிசெய்யப்பட்டு இறுதியில் தான்

அருள் பொழியும் நிழல் பாதைகள்

கோயிலானது கலைநயத்தின் அழகோடு விளங்குகிறது. சிறியவையானது பெரியவற்றின் கூப்பிட்ட குரலுக்கு ஓடி வந்து ஏவல் புரியும் வேலைக்காரன் அல்ல; பெரியவற்றின் குரு, அவற்றை வழி நடத்தும் ஆசான்.

அற்ப மனிதர்கள் பெரிய மனிதர்கள் போல் ஆக பேராவல் கொண்டுள்ளனர். ஏதாவது பெரும் சாதனைகள் செய்யத் துடிக்கின்றனர். தங்கள் உடனடிக் கவனத்திற்கு வரும் சிறிய செயல்களுக்குக் கவனத்தை, மதிப்பைச் சிறிதும் வழங்காமல் தூற்றுகின்றனர். அவற்றைச் செய்வதால் எந்தப் புகழும் பாராட்டும் கிடைக்காது. அவற்றிற்கு எல்லாம் நேரத்தை வழங்குவது ஒரு பெரிய மனிதனின் தகுதிக்கு ஏற்றதல்ல என்று கருதுகின்றனர். முட்டாள் அறிவில்லாதவனாக இருப்பதன் காரணம் அவனிடம் தன்னடக்கம் இல்லாததே. தான் அதிமுக்கியமானவன் என்று அகம்பாவம் கொண்டு செய்ய முடியாதவற்றை/செய்ய இயலாததை இலக்காகக் கொண்டு செயல்படுகிறான்.

வாழ்வில் உயர்ந்த மனிதர்கள் அவ்வாறு உயர்ந்ததற்குக் காரணம் தன்னலம் அற்றக் கவனத்தை, மனம் சிதறாத முழு ஈடுபாட்டை அவர்களின் சிறு சிறு கடமைகளுக்கும் வழங்கியதே ஆகும். எந்தப் புகழ்ச்சியையும், எவர் பாராட்டையும் துளியளவும் கொண்டு வந்து சேர்க்காத, யார்

சே. அருணாசலம்

பார்வைக்கும் செல்லாத சிறு சிறு கடமைகளேயானாலும் அவை மிகவும் தேவையான இன்றியமையாத செயல்கள் எனத் தெளிந்து, தான் என்ற அகந்தையை, தற்பெருமையைத் துறந்து அவன் கவனமாகச் செய்கின்ற காரணத்தால் அவன் மெய்யறிவையும் பேராற்றலையும் பெறுகிறான். அவன் உயர்ந்தவனாக மதிக்கப்படவேண்டும் என்று நாடி ஓடியது இல்லை, அவன் நாடி ஓடியது நம்பிக்கையை, தன்னலமற்ற தன்மையை, நேர்மையான உழைப்பை, உண்மையை நோக்கித் தான். இவற்றை அவன் தன் தினசரி வாழ்வின் சிறிய செயல்களிலும் கடமைகளிலும் நிதமும் தேடிக் கண்டு செயல்படுத்திய போது அவனை அறியாமலே அவன் உயர்நிலையை அடைந்துவிட்டான்.

சட்டென்றவாறு நிகழும் சில நொடிப் பொழுதுகளின், கூறும் வார்த்தைகளின், பரிமாறிக் கொள்ளும் வாழ்த்துக்களின், உண்ணும் உணவின், உடுத்தும் உடையின், மற்றவர்களுடன் தொடர்புக் கொள்வதின், ஓய்வின், உழைப்பின், எதிர்ப்பார்ப்பின்றி முயற்சிப்பதின், ஒன்றன்பின் ஒன்றாகத் தொடர்ந்து வரும் கடமைகளின், சுருக்கமாகக் கூறினால் தினசரி வாழ்வில் கவனம் செலுத்த வேண்டிய ஆயிரத்து ஒரு விஷயங்களின் முக்கியத்துவத்தையும் பெரிய மனிதன்

அறிந்திருப்பான். தெய்வீக அருளுடன் அவை ஒவ்வொன்றும் தன்னை நாடி வந்து அடைந்துள்ளதைக் காண்கிறான். பற்றற்ற நடுநிலையுடன் எண்ணி சிறந்து செயல்பட வேண்டியது ஒன்று தான் தன் பங்கு, அப்போது வாழ்வு பேரருள் சிறக்கும் வாழ்வாகும் என்று எண்ணுகிறான். அவன் எதையும் உதறித் தள்ளாமல், அரக்கப் பரக்க செய்யாமல், தவறையும் முட்டாள்தனத்தையும் தவிர எதிலிருந்தும் தப்பிக்க எண்ணாமல் – தனக்கு வழங்கப்பட்டுள்ள, தன்னை வந்து அடைந்துள்ள, ஒவ்வொரு கடமையையும் காலம் தாழ்த்தாமல் முகம் சுளிக்காமல் செய்கிறான். தன் கைக்கு எட்டியுள்ள தன் அருகில் உள்ள கடமையை, தன்னை முழுமையாக ஒப்படைத்துச் செய்து, அவற்றினால் விளையும் இன்பம் துன்பம் இரண்டையும் மறந்து சிறு குழந்தை போன்று எந்தக் குழப்பமும் இல்லாமல் அவன் அறியாமலே ஓர் பேராற்றலை பெற்று உயர்நிலையை எட்டிவிடுகிறான்.

கன்பூஷியஸ் தன் சீடர்களிடம் "நாட்டின் அரசனுடன் அமர்ந்து உணவு அருந்தினால் எப்படி உண்பீர்களோ அதே போன்றே உங்கள் வீட்டிலும் உண்ணுங்கள்" என வழங்கிய அறிவுரை சிறிய விஷயங்களின் முக்கியத்துவத்தை வலியுறுத்துகின்றது. மற்றொரு மிகப் பெரிய ஆசானாகிய புத்தர் கூறியுள்ள நன்மொழி,

"ஏதாவது ஒன்று ஒருவனால் செய்து முடிக்கப்பட வேண்டும் என்றால், அவன் அதைச் செய்து முடிக்க உடனே முயலட்டும்". சிறிய விஷயங்களையும் கடமைகளையும் செயல்களையும் உதாசீனத்படுத்துவதும் வேண்டாத வெறுப்புக் கொள்வதும் அரைகுறையாகச் செய்வதும் பலவீனத்தின் முட்டாள்தனத்தின் அறிகுறியாகும்.

இடத்திற்கு இடம் மாறுபடும் தன்னுடைய எல்லாக் கடமைகளிலும் ஒருவன் தன்னுடைய முழுக் கவனத்தைத் தன்னலம் கருதாமல் செலுத்துவது அவனுடைய ஆற்றலும், திறமையும், புத்திசாலித்தனமும், நல் இயல்பும், இயற்கையாக வளர வழிவகுக்கும். அதன் விளைவாக அவனை மேலும் மேலும் உயர்ந்தக் கடமைகளும் பொறுப்புகளும் தேடி வரும். செடி இயற்கையாக எந்தத் திட்டமுமிடாமல் தன்னியல்பாகப் பூ பூப்பதைப் போலவே மனிதனும் உயர் குணங்களுக்குள் அடி எடுத்து வைக்கிறான். தன் ஆற்றல்களைத் தேவையற்றத் திசையில் செல்ல அனுமதிக்காமல் ஒருமுகப்படுத்திக் கவனமுடன் இடம், பொருள் காலமறிந்து செயலாற்றுபவன் தன் ஆற்றல்களை வீணாக்கிக் கொள்ளாமல், தேவையற்ற உராய்வுகளை ஏற்படுத்திக் கொள்ளாமல் தன் வாழ்வைத் தன் குண இயல்புகளை ஒத்திசைவுடன் வழி நடத்திச் செல்கிறான்.

தற்போது உலகெங்கும், "மன உறுதி", "மனதை ஒருமுகப்படுத்தும் ஆற்றல்" போன்றவைகளை வளர்த்துக் கொள்ள வழிமுறைகள், பயிற்சிகள், செய்முறை விளக்கங்கள் அளிக்கப்படும் என்று ஏராளமான விளம்பரங்கள் புற்றீசல் போல் பரவிக் கிடக்கினறன. ஆனால் அவற்றில் நடைமுறை வாழ்வுக்குப் பயன்படும் உருப்படியான பாடங்கள் எதுவுமில்லை. "மூச்சுப் பயிற்சிகள்", "குறிப்பிட்ட நிலையில் உடம்பை வளைத்து அமர்வது", "மனக்கண்ணில் கற்பனைகள் செய்யுமாறு சொல்வது", "மந்திரங்கள், தந்திரங்கள்" என இந்தப் பயிற்சிகளால் விரும்பியதை அடையமுடியும் என நினைப்பது செயற்கையான குறுக்கு ஏமாற்று வழிமுறையாகும். நேர் வழி என்பது – கடமையின் வழியே ஆகும். தன் உள்ளத்திலிருந்து சிதறாத முழுக் கவனத்தைத் தன் ஒவ்வொரு கடமையிலும் செலுத்துவதாகும். இதுவே மன உறுதியும் ஒருமுகத்தன்மையும் நிலைத்து வளர இயற்கையான வழியாகும். ஆனால் இந்த இயற்கையான பாதை சில அறிஞர்களாலும் அறியப்படாமல், பயணம் செய்யப்படாமல் இருக்கின்றது.

இயற்கைக்குப் பொருந்தாத முறையில் வலிய செயல்பட்டு இவ்வகை ஆற்றல்களைப் பெற முடியும் என்னும் எண்ணத்திற்கு முற்றுப்புள்ளி வைக்க வேண்டும். குழந்தை பருவத்திலிருந்து

சே.அருணாசலம்

வாலிப பருவத்திற்கு வளரக் காலங்கள் உருண்டோட வேண்டும் என்பதைத் தவிர வேறு வழியில்லை. அது போலவே தான், "முட்டாள்தனத்திலிருந்து விவேகத்திற்கு, அறியாமையிலிருந்து அறிவிற்கு, பலவீனத்திலிருந்து பலத்திற்கு இயற்கையாக மாற வேண்டும்". மனிதன், நாளுக்கு நாள் ;- எண்ணத்திற்கு எண்ணம், செயலுக்குச் செயல், முயற்சிக்கு முயற்சி என்று அடி மேல் அடி வைத்து படிபடியாக முன்னேறக் கற்றுக் கொள்ள வேண்டும்.

சில குறிப்பிட்ட முறையில் உடலை வளைத்து அந்த நிலையில் அமர்ந்து, பல்வேறு முறைகளில் கடுமையாக தன்னை வருத்திக் கொள்ளும் பக்கிரி, சராசரி மனிதன் பெறமுடியாத அதீத சக்தியைப் பெறுகிறான் என்பது உண்மை தான். ஆனால் அந்த சக்தியை பெரும் விலைக் கொடுத்துப் வாங்கி இருக்கிறான். அவன் வேறு திசைகளில் தனக்குத் தேவைப்படும் சக்திகளைப் பறிகொடுத்தோ இழந்தோ தான் இந்த அதீத சக்திகளைப் பெற்றிருக்கிறான். அவனுக்கு மனோவசியக் கலை, சித்துவிளையாட்டுகள் ஒருவாறுப் புரியலாம். ஆனால் அவன் உறுதியான, பயன்படும் குண இயல்புகளைப் பெற்றிருக்கவில்லை. அவன் முழுவளர்ச்சியை அடையவில்லை. அவ்வாறு தோற்றமளிக்கிறான்.

அருள் பொழியும் நிழல் பாதைகள்

தினசரி வாழ்வில் நிகழும் மன ஒழுக்கச் சீர்க்கேடுகளை, பிறர் மீது சீறிப்பாயும் - எறிந்து விழும் மனோபாவங்களை, முட்டாள்தனங்களை, எரிச்சல்படுவது போன்ற இவற்றிலிருந்து மீள்வதே ஒரு மனிதனுடைய மன உறுதி ஆகும்; சிறிய தூண்டுதல் ஏற்பட்டால் போதும் என்று உடனே வெளிப்படத் துடிக்கும் அவற்றிற்கு இடம் கொடுக்காமல் அடக்கி ஆள்வதே மன உறுதி ஆகும்; பிரச்சினைகளுக்கும், உணர்ச்சி வேகங்களுக்கும், இடையூறான சூழ்நிலைகளுக்கும் நடுவிலும் சாந்தமான மனதை, சுயக்கட்டுப்பாடை, பற்றின்றிச் செயல்படும் தன்மையைக் கடைப்பிடிப்பதே உண்மையான மன உறுதியை, மனதின் சக்தியை வளர்த்துக் கொள்வதாகும். இவற்றிலிருந்து இம்மியளவு குறைந்தாலும் அவற்றை மனதின் உண்மையான சக்தியாகக் கருத முடியாது. தினசரி வாழ்வின் கடமைகளையும், அழுத்தும் நிர்பந்தங்களுக்கு இடையில்;- திறமையாக, ஒழுங்காகத் தன்னலமின்றி படிப்படியாக நிறைவேற்றும் போது மட்டுமே இவ்வகை ஆற்றல்கள் இயற்கைக்குப் பொருத்தமான வழியில் இயைந்து இயல்பாக வளரும்.

ஆச்சரியமும் புதிரும் சூழ மனோசக்திகளைப் பயன்படுத்தி ஒன்றை ஒரு நேரத்தில் சாதிப்பதும், யாரும் தன்னைக் கண்காணிக்காத, தன்னை

சே. அருணாசலம்

சூழ்ந்திருக்காத நேரங்களில் எரிச்சல்படுவதும், வருந்துவதும் மற்ற முட்டாள்தனங்களையும் தவறுகளையும் புரிபவன் உண்மையான தலைவன் அல்ல; எதிர்ப்பைத் தாங்கும் வலிமையும், கோபமின்மையும், மாறாத உறுதியும், சாந்தமும், எல்லையற்றப் பொறுமையுமே உண்மையான தலைவனை அடையாளம் காட்டும். தன்னைத் தானே அடக்கி ஆள்பவனே உண்மையான தலைவன். அவ்வாறு அடக்கி ஆள முடியாதவன் தலைவன் அல்ல, தலைவனைப் போன்று மாயத் தோற்றத்தை அளிப்பவன். தனக்கு வழங்கப்பட்டுள்ள ஒவ்வொரு கடமையின் மீதும் தன் முழுக் கவனத்தைச் செலுத்துபவன், அதைக் குறைவின்றிச் சரியாக நிறைவேற்ற ஆற்றலையும் புத்திக்கூர்மையையும் பயன்படுத்துபவன், தேவையற்ற மற்றவைகளைத் தன் மனதிலிருந்து விலக்கி, தனக்கு வழங்கப்பட்டுள்ள அந்த ஒன்றை, அது எவ்வளவு சிறிய ஒன்றாக இருந்தாலும் அதை முழுமையாக, சரியாக, எந்தப் பலனையும் எதிர்பார்க்காமல் செய்ய விழைபவன், ஒவ்வொரு நாளும் மேலும் மேலும் தன் மனதைக் கட்டுப்படுத்தும் ஆற்றலை வளர்த்துக் கொள்கிறான். இருக்கும் நிலையிலிருந்து இன்னும் உயர்நிலைக்குச் சென்றவாறு இருக்கிறான். இறுதியில் வலிமையானவனாக, தலைவனாக ஆகிறான்.

அருள் பொழியும் நிழல் பாதைகள்

நீங்கள் இப்பொழுது செய்ய வேண்டிய ஒன்றில் மிச்சம் மீதம் என ஏதுமின்றி முழுமையான ஈடுபாட்டுடன் செயல்பட்டு வாழுங்கள். ஒவ்வொன்றுக்கும் நீங்கள் அளிக்க வேண்டிய உங்கள் பங்கை அளித்து நிறைவு செய்யுங்கள். இது தான் மனஉறுதியை வளர்த்துக் கொள்ள, எண்ணங்கள் சிதறாமல் குவிந்த நிலைப் பெற, ஆற்றல்கள் வீணாகாமல் தடுத்துப் பயன்படுத்த உண்மையான வழி. இதை விடுத்து மந்திரங்களையும் மாய வித்தைகளைப் பொருந்தாத செயற்கை வழிமுறைகளையும் நாடாதீர்கள். தேவையான எல்லாமே உங்களிடம் உங்கள் உள்ளேயே இருக்கின்றன. நீங்கள் தற்போது இருக்கும் நிலையை எவ்வாறு பயன்படுத்திச் செயல்பட்டு மேல் எழ வேண்டும் என்பதே நீங்கள் கற்றுக் கொள்ள வேண்டிய முக்கியப் பாடமாகும். இந்த முக்கியப் பாடத்தை நீங்கள் கற்றுக் கொள்ளும் வரை உங்களுக்காகக் காத்திருக்கும் மற்ற வாய்ப்புகளையும் உயர்ந்த நிலைகளையும் நீங்கள் அடைந்து அனுபவிக்க முடியாது.

வலிமையையும், மெய்யறிவையும் பெறுவதற்கு இப்பொழுது நிகழும் இந்த நொடிப் பொழுதில் வலிமையாகவும், மெய்யறிவோடும் செயல்படுவதே சிறந்த வழியாகும். ஒவ்வொரு "நிகழும் நொடியும்" அப்பொழுது செய்து முடிக்கப்பட வேண்டியவற்றை

சே. அருணாசலம்

ஏதோ ஒரு வழியில் வெளிப்படுத்தியவாறே இருக்கும். உயர்மனிதர்கள், சான்றோர்கள் சிறியவற்றையும் ஒழுங்காகச் செய்வார்கள். தேவையான எந்த ஒன்றையும் கவனத்தில் கொள்ளாமல் ஒதுக்கித் தள்ள மாட்டார்கள். பலவீனமான மனிதனும், முட்டாளும் சிறிய செயல்களைக் இழிவாக கருதி கவனமின்றிச் செய்வதோடு அரும் பெரும் செயல்களைச் செய்யும் வாய்ப்பிற்காக ஏங்கிக் கிடக்கிறான். சிறிய செயல்களைப் புறம் தள்ளுவதிலும் அரைக்குறையாகச் செய்வதிலும் அவன் தன் இயலாமையை உலகிற்கு இடைவிடாமல் விளம்பரப்படுத்திக் கொள்கிறான். தன்னை வழிநடத்திக் கொள்ளும் ஆற்றல் எவனிடம் மிகக் குறைவாக இருக்கின்றதோ அவன் பிறரை வழி நடத்துவற்கும் முக்கியப் பொறுப்புகளை ஏற்றுக் கொள்வதற்கும் பேராவல் கொள்கிறான். ஏதோ ஒன்றை, அது மிக அற்பமான விஷயம், அதைச் செய்வது தன் தகுதிக்கு ஏற்றதல்ல, என நினைப்பவன் தன்னைத் தானே ஏமாற்றிக் கொள்கிறான். அது உண்மையில் அற்பமான விஷயமல்ல. அவன் தகுதிக்கு மீறிய விஷயம் என்பதால் செய்யாமல் விட்டுவிடுகிறான் என்பதே உண்மையாகும்.

சிறிய செயல்களைக் கவனித்துச் சரியாகச் செய்வது வலிமையைக் கூட்டுவது போலவே,

அவ்வகைச் சிறிய செயல்களைக் கவனமில்லாமல் தவறுகளோடு செய்வது பலவீனத்தை அதிகரிக்கும். ஒரு பானை சோற்றிற்கு ஒரு சோறு பதம் என்பது போலச் சிறு சிறு கடமைகளில் ஒருவன் செயல்படும் விதமே அவனது குணத்தின், இயல்புகளின் சாராம்சத்தை எடுத்துரைக்கும். பாவங்களின் ஊற்றிலிருந்து துன்பங்கள் வருவது போலப் பலவீனத்தின் ஊற்றிலிருந்தும் துன்பங்கள் வரும். நற்குணமும், நல் இயல்புகளும் ஓரளவாவது வலிமையான பின் தான் உண்மையான பேரருள் கிடைக்கும். சிறுசிறு செயல்களுக்கும் உரிய முக்கியத்துவத்தை வழங்கி செவ்வனே செய்து முடித்துப் பலவீனன் வலியவனாகிறான். கவனத்தை சிதற விடுவதாலும் சிறிய செயல்களின் முக்கியத்துவத்தை ஒதுக்கித் தள்ளுவதாலும் தன்னியல்பான புத்திசாலித்தனத்தை இழந்து ஆற்றலை வீணடித்து வலியவன் பலவீனன் ஆகிறான். வளர்ச்சியின் விதி எவ்வளவு சாதகமாக, அனுகூலமாகச் செயல்படுகின்றது என்பதை இங்கே காணலாம். மிகக் குறைந்த அளவே உணரப்படும் அந்த விதியைக் குறிக்கும் வார்த்தைகள் ”திறமையைப் பயன்படுத்துபவனிடம் இன்னும் அதிகத் திறமை தரப்படும், திறமையைப் பயன்படுத்தாதவனிடம் இருக்கும் திறமையும் பறிக்கப்படும்”. மனிதன் உள்ளத்திலிருந்து எண்ணுகின்ற ஒவ்வொரு எண்ணத்தாலும், உச்சரிக்கின்ற ஒவ்வொரு வார்த்தையாலும்,

அசைகின்ற ஒவ்வொரு அசைவாலும், உண்மை உணர்வோடு செய்கின்ற ஒவ்வொரு செயலாலும் உடனுக்குடன் அவனது குணத்தின் தன்மையில் கூடலும் கழிதலும் நடைபெறுகிறது. அவனது குணம் என்பது நொடிக்கு நொடி மாறிக் கொண்டிருக்கும் அளவையாகும். எண்ணம், சொல், செயல்களின் தன்மைக்கு ஏற்ற அளவில் நன்றோ தீதோ அவனது குணத்தில் ஒவ்வொரு கனமும் மிகத் துல்லியமாகத் தொடர்ந்து கூடிக் கொண்டோ குறைந்துக் கொண்டோ இருக்கின்றது.

சிறியவற்றைக் கவனித்து ஆளும் திறன் கொண்டவனிடம் மட்டுமே பெரியவைகளும் நாடி வரும். சிறியவற்றைச் செவ்வனே நிறைவேற்றாமல் அவற்றிடம் மண்டியிடுபவன் பெரிய வெற்றிகளைப் பெற முடியாது.

ஒன்றை ஒன்று சார்ந்து கூடி செயல்படுவதன் வடிவமே வாழ்வு என்றால் அந்த மொத்த வடிவத்தின் செயல்பாடும் அந்த ஒவ்வொன்றின் செயல்பாடுகளை நம்பியே இருக்கின்றது.

வெற்றிகரமாகச் செயல்படும் வணிகம், துல்லியமாக செயல்படும் இயந்திரம், கட்டிடக் கலையின் அழகு நயத்தோடு விளங்கும் கோபுரம், அல்லது அழகான குண இயல்பு என இவை எல்லாமே எண்ணற்ற சிறுசிறு பாகங்களைச் சரிப்படுத்திய வண்ணமே உருவாகின்றது.

முட்டாள் சிறு தவறுகளை, சிறிய அத்துமீறல்களை, சிறிய குற்றங்களை, சிறு குறிப்புகளை, அடையாளங்களைப் பொருட்படுத்துவதில்லை. பெரியவகையான ஒழுக்கக் குறைவான செயல்களில் ஈடுபடாதவரை தன்னை அற நெறிமிக்கவனாக, ஏன் புனிதமானவனாகவே கருதுகிறான். ஆனால் அவன் இவ்வாறு செய்வதால் அறநெறிப் பாதையையும் புனிதத் தன்மையையும் இழக்கிறான். உலகமும் அவனை உள்ளவாறே அறிந்து, அவனுக்குப் பெருமதிப்பு வழங்காமல் கொண்டாடாமல், அவனை ஒருபொருட்டாகக் கருத வேண்டியது இல்லை எனக் கடந்து செல்கிறது. உலகம் அறநெறிப் பாதையில் செல்ல வேண்டும் என்பதற்காக, சக மனிதர்கள் பெரும் தவறுகளைக் கைவிட வேண்டும் என்பதற்காக, அவன் விடும் அறைக் கூவல்கள் எல்லாம் எந்தப் பலனும் அளிக்காத வெற்று முழக்கங்களே. அவனால் உலகில் எந்த மாற்றத்தையும் ஏற்படுத்த முடியாது. சிறு குற்றங்களைக் கண்டு சரிப்படுத்தத் தவறிய அவனது மனோபாவம் அவனது மொத்த குணத்திலும், ஊடுருவி அவனது ஆளுமையைச் சிதைத்து முக்கியமில்லாதவனாகக் கருதப்படும் நிலைக்கு அவனை ஆளாக்குகிறது. தவறு என்று தெரிந்தும் அலட்டிக்கொள்ளாமல் செய்யத் துணிவதால் அவன் அவனது இயலாமையையும் பலவீனத்தையும் வெளிப்படுத்துகிறான். அவன்

எதிர்பார்க்கும் மதிப்பும், மரியாதையும், தேடும் செல்வாக்கும் அவனை அடையாமல் இருக்கின்றன. முட்டாள்தனத்தைக் கற்றுக்கொள்ள யாரும் ஆவலாக இல்லாததால் அவனை யாரும் தேடி வருவது இல்லை. அவனது செயல்கள் நிலைத்து நின்று செழிப்பது இல்லை-அசைந்தாடும் நாணலின் மீது யார் சாய்ந்து கொள்வார்கள்? அவனது வார்த்தைகளும் கேட்கும் தன்மையில்லாத செவிகளிலேயே விழுகின்றன. காரணம் செயல்படுத்தப்பட்டு, அனுபவத்தால், ஞானத்தால் விளைந்த வார்த்தைகளாக அவை இல்லை. எதிரொலியின் அழைக்கும் குரலைக் கேட்டு யார் செல்வார்கள்?

ஞானம் மிக்கவனும் ஞானம் மிக்கவனாக மாறிக் கொண்டிருப்பவனும் பொதுவாகத் தென்படும் அலட்சியத்தினால் ஏற்படும் தவறுகளில் உள்ள ஆபத்தை உணர்கின்றான். இவ்வகை தவறுகளை குறித்தும் அறநெறி எண்ணங்களை நடைமுறைகளைச் செயல்படுத்துவது பற்றியும் பெரிதாக எந்த ஒரு முக்கியத்துவத்தையும் வழங்காமல் பெரும்பாலானவர்களே ஒதுக்கித் தள்ளினாலும், அலட்சியப் போக்கிலிருந்து விடுபடுவது தான் மீட்சிக்கான வழி என்று அவன் உணர்கிறான். மற்றவர்களால் பார்த்து உணரப்பட முடியாத தன் அகம்பாவத்திற்கு எதிரான போரை, கண நேரமே தன்னுள் நிகழும் அந்தப் போராட்ட

அருள் பொழியும் நிழல் பாதைகள்

கணங்களை அமைதியாக ஒவ்வொரு நாளும் மேற்கொள்கிறான்.

எவன் சிறிய கடமைகள், செயல்கள், வார்த்தைகள், எண்ணங்கள் ஆகியவற்றின் பெரு முக்கியத்துவத்தை உணர்கிறானோ அவன் புனிதனாகிறான். தன்னுடைய ஒவ்வொரு எண்ணத்தாலும், ஒவ்வொரு செயலாலும் நன்மையோ தீமையோ விளைவதை, தொலை தூரத்திற்கும் காலம் கடந்தும் அவை பயணம் செய்யும் ஆற்றல் கொண்டவை என்று உணர்கிறான். எண்ணில் அடங்காத சிறுசிறு விஷயங்களை நிறைவோடும், குறைவோடும் செய்வதன் விளைவே தன் வாழ்வாக, தன் குணமாக மாறுவதை உறுதியாக உணர்ந்து தன்னை உள் நோக்கிக் கவனிக்கிறான், விழித்திருக்கிறான், தூய்மைப்படுத்திக் கொள்கிறான், தன் தவறுகளைப் படிப்படியாகத் திருத்திக்கொள்கிறான்.

கடல் நீர்த்துளிகளால் ஆனதே, பூமியும் மண்துகள்களால் ஆனதே. நட்சத்திரமும் சிறுசிறு நெருப்புப்பொறிகளால் ஆனதே. இது போலவே எண்ணங்களாலும், செயல்களாலும் ஆனதே வாழ்வு. அவை இல்லை என்றால் வாழ்வுமில்லை.

சே. அருணாசலம்

ஒவ்வொரு மனிதனது வாழ்வும், அவனிடமிருந்து வெளிவந்த எண்ணங்களின், செயல்களின் விளைவுகளே. அவற்றின் கூட்டு உருவமாகவே அவன் விளங்குகிறான். குறிப்பிட்ட வரிசைப்படி ஓர் ஆண்டு நிகழ்வது போல ஒரு மனிதனது குணமும் வாழ்வும் அவனது வரிசையான எண்ணங்களாலும் செயல்களாலுமே உருவாகின்றது. அவனது மொத்த வாழ்வை சீர்தூக்கி நோக்கினால் அதில் அவனது சிறிய எண்ணங்களின்- செயல்களின் பதிவையும், சாயலையும் கூடக் காண முடியும்.

எல்லா வகையான விஷயங்களும் பருவ நிலைகளும்

ஒன்று சேர்ந்து தான்,

ஓர் ஆண்டும் பூமி பந்தும் உருவாகின்றன.

துளிதுளியான அன்பும், இரக்கமும், தாராள உள்ளமும், விட்டுக்கொடுத்தலும் ஒன்று சேர்ந்தே, ஒருவனது உள்ளத்தை இரக்கக் குணமும், தாராள மனமும் கொண்டதாக மாற்றுகின்றன. சிறுசிறு விஷயங்களில் தன்னலமின்றிச் செயல்படுவதும், பொறுமையைக் கடைப்பிடிப்பதும் தன் அகம்பாவத்தின் மீது வெற்றிக் கொள்வதும் தான் ஒருவனது உள்ளத்தை வலிமையாகவும், உயர்ந்ததாகவும் மாற்றுகின்றன. சிறு விஷயங்களில் கூட நேர்மையாக நடந்துக் கொள்பவனே உண்மையில் நேர்மையான மனிதனாவான்.

அருள் பொழியும் நிழல் பாதைகள்

உச்சரிக்கும் சிறிய வார்த்தையிலும் செய்யும் சிறிய செயலிலும் உயர்ந்து விளங்குபவனே உண்மையில் உயர் மனிதனாவான்.

அவ்வப்பொழுது நிகழும் சிறுசிறு எண்ணங்களும் செயல்களும் வாழ்வைப் பாதிக்க முடியாது என்று நினைப்பது வழிதவறுவதற்குப் பெரும் காரணமாகின்றது. கடந்து செல்லும் ஒவ்வொரு எண்ணமும் செயலுமே வாழ்வின் அடித்தளமும் ஜீவனும் ஆகும். இதை முழுதும் புரிந்து உணர்ந்து கொண்டால் காணப்படும் ஒவ்வொன்றும் புனிதமானதாக, செய்யப்படும் ஒவ்வொன்றும் வழிபாடாக விளங்கும். எண்ண முடியாத அளவிலான சிறுசிறு விஷயங்களில் உண்மை அடங்கியுள்ளது. அரைகுறையின்றி முழுதாக ஒன்றைச் செய்பவனே திறமைசாலி.

தேடிய செல்வமும், பொருளும், உடைமைகளும் மறைந்து போகும்.

கருத்துகள் மாறும்.

வேக உணர்ச்சிகள் நிலையானவை அல்ல.

ஆனால் சூழ்நிலைகளின் புயலை சந்தித்துத் நிலைகுலையாமல் செய்த கடமையோ தன் பங்கை ஆற்றும் வரை மறையாமல் நிற்கும்.

சே.அருணாசலம்

உங்கள் வாழ்வை சிறுசிறு பாகங்களாக வாழ்கிறீர்களே அன்றி மொத்தமான ஒரே வடிவில் அல்ல. சிறுசிறு பாகங்கள் இணைந்த ஒரு முழுமையான வடிவமே உங்கள் வாழ்வு. இந்தப் பாகங்களிலிருந்தே அந்த ஒரே முழுமை உருவாகின்றது. நீங்கள் தடம் புரளாமல் உறுதியுடன் முடிவெடுத்தால், ஒவ்வொரு பாகத்தையும், பகுதியையும் இனிமையாக வாழ முடியும். அவ்வாறு வாழும்போது அந்த முழுமையில் ஒன்றும் விரும்பத்தகாததாக இருக்க முடியாது. சில்லறை நாணயங்களைப் பார்த்துக் கொண்டால் நாணயத் தாள்கள் தம்மைத் தாமே பார்த்துக் கொள்ளும் என்பது பொருள் சார்ந்த பழமொழி என்று மட்டும் கொள்ள முடியாது. சிறியவற்றைத் திருந்தச் செய்தால் பெரியவை தாமாகவே சரியாக நடக்கும் என்னும் பேருண்மையை விளக்கும் பழமொழியாகும். இங்கே, இப்பொழுது நிகழ்ந்து கொண்டிருக்கும் ஒன்றைச் சரியாகச் செய்ய வேண்டும் என்று உணர்ந்து கொண்டால் இவற்றின் கூட்டுத் தொகையான வாழ்வையும் குண இயல்புகளையும் பாதுகாத்துக் கொள்ளலாம். பேரருளின் துணையோடு கூடிய மெய்யறிவோடு விளங்கலாம். பலரும் புகழும் அரும்பெரும் சாதனைகளைப் புரிய வேண்டும் என்று எந்த ஏக்கமும் கொள்ளாதீர்கள். நீங்கள் இங்கே- இப்பொழுதை, சரியாக வாழ்ந்தால், அவை தன்னாலேயே நடக்கும்.

அருள் பொழியும் நிழல் பாதைகள்

உங்களது எல்லையைச் சுருக்கும், உங்களுக்குக் கட்டுப்பாடுகள் விதிக்கும், உங்களது தற்போதைய கடமையைக் குறை கூறாதீர்கள். உங்களை எட்டாமல் தள்ளியே நிற்கும் பெரும் செயல்களைச் செய்ய வேண்டும் என்று வீணாகச் சிந்திக்காதீர்கள். ஆனால் தன்னலம் என்பது அறவே இன்றி முழுமையான ஈடுபாட்டுடன் உங்களது இப்பொழுதின் கடமையைச் செவ்வனே நிறைவேற்றுங்கள். கவனமின்மையை விலக்குங்கள். முனுமுனுப்பை விலக்குங்கள். இவ்வாறு நீங்கள் செயல்பட, இவ்வளவு நாள் நீங்கள் எதிர்பார்த்துக் காத்திருந்த உயர்நிலை உங்கள் முன் அதுவாகவே வரத் தொடங்கிவிடும். ஒன்றைப் பெற நினைக்கும் போது அதற்கு ஈடான மற்றொன்றை கொடுக்காமல் பெற நினைப்பது கீழான பலவீனமாகும். வெளி உலகப் புகழ்ச்சிகளைப் பெற முனையாதீர்கள். உங்கள் உள்ளத்தில் உயர் தன்மையை வளர்க்க பாடுப்படுங்கள். இதை நீங்கள் இப்பொழுது இருக்கும் நிலையிலிருந்தே தொடங்குங்கள்.

உங்களது கடமையின் மீது உங்களுக்கு ஏற்படும் மனச்சோர்விற்கும் வெறுப்பிற்கும் ஆன காரணம் என்பது உங்கள் மனதில் தான் இருக்கின்றது. உங்கள் கடமையைக் குறித்து நோக்கும் மனப் பார்வையை மாற்றிக் கொள்ளுங்கள். அவ்வாறு

மாற்றிக் கொண்டபின் கோணலான பாதையாகத் தெரிந்த ஒன்று நேர்வழியாகக் காட்சியளிக்கிறது. கடமையின் மீது இருந்த வெறுப்பு விருப்பமாக மாறுகிறது.

உங்களைக் கடந்து செல்லும் ஒவ்வொரு நொடியும் வலிமையானதாக, களங்கமற்றதாக, பயனுள்ளதாக இருக்கும்படி பார்த்துக் கொள்ளுங்கள். முழு ஈடுபாட்டோடும் தன்னலமற்றத் தன்மையோடும் ஒவ்வொரு செயலையும் கடமையையும் செய்யுங்கள். உங்களது ஒவ்வொரு எண்ணமும், சொல்லும், செயலும் இனிமையானதாக, உண்மையானதாக இருக்கட்டும். இவ்வாறு பயிற்சியாலும், அனுபவத்தாலும் வாழ்வின் சிறிய விடயங்களது, மதிப்பிடவும் அளந்து கூறவும் முடியாத, முக்கியத்துவத்தைக் கற்று உணருங்கள். நிலைத்து நிற்கும் பேரருளை சிறிது சிறிதாகப் பெருமளவு நீங்கள் பெறுவீர்கள்.

3.பிரச்சினைகளையும், குழப்பங்களையும் சந்தித்து மீள்வது

மனிதனாக வாழ விரும்புபவன் தன்னைத் தானே ஆள வேண்டும்.

அவனே அவன் தலைவனாக இருக்க வேண்டும்.

அச்சங்களையும் நம்பிக்கைகளையும் கடந்து தனியாக இருக்கும் துணிவும் உறுதியும் வேண்டும்.

--ஷெல்லி

சே.அருணாசலம்

நீங்கள் குறி பார்த்து எய்தது இலக்கைத் எட்டத் தவறியதா?

இலக்கு இன்னும் அங்கே தான் மின்னிக்கொண்டிருக்கிறது.

போட்டியின் இடையில் மயங்கி விழுந்து விட்டீர்களா?

அடுத்து வரப்போகின்ற போட்டிக்குத் தயாராகுங்கள்.

--எல்லா வீலர் வில்காக்ஸ்

பிரச்சினைகளில், குழப்பங்களில் பல மடங்கு நன்மைகள் கலந்து இருக்கின்றன, அவற்றைப் பிரித்து எடுத்துக் கொள்ளலாம் என்று கூறினால் அது சந்தேகத்துக்கு இடமின்றி முட்டாள்தனமாகப் பலருக்கும் தோன்றும். ஆனால் உண்மை எப்போதும் முரண்பாடாகவே இருக்கும். சாபமாக முட்டாளுக்குத் தோன்றும் ஒன்று, வரமாகப் புத்திசாலிக்கு காட்சியளிக்கும். அறியாமையிலும் பலவீனத்திலுமே துன்பங்கள் உருவாகி வளர்கின்றன. பிரச்சினைகளும், குழப்பங்களும் பின் வரக்கூடிய துன்பத்தை தடுப்பதற்காக அறிவையும் வலிமையையும் வளர்த்துக் கொள்ள

வேண்டும் என்று முன் எச்சரிக்கை செய்யவே வருகின்றன.

வாழ்வைச் சரியாக வாழும் போது வாழ்வைப் பற்றிய ஒரு புரிந்துணர்வு ஏற்படும், பின்பு பிரச்சினைகளின் அளவும் எண்ணிக்கையும் குறையும். குழப்பங்கள் மெல்ல மறையும். உண்மையில் அந்தப் பிரச்சினைகளும், குழப்பங்களும் நிலையில்லாமல் விலகி ஓடும் காலை நேரப் பனி போன்றவை தான்.

உங்களது பிரச்சினை உங்களுக்கு ஏற்பட்டுள்ள சூழ்நிலையிலிருந்து தான் உருவாகியிருக்கின்றது என்றாலும் அந்தச் சூழ்நிலை உங்கள் பிரச்சினைக்குக் காரணமல்ல. அந்த சூழ்நிலையை எந்த மனக்கண்ணோட்டத்தில் காண்கிறீர்கள் என்ன மனநிலையில் எவ்வாறு கையாள்கிறீர்கள் என்பதிலிருந்து தான் உங்களது பிரச்சினை உருவாகின்றது. குழந்தைக்குக் கடினமாகத் தெரியும் ஒன்று பக்குவப்பட்ட மனதையுடைய மனிதனுக்குக் கடினமாகத் தெரியாது. முட்டாளுக்குக் குழப்பத்தை அளிக்கும் ஒன்று, புத்திசாலிக்கு எந்த வித குழப்பத்தையும் அளிக்காது.

சில எளிய பாடங்களைக் கற்றுக் கொள்ளத் தொடங்கும் போது எந்தப் பயிற்சியும் பெற்றிராத குழந்தையின் மனம் மலையைக் கடப்பது போலப்

சே.அருணாசலம்

பெரும்பாடுபடுகிறது. அந்தப் பாடத்தைக் கற்று கடந்து செல்வதற்காக துடிதுடிப்புடன் கூடிய கடின உழைப்பை மணிக்கணக்கில், நாள் கணக்கில், ஏன் மாதக்கணக்கில் கூட அந்தக் கடின உழைப்பை அது வழங்க வேண்டி இருக்கின்றது. தாண்டிச் செல்ல முடியாத உயரமாகத் தோற்றமளிக்கும் அந்தத் தடைக்கல்லை படிக்கல்லாக்கும் முயற்சியில் அந்தக் குழந்தை எவ்வளவு குழப்பத்துக்கு உள்ளாகின்றது, எவ்வளவு கண்ணீர் துளிகளைச் சிந்துகின்றது, என்றாலும் அந்தக் குழந்தையின் அறியாமை தானே அதற்குக் காரணம். அதன் நீண்ட கால நல்வாழ்விற்குத் தேவையான பயன்படும் அறிவையும், வலிமையையும் வளர்த்துக் கொள்ள அந்த முயற்சியில் ஈடுபட்டுப் பாடத்தை அது கற்றே ஆக வேண்டும்.

(வளர்ந்த குழந்தைகளாகிய) மனிதர்கள் வாழ்வில் சந்திக்கும் துன்பங்களும்/பிரச்சனைகளும் அதைப் போன்றது தான். அவர்கள் அதைச் சந்தித்து அதைப் புரிந்துக் கொண்டு கடந்து வருவது அவர்களது வளர்ச்சிக்கும் முன்னேற்றத்திற்கும் முக்கியமானதாகும். தீர்க்கப்படும் ஒவ்வொரு பிரச்சினையும் அனுபவத்தை வழங்குகிறது. உள்ளுணர்வை வளர்க்கின்றது. ஞானத்தைத் தருகின்றது. பயன் அளிக்கப்போகிற பாடத்தைக் கற்றுக் கொள்ள உதவி செய்துள்ளது. இவை

எல்லாவற்றோடும் கூடவே செய்து முடிக்கப்பட வேண்டிய வேலை வெற்றிகரமாக முடிக்கப்பட்ட மகிழ்ச்சியையும் மனநிறைவையும் வழங்குகிறது.

பிரச்சினைகள்/இடர்பாடுகள் என்பதன் உண்மையான சாரம்சம் என்ன? முழுமையாகக் கைப்பற்ற முடியாமல் புரிந்து கொள்ள முடியாமல் இருக்கும் சூழ்நிலை அன்றி அது வேறு என்ன? எனவே அது இது வரை செயல்பட்டதை விட இன்னும் அதிகப் புத்திக்கூர்மையோடு இன்னும் ஆழமான உள்ளுணர்வோடு செயல்பட்டு வளர்ச்சிப் பாதையில் செல்ல வேண்டும் என்று வலியுறுத்தவே அது வருகிறது. உள்ளே ஒளிந்து கொண்டு இருந்த திறமையை வேகமாகத் தட்டி எழுப்புகின்றது, பயன்படுத்தப்படாமல் இருந்த ஆற்றலை வெளிக் கொண்டு வரத் அது பாடுபடுகின்றது. மறைந்தோ மறக்கப்பட்டோ இருந்த மற்ற வழிகளைச் சுட்டி காண்பிக்கின்றது. எனவே இடர்பாடு என்பது நன்மை செய்யும் தேவதை, உதவி செய்யும் நண்பன், வழிக்கட்டும் ஆசான், ஆனால் அது மாறுவேடம் தரித்து வந்துள்ளது. பொறுமையாக அது கூற வருவதைக் கேட்டுச் சரியாகப் புரிந்துக் கொண்டால் பேரறிவிற்கும் பேர் அருளுக்கும் ஆன பாதைக்கு அது அழைத்துச் சென்று விடும்.

பிரச்சினைகள் இல்லாமல் எந்த முன்னேற்றமோ மாற்றமோ மலர்ச்சியோ இல்லை. பிரச்சினைகள் இல்லை என்றால் உலகெங்கும் தேக்க நிலை

சே.அருணாசலம்

ஏற்படும், மனித இனமும் சரிவை நோக்கிச் செல்லும்.

பிரச்சினைகள் தன்னை நோக்கி வரும் போது மனிதன் மகிழ்ச்சி அடையட்டும். காரணம், தன் திறமைகளைக் கட்டிப் போடும் பழைய பாதையின் முடிவு அல்லது தன் முட்டாள் தனங்களின் முடிவு நெருங்கிவிட்டது என்பதையே பிரச்சினைகளின் வருகை உணர்த்துகின்றது. அவன் தன் முழு ஆற்றலையும், அறிவையும் பயன்படுத்தி இந்த இக்கட்டிலிருந்து விடுபட்டு வேறு சிறந்த வழியைக் கண்டு அடைய வேண்டும் என்பதற்காகவே பிரச்சினை அவனை நாடி வந்துள்ளது. அவனுள் உறையும் திறமைகள் இன்னும் பரந்த எல்லையில் முழுமையாகச் செயல்படும் வாய்ப்பிற்காகக் காத்திருக்கின்றன என்பதை உணர்த்தவே பிரச்சினைகள் அவனைத் தேடி வந்துள்ளன.

எந்தச் சூழ்நிலையும் பிரச்சினையைக் கொடுத்தே ஆகவேண்டும் என்று உருவாவதில்லை. அந்தச் சூழ்நிலையைக் கூர்ந்து கவனித்துச் உள்ளுணர்வோடு செயல்படும் திறமையும் அறிவும் போதாமல் இருப்பதே பிரச்சினையை ஏற்படுத்துகின்றது. எனவே ஒரு பிரச்சினையிலிருந்து மீண்டு வரும் போது, பல திறமைகள் வெகுமதிகளாக உடன்வருகின்றன.

அருள் பொழியும் நிழல் பாதைகள்

பிரச்சினை என்பது எந்தக் காரணமுமின்றி திடீரென்று உதித்த ஒன்றல்ல. அது உருவாவதற்குப் பல்வேறு காரணங்கள் இருக்கின்றன. அந்தப் பிரச்சினையில் சிக்கியுள்ள மனிதனின் வளர்ச்சியையும் மனதில் கொண்டு இயற்கையின் நியதி தான் இந்தப் பிரச்சினைகளை அழைத்து வந்துள்ளது. இங்குத் தான் துன்பத்திற்குள் நன்மை ஒளிந்திருக்கின்றது.

சில வகையான செயல்பாடுகளையும் நடைமுறைகளையும் கடைபிடிப்பது தப்பாமல் குழப்பங்களையும் சிக்கல்களையும் ஏற்படுத்தும். வேறு சில வகையான செயல்பாடுகளையும் நடைமுறைகளையும் கடைபிடிப்பதால் எந்தக் குழப்பமும் சிக்கலுமற்ற தெளிவான நிலை உறுதியாகப் பிறக்கும். எவ்வளவு இறுக்கமாக மாயக் கயிறுகளால் ஒருவன் தன்னைச் கட்டிப்போட்டுக் கொண்டு இருந்தாலும் அவன் எப்போதுமே தன்னை அதிலிருந்து விடுவித்துக் கொள்ளலாம். அவன் அறியாமையால் எண்ணற்ற குழப்பமான பாதைகளில் வழி தவறி சென்று தவித்தாலும் அவன் தேடும் நல்வழிப் பாதையை அவனால் கண்டு அடைய முடியும். எந்தக் குழப்பமும் இல்லாத தெள்ளத் தெளிவான அந்த நேர்வழியில் சென்று அருளும் மெய்யறிவும் ஒளிவீசுகின்ற நகரை அவன் அடைய முடியும்.

ஆனால் எதுவும் செய்யாமல் வீணாக உட்கார்ந்து கொண்டு அழுது அரற்றி, புலம்பி, வருந்தி, தனக்கு இன்னொரு வகையான சூழ்நிலை நேர்ந்திருந்தால் என்று குறிக்கோளின்றி ஆசைப்பட்டு ஏங்கிக் கொண்டு இருப்பதால் அந்தப் பாதையை அடையமுடியாது. அவனது குழப்பமான மனநிலை விழிப்புணர்வுடன் சிந்தித்துச் செயல்பட அவனுக்கு அழைப்பு விடுக்கின்றது. அவன் தன்னைத் தானே வழி நடத்திக் கொள்ளும் வலிமையை அடைய வேண்டும். ஆழ்ந்து யோசித்துப் பின்வாங்காமல் உறுதியாகச் செயல்பட்டு விழுந்த நிலையிலிருந்து மீண்டு எழ வேண்டும். வருத்தப்படுவதாலும் பதட்டப்படுவதாலும் எந்தப் பயனுமில்லை. அது பிரச்சினையை மிகைப்படுத்திக் கவலையைத் தான் அதிகரிக்கும். அவன் அமைதியாகச் செயல்பட்டு தன் நிலையைச் சரிப்படுத்த முனைய வேண்டும். கடந்து வந்த பாதையைப் பின்னோக்கி ஆராய்ந்து பார்த்து, தற்போது உள்ள அவன் நிலைக்கு அவன் அப்பொழுது எடுத்த முடிவுகளே முக்கியக் காரணம் என்று அறிந்து கொள்ளட்டும். அன்று அவன் செய்த தவறுகளைச் சட்டென்று உணர்வான். எந்த இடத்தில் தவறான திசை திரும்பினான் என்று கண்டுபிடிப்பான். எந்த இடத்தில் இன்னும் சற்று கூடுதல் கவனத்தோடு செயல்பட்டு இருக்கலாம், சரியான முடிவைச் சிந்தித்து எடுத்திருக்கலாம், பணத்தையோ பொருளையோ வேறு ஏதேனும் ஒன்றையோ வீணாக்காமல் இருந்திருக்கலாம், தன்

அருள் பொழியும் நிழல் பாதைகள்

அகம்பாவத்தை அழித்திருக்கலாம் என்று அவனுக்கு நன்மை செய்யக் கூடியவற்றை எண்ணுவான். எவ்வாறு, மெல்ல மெல்ல வலையில் சிக்கிக்கொண்டோம், தீர ஆலோசித்துத் தெளிந்த அறிவோடு செயல்பட்டிருந்தால் வேறொரு உண்மையான பாதையில் பயணத்தை மேற்கொண்டிருக்கலாம் என்று எண்ணுவான். தன் பழைய செயல்பாடுகளின் அனுபவத்திலிருந்து விலைமதிக்க முடியாத ஞானத்தைக் கடைந்தெடுத்த அடுத்தக் கனமே, அவனது பிரச்சினையின் வீரியமும் வீச்சும் குறைந்திருக்கும். அந்தப் பிரச்சினையை உணர்ச்சி வசப்படாமல் அணுகி, உற்று நோக்கி முழுவதுமாக ஆராய்ந்து, எல்லாக் கோணங்களிலும் இருந்து கவனித்த பின் அடுத்துத் தான் எடுக்கவேண்டிய நடவடிக்கைகளையும், செயல்பட வேண்டிய வழிமுறைகளையும் கடைப்பிடிக்க வேண்டிய ஒழுக்க நெறிகளையும் மேற்கொள்வான். இவ்வாறு செய்ய, பிரச்சினையாக இருந்த ஒன்று பிரச்சினையில்லாமல் ஆகிவிடும். காரணம், அதற்குள் இருந்து நேர் வழிதோன்றிவிட்டது. காலத்திற்கும் உதவும் ஒரு பாடத்தை அவன் கற்றுக் கொண்டுவிட்டான். அவனிடமிருந்து திரும்பப் பறிக்கப்பட முடியாத ஞானத்தையும் பேரளுளையும் அவன் ஓரளவு ஈட்டி இருக்கிறான்.

சே.அருணாசலம்

அறியாமை, சுயநலம், முட்டாள்தனம், கண்மூடித்தனம் போன்ற இவை எல்லாம் எப்படி குழப்பத்திலும் சிக்கல்களிலும் கொண்டுப் போய் விடுமோ, அது போலவே அறிவும், பரந்த மனமும், மெய்யறிவும், உள்ளுணர்வும் இனிமையான நிம்மதியான சூழ்நிலைக்கு அழைத்துச் செல்லும். இதை அறிந்தவன் பிரச்சினைகளை அச்சமற்ற உணர்வுடன் சந்திப்பான். அவற்றை அவன் வென்று கடந்து செல்லும் போது தவறானவைகளிலிருந்து உண்மையை, துன்பத்திலிருந்து இன்பத்தைக் குழப்பத்திலிருந்து நிம்மதியைப் பெறுவான்.

ஒரு மனிதனுக்கு எந்த அளவிற்குப் பிரச்சினையைச் சந்தித்து மீள்வதற்கான வலிமையிருக்கிறதோ அந்த அளவை மீறிய பிரச்சினை ஒரு போதும் அவனை நாடி வருவது இல்லை. பிரச்சினையைக் கண்டு வருந்துவது வீண் வேலை மட்டுமல்ல, அது முட்டாள்தனமும் கூட. ஏன் என்றால் வருந்துவதற்குச் செலவிடப்படும் சக்தியானது, அந்தப் பிரச்சினையை நோக்கிச் செலுத்த வேண்டிய அறிவையும், ஆற்றலையும் மூழ்கச் செய்துவிடுகிறது. ஒவ்வொரு பிரச்சினையையும் சரியான விதத்தில் அணுகினால் அதிலிருந்து மீளலாம். எனவே பதட்டப்படுவது தேவையற்றதாகும். ஒன்றிலிருந்து மீண்டு வரமுடியாது என்று உறுதியாகத் தெரிந்துவிட்டால், அதைப் பிரச்சினை என்று கூற முடியாது. அது

அருள் பொழியும் நிழல் பாதைகள்

சாத்தியமற்றது என்று கூற வேண்டும். அந்தச் சாத்தியமற்ற சூழ்நிலையிலும் பதட்டப்படுவதால் பயன் இல்லை. அதற்குக் கட்டுப்பட்டு நடப்பது தான் தலைசிறந்த ஒரே வழி.

இதயத்தால் உணருங்கள்

பொய்யான கடவுள்கள் விலகும்போது

உண்மையான கடவுள் உள்ளே புகும்.

ஒருவனது வீட்டுப் பிரச்சினைகள், பொது வாழ்விலும் சமூகத்திலும் அவனுக்கு ஏற்படும் பிரச்சினைகள், அவனது பொருளாதாரப் பிரச்சினைகள் ஆகியவை எல்லாம் அவனது அறியாமையால் தான் உதித்தன. அவை உதித்ததன் காரணம் அவன் ஆழ்ந்த பண்படுத்தப்பட்ட பக்குவமான பரந்த அறிவைப் பெற வேண்டும் என்பதே. அது போலவே சமயக் கோட்பாடுகளில் ஒருவனுக்கு ஏற்படும் சந்தேகங்கள், மனக் குழப்பங்கள், இதயத்தைச் சூழும் கருமேகங்களின் நிழல் ஆகியவை எல்லாம் மெய்யறிவு மலரப் போகும் ஒளிமயமான புதிய பொழுதின் வருகையைக் குறிப்பவை ஆகும். ஆன்மீக நிலையில் அடுத்த நிலைக்கு அவன் செல்ல அவனைத் தயார் படுத்துபவைகளாகும்.

வாழ்வின் புதிருக்கான விடையைக் காணும் முயற்சியில் ஈடுபடுவதன் விளைவாக ஒருவனது

சே.அருணாசலம்

மனதில் ஆழ்ந்த குழப்பங்கள் நிலைக் கொள்ளும் நாள், உண்மையில் அவனது வாழ்வில் ஒரு மகத்தான நாளாகும். (அவனுக்கு அப்போது அது தெரிந்து இருக்காது என்றாலும் கூட.) காரணம், இதுவரை அறிந்த வட்டத்தைச் சுற்றி சுற்றி வந்து அடைந்துள்ள சலிப்பினால் அவன் பழைய வட்டத்திலிருந்து வெளியேற வேண்டிய நாள் நெருங்கிவிட்டதை அது உணர்த்துகிறது. உண்ணுவதும் உறங்குவதும் உடுப்பதும் உறைவதும் புலனின்ப ஆசைகளில் ஈடுபடுவதும் என அவற்றுக்காக மட்டும் பாடுபடாமல் தன்னுள் எழும் உயர் எண்ணங்களைச் செயல்படுத்தும் நாள் வந்துள்ளதை அது குறிக்கின்றது. இனி அவன் ஒரு "மனிதனாக" வாழ்வான். அவன் மனதின் எல்லா ஆற்றல்களையும் பயன்படுத்தி வாழ்வின் சோதனைகளுக்கும், மனதை வாட்டும் குழப்பங்களுக்கும் விடையை அளிப்பான். இந்தச் சோதனைகளும் குழப்பங்களும் உண்மையின் கட்டளையைக் கேட்கும் படைவீரர்கள். மெய்யறிவு என்னும் கோயிலின் நுழைவாயிலில் இருக்கும் பாதுகாவலர்கள்.

பெரும் சோதனைகள் வரும்போது

தப்புவதற்கு வழிகளையோ காரணங்களையோ தேடாமல்

அமைதியாக எதிர்கொள்பவனே உயர் மனிதனாவான்.

சுயநலமாகச் சோம்பித் திரிவதிலும் பட்டியலில் சேர்த்துக் கொள்ள முடியாத அறிவீனங்களிலும் திரும்பவும் தன்னை ஈடுபடுத்திக் கொள்ளமாட்டான். புலனின்ப இச்சைகளில் மூழ்கித் திளைக்க மாட்டான். இடைவெளியின்றித் தொடரும் தன் இதயத்தின் இருண்ட விவரிக்க முடியாத இரகசிய விசாரனையிலிருந்து தப்பித்து ஓட வழித்தேட மாட்டான். அவனுக்குள் இருந்த தெய்வீகத் தன்மை விழித்துக் கொண்டுவிட்டது. மாயஇரவின் முன்பின் தொடர்பில்லாத குழப்பமான தோற்றங்கள் மறைந்து உண்மையின் தெளிவான காட்சி கிடைக்கும் வரை அந்தத் விழித்துக் கொண்ட அந்த தெய்வீகத் தன்மை இனி கண் துஞ்சாது.

உயர் எண்ணங்களையும் செயல்களையும் செய்ய வேண்டும் என்று தன்னுள்ளிலிருந்து அழைப்பு எழுந்த பின் ஒரு மனிதனால் அதற்குச் செவி சாய்க்காமல் சிறிது கூடக் காலத்தைக் கடத்த முடியாது. அவனது விழித்து எழுந்த ஆற்றல்கள் அவனது குழப்பங்களுக்கு விடை காண இடைவிடாமல் அவனைத் துருத்திக் கொண்டே

சே.அருணாசலம்

இருக்கும். இனி அவனால் பாவத்தில் நிம்மதியாக இருக்க முடியாது. தவறுகளில் ஓய்வைப் பெற முடியாது. மெய்யறிவில் மட்டுமே இனி அவன் தஞ்சம் புகுவான்.

தன்னுடைய சந்தேகங்களும் குழப்பங்களும் தனது அறியாமையின் விளைவாகவே பிறந்துள்ளன என்று உணர்ந்து தன் அறியாமையிலிருந்து ஒளிந்து கொள்ளாமல் அதை ஏற்றுக் கொண்டு பின் அதை அகற்ற ஒவ்வொரு நாளும் சோர்வடையாமல் பாடுபடுபவன் பேரருள் பெற்றவன் ஆவான். ஏன் என்றால் அவன் இப்பொழுது நுழைந்துள்ள ஒளி வீசும் பாதை இருண்ட நிழலை எல்லாம் அகற்றிவிடும். சந்தேகங்களை எல்லாம் கரைத்துவிடும். வாழ்வை அழுத்தும் எல்லாப் பிரச்சினைகளுக்கும் விடையைத் தரும். நீண்ட நாள் பாடுபட்டுக் கற்றுக் கொண்ட பாடத்தினால் ஒரு குழந்தைக்கு ஏற்படும் மகிழ்ச்சி போன்று உலக வாழ்வின் பிரச்சினை ஒன்றை தீர்க்கும் போது மனிதனது இதயமும் மகிழ்ச்சியில் திளைக்கும். ஆனால் எல்லாக் காலங்களிலும் தன்னுள் நிலையாக இருந்த முக்கிய கேள்விகளுக்கு விடைக் காண குழம்பி போராடி இறுதியில் விடையைக் கண்டு அறியாமை இருளை அகற்றும் நாளிலோ உலக வாழ்வின் பிரச்சினையை வென்றதை விடப் பல மடங்கு மகிழ்ச்சியிலும் நிம்மதியிலும் அவன் இருப்பான்.

அருள் பொழியும் நிழல் பாதைகள்

உங்களுடைய பிரச்சினைகளையும் குழப்பங்களையும் கெட்டவையாகப் பார்க்காதீர்கள். அவ்வாறு செய்தால் அவற்றைக் கெட்டவையாகவே மாற்றுகிறீர்கள். ஆனால் அவற்றை நன்மையை வழங்க வந்த தூதனாகவே கருதுங்கள். அவை உண்மையிலேயே நன்மையின் தூதன் தான். அதிலிருந்து தப்பி விட முடியும் என்று நினைக்காதீர்கள். அது முடியாது. அவற்றிலிருந்து தூர ஓடிவிடவேண்டும் என்ற முயற்சி செய்யாதீர்கள். அது கண்டிப்பாக முடியாது. காரணம், நீங்கள் எங்கே சென்றாலும் அதுவும் உங்கள் கூடவே வந்துவிடும். ஆனால் அவற்றை அமைதியாகத் துணிவோடு சந்தியுங்கள். உணர்ச்சி வசப்படாமல், அடி பணியாமல் அதைக் எதிர்கொள்ளுங்கள். அந்தப் பிரச்சினையை ஆராய்ந்து எடைப் போடுங்கள். அதன் நுணுக்கங்களை அலசுங்கள். அதன் வலிமையை அளவிடுங்கள். முழுவதுமாகப் புரிந்து கொள்ளுங்கள். பின்பு மோதி இறுதியாக அந்தப் பிரச்சினையை ஒழித்துவிடுங்கள். இவ்வாறு செய்து உங்கள் வலிமையை, பரந்த அறிவை வளர்த்துக் கொள்ளுங்கள். மேலோட்டமாகப் பார்க்கும் கண்களுக்குத் புலப்படாமல் மறைந்திருந்திருக்கும் இந்த நல்வழிப் பாதைக்குள் நீங்கள் நுழைவீர்கள்.

சே.அருணாசலம்

4. மனச்சுமையை இறக்கி வைப்பது

என்னைப் பொறுத்தவரை வாழ்வு என்பது இது தான்;

அது ஒரு வேளை மிக சுமையாக இருந்தால் என்றால்,

சுமைகளை இறக்கும் போது பாடப்படும் மகிழ்ச்சி பாடல்களாக

வாழ்வை நான் கூடி சேர்ந்து மாற்றுவேன்.

...பெய்லி

வெல்கின்ற நாளை நன்மையானது என்று கூறக் கேட்டு இருக்கிறீர்களா?

வீழ்வதும் நன்மையானதே என்று நான் இன்னொன்றும் கூறுகிறேன்.

போர்க்களத்தில் போராடி வெல்வதைப் போன்றதே தான்

போர்க்களத்தில் போராடி வீழ்வதும்.

..வால்ட் விட்மேன்

சுமைகளைத் தாங்குவது பற்றி நாம் அதிகமாகக் கேள்விப்படுகிறோம், படிக்கிறோம். ஆனால் அதை விடச் சிறந்த வழியான சுமைகளை இறக்கி வைப்பது பற்றி நாம் மிகக் குறைவாகவே கேள்விப்படுகிறோம் அல்லது அறிகிறோம். லேசான இதயத்தோடும் முகமலர்ச்சியோடும் சகமனிதர்களிடையே செல்ல வழி இருக்கும் போது நெஞ்சை அழுத்தும் மனச் சுமைகளோடு ஏன் உலாவ வேண்டும்? எவரும் எந்த ஒரு சுமையையும் ஏதோ காரணத்திற்காக ஒரு இடத்திலிருந்து மற்றொரு இடத்திற்கு மாற்றுவதற்காகத் தான் சுமக்கின்றார்களே தவிர, தேவையில்லாமல் சுமைகளைத் தோளில் ஏற்றிக் கொள்வதில்லை. பின்பு எல்லோரும் தன்னைச் சுமைதாங்கியாகப்

சே.அருணாசலம்

போற்ற வேண்டும் என்று எதிர்பார்ப்பதுமில்லை. தேவையற்ற பாரத்தை உங்கள் மனதில் ஏன் ஏற்றிக் கொள்கிறீர்கள்? அந்தச் சுமையை அதிகப்படுத்தும் தீங்குகளான உங்கள் மீது நீங்களே பரிதாபம் கொள்வதும் இரக்கம் கொள்வதும் எதற்கு? தேவையற்ற மனச்சுமைகளை விலக்கி அதன் உடன் வரும் சுயபரிவிரக்கத்தையும் ஒதுக்கித் தள்ளி, நீங்கள் முதலில் மகிழ்ச்சியாகி உலகின் மகிழ்ச்சிக்கு ஏன் நீங்கள் பங்கு ஆற்றக் கூடாது? தேவையற்ற மனச்சுமைகளைத் தொடர்ந்து சுமப்பதை எந்தக் காரணமும் நியாயப்படுத்த முடியாது. புறம் சார்ந்த பொருள் உலகில், ஒரு பொருள் ஒரு இடத்திலிருந்து மற்றொரு இடத்திற்கு மாற்றப்பட வேண்டும் என்னும் காரணத்திற்காகத் தான் தூக்கப்படுகிறது. ஒரு நோக்கம் நிறைவேற வேண்டும் என்று தான் தூக்கப்படுகிறதேயன்றி வீணாக வருந்திக் கொண்டு யாரும் அதைத் தூக்கித் திரிவதில்லை. மன உலகிலும் அப்படி தான். ஒரு நல்ல நோக்கத்திற்காக மனதில் பாரத்தை ஏற்றுக்கொள்ள வேண்டும். அது நிறைவேறும் போது அதை இறக்கி வைத்து விடவேண்டும். இவ்வாறு எண்ணும் போது அந்தப் பாரமானது மனதை அழுத்துவதற்குப் பதில் ஊக்கப்படுத்தி மகிழ்ச்சியாகச் செயல்படுவதற்குத் தூண்டுதலாக இருக்கும்.

சமய விஷயங்களுக்காகச் சிலர் உடலை அளவுக்கு மீறி வருத்திக் கொள்வது தேவையற்றது என்கிறோம். பலரோ மனதை அளவுக்கு மீறி வருத்திக் கொள்கின்றனர். அதுவும் தேவையற்றதும், வீணானதுமே ஆகும்.

துக்கத்தையும், கவலையையும் வழங்கும் சுமை எங்கே இருக்கின்றது?அது எங்குமே இல்லை. ஒன்று செய்யப்பட வேண்டும் என்றால் மகிழ்ச்சியுடன் செய்யப்படட்டும். உள்ளுக்குள் புலம்பியவாறும், விருப்பமின்றியும் செய்யப்படக்கூடாது. இன்றியமையாதவற்றை நண்பனாகவும், வழிகாட்டியாகவும் கொள்வது புத்திசாலித்தனமாகும். இன்றியமையாதவற்றை எதிரியாக நினைத்து முகத்தைத் சுளிப்பதும் திருப்பிக் கொள்வதும், அதை ஒதுக்குவதும் அல்லது எப்படியாவது அதிலிருந்து தப்பிவிட முயல்வதும் முட்டாள்தனமாகும். நாம் நமக்கு உரியவற்றையே திரும்பும் திசை எங்கும் சந்திப்போம். நமது கடமைகளை ஏற்றுக் கொள்ளவும், தழுவிக் கொள்ளவும் மறுக்கும் போது தான் அவை நம்மை அழுத்தும் சுமைகளாக உருமாறுகின்றன. கட்டாயம் செய்யப்பட வேண்டிய ஒன்றை வேண்டா வெறுப்புடன் முணுமுணுத்தவாறு செய்து கொண்டு அப்பொழுதுகளில் எல்லாம் தேவையற்ற சுகபோகங்களை அனுபவிக்க ஏங்குகின்றவன் தன்னை ஏமாற்றம், துக்கம் என்னும்

சே.அருணாசலம்

தேள்கள் கொட்ட வழிவகைகளைச் செய்து கொள்கிறான். தன் மீது இருமடங்கு சுமையை ஏற்றிக் கொண்டு நிம்மதியின்றிச் சோர்வோடு தவித்தவாறு இருக்கிறான்.

மனமே, மேன்மையானவற்றிற்காக விழித்தெழு

வானுயரத்தை அடைய உன் சிறகை விரி.

புதிய வாழ்வை வாழ சிறந்த வழிகாட்டிகளை ஏற்றுக்கொள்.

நன்மையின் பாடல்களைப் பாடு. உண்மையின் பாடல்களைப் பாடு.

தீமைகள் மீது முழு வெற்றிக்கொள்ளும் பாடலைப் பாடு.

இனிமையான பாடல்களால் உன்னை வளமாக்கிக் கொள்!

உங்களால் ஏற்றுச் செயல்பட முடியுமா? என்று சவால் விடும் பொறுப்புகளை மலைப்பை ஏற்படுத்தும் பொறுப்புகளை கவனமாக செய்து வலிகளை பொருட்படுத்தாமல் மகிழ்ச்சியாகப் புன்னகை என்னும் ஆடையை நெய்து அணியுங்கள்.

முள் கிரீடத்தால் முடி சூட்டினாலும் பேரானந்தமாகக் காட்சியளியுங்கள்.

''என்னுடைய சிதறாத முழுக் கவனத்தைத் தன்னல நோக்கங்கள் ஏதுமின்றி என் வாழ்வில் அமைந்துள்ள எல்லாக் கடமைகளுக்கும் மகிழ்ச்சியாக வழங்குவேன். பல நெருக்கடியான பொறுப்புகள் என்னைச் சூழ்ந்தாலும் அந்தப் பொறுப்புகளின் பாரமும் பிரச்சினைகளின் எடையும் என்னுள் எந்தக் கலக்க உணர்வையும் ஏற்படுத்தா வண்ணம் நான் வாழ்வேன்'' என்று வாழுங்கள்.

ஒரு குறிப்பிட்ட விஷயம் (ஒரு கடமை, உங்களுடன் இருக்கும் ஒரு கூட்டாளி அல்லது ஒரு சமூகப் பொறுப்பு) மிகவும் பிரச்சினையாகச் சுமையாக இருப்பதாக நீங்கள் கூறுகிறீர்கள். ''இதற்குள் காலை வைத்து விட்டேன், எப்படியும் முடித்தாக வேண்டும். ஆனால் அது தாங்க முடியாத சுமையாக இருக்கிறது'' என்று ஒருவாறு சமாதானப் படுத்திக்கொண்டு, ஆனால் உங்கள் எண்ணங்களை அதற்கு எதிராக வளர்த்துக் கொள்கிறீர்கள். அது உண்மையிலயே பாரமாக இருக்கிறதா அல்லது உங்களது சுயநலம் உங்களை போட்டு அழுத்துகிறதா? உங்களது திறமைகளைக் கட்டுப்படுத்துவதாக கருதி நீங்கள் தவிர்க்க நினைக்கும் அந்த கடமை தான் நீங்கள் மீண்டு வருவதற்கான நுழைவாயில் ஆகும். மீள்வதற்கான அந்த நல்வழியை நீங்கள் சென்று அடைய

சே.அருணாசலம்

முடியாத திசைகளில், உங்களை நாடாத மற்றவற்றில் வீணாகத் தேடிக் கொண்டிருக்கிறீர்கள். நீங்கள் காணும் அனைத்துமே உங்களைப் பிரதிபலிக்கும் நிலை கண்ணாடிகள் தான். ஒரு கடமையில் நீங்கள் காணும் இருள் படிந்த பகுதிகள் என்பது அந்த கடமையை நோக்கும் உங்கள் மன நிலையில் உள்ள இருள் படிந்த பகுதிகளின் பிரதிபலிப்பே. அந்தக் கடமையை, சுயநலமற்று நோக்கும் சரியான மனநிலையைக் கொண்டுப் பாருங்கள். ஓ! அந்த கனமே அது வலிமையையும், அருளையும் வழங்கும் ஒன்றாக மாறிக் காட்சியளிக்கும். நீங்கள் எந்த மனநிலையில் அதை நோக்கினீர்களோ, அதையே அது உங்களிடம் பிரதிபலிக்கிறது. உங்கள் சுளித்த முகத்தைக் கண்ணாடி முன் கொண்டு வந்து விட்டு கண்ணாடியை குறை சொல்வீர்களா? அல்லது முகத்தைச் சுளிக்காமல் கண்ணாடியில் உங்கள் உருவத்தைப் பார்த்து மகிழ்வீர்களா?

ஒரு குறிப்பிட்டச் செயலை செய்வது தான் சரி, அது கட்டாயம் செய்யப்பட வேண்டும், அந்தச் செயலை செய்து முடிப்பதால் நன்மை ஏற்படும் என்னும் சூழ்நிலையில் அது ஒரு சுமையாகக் கருதப்பட்டால் அதற்கு ஒரே ஒரு காரணம் தான் இருக்க முடியும்:- அது அந்தச் செயலை செய்ய விருப்பமின்மையே ஆகும். அந்தச் செயலிலிருந்து தப்பிக்க வேண்டும் என்னும் சுயநல நோக்கத்தால்

அந்தச் செயல் ஒரு தீங்கை போல் தோற்றமளிக்கிறது. ஒரு குறிப்பிட்ட செயல் செய்யப்படுவது தவறு, அது செய்யப்படுவதற்கு எந்த இன்றியமையாத தேவையுமில்லை, இருந்தும் சுயநல நோக்கங்களுக்காக அந்த செயல் மேற்கொள்ளப்பட்டால் அது முட்டாள்தனமாகும். அது பிரச்சினைகளுக்கே வழிவகுக்கும்.

நீங்கள் புறக்கணிக்கும் கடமையோ உங்களை நிரூபித்து காட்ட வேண்டும் என்று உங்களைக் கடிந்து உரைக்கும் தேவதையாகும். நீங்கள் தேடி ஓடும் சுகமோ உங்களைக் கவிழ்க்க வேண்டும் என்று உங்களை வீணாகப் புகழும் எதிரியாகும். முட்டாள் மனிதனே! எப்போது அறியாமையைக் கைவிட்டு அறிவைப் பற்றப் போகிறாய்?

இந்தப் பிரபஞ்சம் அதன் எல்லா உயிர்களும் அறிவின் வழிக் காட்டுதலை பெறவேண்டும் என்றே எந்த இடத்திலும், எல்லா நேரத்திலும் விளைகின்றது. ஒரு உயிர் அதன் அணுக்கள் எல்லாம் சிதறாமல் கூட்டாக இருக்க வேண்டும் என்று செயல்படும் அடிப்படை காரணமே இதற்கும் காரணமாகும். இது இந்த முழுப் பிரபஞ்சத்தின் நன்மைக்காகவே. அறிவீனத்தின், சுயநலத்தின் அளவுக்கு ஏற்ப துன்பம் ஏற்படுவது நன்மையை நிலை நாட்டுவதற்காகவே. அக்கறையின்மையை எதிர்க்க வேண்டும், மெய்யறிவை பெற வேண்டும் என வலியுறுத்தவே வேதனை வருகின்றது.

சே.அருணாசலம்

எது வேதனை? எது துன்பம்? எது சுமை?

கட்டுப்படாத உணர்வு தான் வேதனை.

அறிவீணம் தான் துன்பம்.

சுயநலம் தான் சுமை.

நம் எண்ணங்களும் செயல்களும் முடிந்த உடன் அதற்காக நம்மை வருந்தவும், கலங்கவும், துடிக்கவும் செய்வது

அகம்பாவம் கொண்ட இருண்ட சுயநல மனமே.

கட்டுப்படாத உணர்வுகளை, அறிவீணங்களை, சுயநலத்தை உங்கள் மனதிலிருந்தும், நடத்தையிலிருந்தும் நீக்குங்கள். துன்பத்தையும், வேதனையையும் உங்கள் வாழ்விலிருந்து நீக்குவீர்கள். மனச்சுமையை இறக்கி வைப்பது என்பது மன ஆழத்தில் உள்ள சுயநலத்தைக் கைவிட்டு அந்த இடத்தில் தூய்மையான அன்பை வைப்பதே ஆகும். உங்களது கடமையை நிறைவேற்ற உள்ளத்தில் அன்புடன் செல்லுங்கள். நீங்கள் மகிழ்ச்சி பொங்க, இதயத்தில் பாரமின்றி சிறகடித்து செல்வீர்கள்.

அருள் பொழியும் நிழல் பாதைகள்

மனம் தன் அறியாமையால், பாரமான சுமைகளைத் தானே உருவாக்கி தன் மீது ஏற்றிக் கொள்கிறது. தனக்குத் தானே தண்டனைகளை வழங்கிக் கொள்கிறது. யாரும் பாரங்களைச் சுமந்தே ஆக வேண்டும் என்று கட்டாயப் படுத்தப்பட்டு இருக்கவில்லை. துக்கம் யார் மீதும் கண்மூடித்தனமாகச் சாற்றப்படவில்லை. இவை எல்லாம் மனதின் உருவாக்கமே. அறிவின் வெளிச்சமே மன பிரதேசத்தை ஆள வேண்டிய நல்அரசன் ஆவான். உணர்ச்சி வேகம் அவனது அரச கட்டிலை கவிழ்க்கும் போது அங்கே குழப்பம் தலைவிரித்து ஆடுகிறது. சுகபோகக் கொண்டாட்டங்களுக்கான தவிப்பு முன்புறமிருந்தால் துக்கமும் ஏமாற்றமும் பின்புறமிருக்கும். உங்களுக்குத் தேர்ந்து எடுத்துக்கொள்ள எல்லா உரிமையும் வழங்கப்பட்டு இருக்கிறது, நீங்கள் உணர்ச்சி வேகத்தால் கட்டப்பட்டு இருந்தாலும் உதவிக்கு எதுவும் இல்லாததைப் போல உணர்ந்தாலும், உங்களைக் கட்டிக் போட்டுக் கொண்டது நீங்கள் தான். உங்கள் உதவிக்கு எதுவும் இல்லாமல் இல்லை. நீங்கள் கட்டியதை நீங்களே அவிழ்க்கலாம். நீங்கள் தற்போதைய நிலையைப் படிப்படியாக அடைந்தீர்கள். படிப்படியாக அதிலிருந்து மீளவும் முடியும். உணர்ச்சி வேகத்தை அரியணையிலிருந்து அகற்றி அங்கே அறிவின் வெளிச்சத்தை அமர்த்துங்கள். தீமையை விலக்க வேண்டும்

சே.அருணாசலம்

என்றால் அதன் உடன் உறையும் சுகத்தைத் தழுவாமல் இருக்க வேண்டும். தழுவி விட்டால் பின்பு தொடரும் விளைவுகளிலிருந்து தப்ப முடியாது. அந்த அனுபவம் உங்களுக்கு மெய்யறிவின் பாடத்தைக் கற்றுத் தர வேண்டும். பொறுப்புகளை ஏற்றுக் கொள்வதற்கு முன் ஆலோசிக்க வேண்டும். ஏற்றுக்கொண்ட பின் சுயநல நோக்கங்கள், சுயநல நோக்கங்களின் கூடவே வரும் முணுமுணுப்புகள், குற்றம் குறைகள், பழி சுமத்துதல் ஆகியவற்றை அறவே தவிர்க்க வேண்டும். பொறுப்புகளை விரும்பி ஏற்றால் அவை சுமையாக மாறாது.

மனிதனால் ஏற்க முடிந்த சுமையின் பாரம் கூடுவதற்கு காரணம் சுயநல ஆசைகளை ஈன்றெடுக்கும் பலவீனமான எண்ணங்களின் அழுத்தமே. உங்களது சூழ்நிலைகள் உங்களைச் சோதிக்கின்றன என்றால், அந்தச் சோதனைகள் உங்களுக்குத் தேவைப்படுகின்றன. உங்களது வலிமையை வளர்த்துக் கொள்ளச் சோதனையை ஏற்றுக் கொள்ளுங்கள். அது உங்களைச் சோதிப்பதற்குக் காரணம் உங்களிடத்தில் ஏதோ ஒரு பலவீனம் உள்ளது. அந்தப் பலவீனத்திலிருந்து நீங்கள் மீளும் வரை, சூழ்நிலை உங்களைத் தொடர்ந்து சோதனை செய்து கொண்டே தான் இருக்கும். சோதனை காலத்தை உங்களது ஆற்றலையும், மெய் அறிவையும் வளர்த்துக்

கொள்ள வந்த வாய்ப்பு என்று மகிழ்ச்சி கொள்ளுங்கள். மெய்யறிவை எந்தச் சூழ்நிலையாலும் சோதனை செய்ய முடியாது. அன்பை எதுவும் தோற்கடிக்க முடியாது. உங்களைச் சோதிக்கும் சூழ்நிலையைக் குறித்து வீணாக அரற்றாமல் உங்களுடன் தொடர்பிலிருக்கும் மற்றவர்களது வாழ்வைக் குறித்தும் எண்ணிப்பாருங்கள்.

வாரம் ஒரு முறை ஊதியமாகக் கிடைக்கும் சிறு தொகையைக் கொண்டு தன்னுடைய பெரிய குடும்பத்தைப் பார்த்துக் கொள்ள வேண்டிய நிலையில் இங்கே ஒரு பெண்மணி இருக்கிறாள். துணிகளைத் துவைப்பது முதல் வீட்டு வேலைகள் அனைத்தையும் செய்கிறாள். தனது அண்டை வீட்டுக்காரர்கள் யாருக்காவது உடல்நிலை சரியில்லை என்றால் அவர்களையும் சென்று பார்க்க நேரத்தை ஒதுக்குகிறாள். இவ்வளவு பொறுப்புகளையும் ஏற்று பொதுவாகத் தலைதூக்கும் இரண்டு குறைபாடுகளான கடன் கேட்கும் பழக்கம், மனச்சோர்வு கொள்ளும் பழக்கம் இல்லாமல் அனைத்தையும் நிர்வகிக்கிறாள். காலையிலிருந்து இரவுவரை முக மலர்ச்சியுடன் இருக்கிறாள். தன்னுடைய கடினமான சூழ்நிலையைப் பற்றி யாரிடமும் குறைபட்டுக் கொள்ளாமல் இருக்கிறாள். அவள் எப்பொழுதும் மனநிறைவுடன் இருப்பதற்குக் காரணம் அவள்

சே.அருணாசலம்

சுயநலமற்று இருப்பது தான். தன்னால் முடிந்ததைச் செய்வது, பிறருக்கு உதவிகரமாக இருக்கின்றது என்பது அவளுக்கு மகிழ்ச்சியைத் தருகின்றது. ஒருவேளை அவள் தனக்குக் கிடைக்காத விடுமுறை நாட்களைப் பற்றியும், கொண்டாட்டங்களைப் பற்றியும், வேலைகள் இல்லாத ஓய்வான நேரங்கள் பற்றியும் கவலைப்பட்டுக் கொண்டிருந்தால்; காணமுடியாத நாடகங்கள், கேட்க முடியாத இசை தட்டுகள், படிக்க முடியாத புத்தகங்கள், கலந்துக் கொள்ள முடியாத வரவேற்பு நிகழ்ச்சிகள், செய்வதற்கு வாய்ப்பில்லாத நற்செயல்கள், உருவாக்கிக் கொள்ள முடியாத நட்புகள், என இழந்த இன்னும் எத்தனையோ வகையான கொண்டாட்டங்களையும் மகிழ்ச்சிகளையும் பற்றிக் கொண்டு தன்னுடைய சூழ்நிலை இன்னும் கொஞ்சம் மேம்பட்டு இருந்திருந்தால் அவற்றை எல்லாம் அனுபவித்திருக்கலாமே என அவள் குறைப்பட்டுக் கொண்டிருந்தால் அவளது நிலை எவ்வளவு பரிதாபமாக ஆகி இருக்கக் கூடும். அவள் செய்து கொண்டிருக்கும் பணிகள் எவ்வளவு கடினமாகி இருக்கும். சிறிய வீட்டு வேலைக் கூட அவள் கழுத்தில் கட்டப்பட்டுள்ள எடைக் கல்லாகத் தொங்கிக் கொண்டு அவளைக் கீழ் இழுக்கும். அத்தகைய மனநிலையிலிருந்து அவள் வெளிவரவில்லை என்றால் தன் சுயநல எண்ணங்களாலேயே வேதனைக்கு உள்ளாவால்.

ஆனால் அவள் தன் ஆடம்பர ஆசைகளுக்காக வாழாமல் தன் எல்லாச் சுமைகளிலுமிருந்து இருந்து விடுபட்டு மகிழ்ச்சியாக இருக்கிறாள். மனநிறைவும் சுயநலமின்மையும் எப்போதும் இணைபிரியாத நண்பர்கள் ஆகும். அன்பிற்குக் கடினமான செயல் என்று எதுவும் கிடையாது.

தேவைக்கும் அதிகமான வருமானமும், அவற்றோடு கூடவே ஆடம்பர வசதிகளும் பிடித்த விஷயங்களைச் செய்வதற்குப் போதிய நேரமும் பெற்று இங்கே இன்னொரு பெண்மணி இருக்கிறாள். இவ்வளவு இருந்தும், தன்னை நம்பி ஒப்படைக்கப்பட்டுள்ள ஒரு கடமையை நிறைவேற்றும் போது தன் நேரமும், பணமும் செலவாகின்றது, தன் கொண்டாட்டங்கள் தடைப்படுகின்றது என்று அந்தக் கடமையிலிருந்து விடுபட நினைக்கிறாள். உள்ளத்தில் அன்பு ஒழுக ஆற்ற வேண்டிய அந்தக் கடமையை – தன் மனதில் உள்ள பேராசைகளினால் அந்தக் கடமையின் மீது வேண்டாத வெறுப்பை வளர்த்துக் கொண்டு மகிழ்ச்சியையும், மன நிறைவையும் எப்போதுமே கொள்ளாமல் தன் நிலையை மிகவும் கடினமானதாகச் சித்தரிக்கிறாள். மன நிறைவின்மையும், சுயநலமும் பிரிக்க முடியாத தோழர்கள். நான், எனது, எனக்கு என விழைபவன் மகிழ்ச்சியாகப் பாடுபடுவதை அறிய மாட்டான்.

சே.அருணாசலம்

மேலே விவரிக்கப்பட்டுள்ள இரண்டு சூழ்நிலைகளில் (வாழ்வு இத்தகைய முரண்பட்ட விஷயங்களால் நிரம்பியுள்ளது) எது உண்மையில் கடினமானது? இரண்டுமே கடினமல்ல என்று கூறினால் அது உண்மை தானே? அந்தச் சூழ்நிலைக்குள் புகுந்து உள்ள அன்பின் அளவு சுயநலத்தின் அளவுக்கு ஏற்றவாறு அது நன்மையானதாகவோ, தீமையானதாகவோ மாறுகிறது. அந்த நன்மையின் அல்லது தீமையின் ஆணிவேர் அந்தத் தனி மனிதனின் மனதில் தான் ஆழ ஊடுருவியிருக்கின்றது. அந்தச் சூழ்நிலையில் ஊடுருவியிருக்கவில்லை என்பது உண்மை தானே?

மதம், மதக் கோட்பாட்டின் சில பிரிவுகளை மற்றும் மாந்த்ரீக விஷயங்கள் குறித்துச் சமீபத்தில் ஆராய்ச்சி மேற்கொண்டுள்ள ஒருவர் "மனைவி, குடும்பம் என்று பொறுப்புகளை ஏற்றுக்கொள்ளாமல் இருந்திருந்தால் நான் இன்னும் எவ்வளவோ பணிகளைச் செய்திருப்பேன். இப்பொழுது அறிந்த ஒன்றைப் பல வருடங்களுக்கு முன்பே அறிந்திருந்தால் நான் திருமணமே செய்திருக்க மாட்டேன்" என்றார். அந்த மனிதர் மிகச் சிறிய ஞானத்தைக் கூட இன்னும் பெறவில்லை என்று புரிந்து கொள்ளலாம். காரணம் நடந்து முடிந்து விட்ட ஒன்றைப் பற்றி யோசித்துக் கொண்டிருப்பதை விடப் பெரிய முட்டாள்தனமில்லை. அவன் செய்யத் துடிக்கும்

அந்தப் பணியை, செய்து முடிக்கும் ஆற்றலும் தகுதியும் அவனுக்கில்லை. சக மனிதன் மேல் அவனுக்கு ஆழமான அன்பிருந்தால், மனித குலத்திற்காக பெரும் பணியாற்ற துடிப்பிருந்தால் அந்த அன்பும் துடிப்பும் அவன் இப்பொழுது இருக்கும் இடத்திலேயே வெளிப்படும். அந்த அன்பால் அவனது வீடு நிறைந்திருந்கும். அவனது அகம்பாவமற்ற அன்பிலிருந்து வெளிப்படும் அழகும், இனிமையும், அமைதியும் அவன் செல்லுமிடமெல்லாம் பின் தொடரும். அவனுடன் இருப்பவர்கள் மகிழ்ச்சியை உணர்வார்கள். தொலைதூரத்தில் இருப்பவர்களுக்காக வெளிப்படுத்தப்படும் அன்பு, ஆனால் வீட்டில் இருப்பவர்களால் உணரப்பட முடியாததாக இருந்தால் அதற்குப் பெயர் அன்பல்ல. அது புகழ்ச்சியின் மீது கொண்டுள்ள மயக்கமே.

வழி காட்டும் திறனில்லாத சமய பிரசங்கம் செய்பவர்களின் மகிழ்ச்சியற்ற வீடுகளையும் அன்பினால் அரவணைக்கப்படாத குழந்தைகளையும் நாம் பார்த்தது இல்லையா? அது எத்தகைய பரிதாபத்துக்குரிய காட்சியாகும்? இத்தகைய போலியான அன்பைக் கொண்டு, பிறர் நலத்திற்காக தான் துன்பத்தை ஒரு புனித சுமையாக ஏற்பதாகக் கருதி தன் மேல் இரக்கத்தை உருவாக்கிக் கொள்வது தன்னைத் தானே ஏமாற்றிக்கொள்ளும் சுய மாயை நிலையாகும்.

சே.அருணாசலம்

ஒரு பெரிய மனம் படைத்த மனிதனாலேயே அரும்பெரும் பணியை ஆற்ற முடியும். அத்தகையவன் எங்கிருந்தாலும் பெருமனிதனாக விளங்கி எத்தகைய சூழ்நிலையிலும் அவன் செய்ய வேண்டிய சிறந்த பணியைக் கண்டறிந்து செய்துவிடுவான்.

மனிதக் குலத்திற்கு, சக மனிதனுக்கு அரும்பணி ஆற்ற வேண்டும் என்று எண்ணுபவர்களே, அந்தப் பணியை உங்கள் வீட்டில் இருந்து தொடங்குங்கள். உங்களுக்கு உதவி செய்து கொள்ளுங்கள். உங்களது மனைவிக்கு, குழந்தைக்கு, அடுத்த வீட்டில் இருப்பவருக்கு உதவுங்கள். மாயத் தோற்றங்களில் மயங்கி விடாதீர்கள். அருகில் இருப்பவற்றை, சிறிய செயல்களை நம்பிக்கையுடன் முழுமையாகச் செய்யும் திறன் இல்லாமல் தொலைவில் இருப்பவற்றைப் பெரும் செயல்களைச் திறமையாக செய்ய முடியும் என்று எண்ணாதீர்கள்.

பல வருடக்காலம் தன் இச்சைகளையும், பிறரை எண்ணாத தன் சுயநல கொண்டாட்டங்களை ஈடேற்றி வாழ்ந்தவனிடம் அவன் அத்தனை ஆண்டுகள் செய்த தவறுகள் இயற்கையின் சட்ட திட்டத்தால் அவன் மீது சுமையாக ஏறும். அவை அவ்வாறு ஏறும் வரை அவன் அந்த இச்சைகளையும் சுயநல கொண்டாட்டங்களையும் கைவிட மாட்டான். மேன்மையான வழியில் செல்ல

அருள் பொழியும் நிழல் பாதைகள்

முயற்சி செய்ய மாட்டான். ஆனால் அவன் சிறந்த வழியினைக் காண்பதை விடுத்து, தன் மீது உள்ள சுமைகளைப் புனித சிலுவைகளைச் சுமப்பதாகப் பாவனைச் செய்து கொள்கிறான் என்றாலோ அல்லது விதியும், சூழ்நிலையும் மற்ற மனிதர்களும் தான் செய்யாத தவறிற்குத் தண்டனையை ஈவு இரக்கமின்றி வழங்குவதாக நினைத்துக் கொள்கிறான் என்றாலோ, அவன் செய்வது வேறு ஒன்றுமில்லை, தன் முட்டாள்தனத்தால் சுமையை அதிகப்படுத்தித் துன்பப்படும் காலத்தை நீட்டித்துக் கொள்கிறான். வலியையும், வேதனையையும் பெருக்கிக் கொள்கிறான். தன் சுமைகள் எல்லாம் தானே தன் செயல்களால் உருவாக்கிக் கொண்டது என்னும் உண்மையை உணர்ந்து அவன் விழித்தெழ வேண்டும். தன்மானத்திற்கு இழிவை ஏற்படுத்தும் தன்னிரக்கத்தைக் கைவிட்டு சுமைகளை இறக்கி வைக்கும் சிறந்த வழியைக் கண்டுபிடிக்கட்டும். தனது ஒவ்வொரு எண்ணமும் செயலும் தன் வாழ்வு என்னும் கோயிலை கட்டப் பயன்படும் இன்னொரு செங்கல் என்று கண்களைத் திறந்து பார்த்து உணர்ந்துக் கொள்ளட்டும். பின்பு அவனுக்குள் வளரும் உள்உணர்வால் தான் செய்யும் உறுதியற்ற செயல்களுக்குப் பொறுப்பை ஏற்றுக்கொள்ளும் தைரியமும் அவற்றைச் சரிசெய்யும் துணிவும் சிறந்த செயல்களை மேற்கொள்ளும் உறுதியும் அவனுக்கு ஏற்படும்.

சே. அருணாசலம்

வேதனையை வழங்கும் சுமைகளைச் சுமக்க வேண்டிய தேவை எதுவரை என்றால் அன்பையும் மெய்யறிவையும் போதிய அளவு பெறும் வரை மட்டுமே.

துன்பங்களும் அவமானங்களும் பேரருள் கோயிலின் மதில்சுவர்களுக்கு வெளிப்புறம் உள்ள சதுக்கத்தில் இருக்கின்றன. பேரருள் கோயிலிற்குப் புனித பயணத்தை மேற்கொள்பவன் அந்தச் சதுக்கத்தைக் கடந்து வர வேண்டும், ஒரு குறிப்பிட்ட காலத்திற்கு அவன் அந்தச் சதுக்கத்திலேயே உலாவுவான். தனது கண்ணோட்டத்தில் உள்ள குறைகளினால் துன்பங்களையும் அவமானங்களையும் கொண்ட சதுகத்தைக் கோயிலின் உட்பகுதி என்றே நினைத்துக் கொண்டு உலாவுகிறான். அப்பொழுது தன்மேல் தானே இரக்கம் கொண்டு தனது துன்பங்களுக்கு ஒரு புனித சாயத்தைப் பூசிக் கொள்கிறான். ஆனால் அவன் தன் மீது கொள்ளும் சுயபரிவிரக்கத்தைத் தூக்கி எறியும் போது அந்தத் துன்பம் என்பது கடந்து செல்லவேண்டிய வழி மட்டுமே இறுதி முடிவல்ல என்று உணர்கிறான். பின்பு வெகு விரைவில் அந்தச் சதுக்கத்தைக் கடந்து பேரருள் கோயிலிற்குள் நுழைந்து நிம்மதியில் இளைப்பாறுகிறான்.

குறையில்லாத ஒன்றிலிருந்து துன்பம் பிறப்பதில்லை. குறையுள்ள ஒன்றிலிருந்து தான்

அருள் பொழியும் நிழல் பாதைகள்

துன்பம் பிறக்கின்றது. நிறைகள் இருக்குமிடம் துன்பம் தென்படுவதில்லை. குறைகள் இருக்குமிடமே அது உரிமைக் கொண்டாடுகிறது. எனவே குறைகளைக் களைந்து அதை விரட்டலாம். குறைகள் தோன்றுவதற்கான உள்ளத்தில் உள்ள மூல காரணத்தை அறிந்து, ஆராய்ந்து கைப்பற்றி முற்றாக அதை அகற்றிவிடலாம்.

அலைக்கழிக்கப்பட்ட பின்பே அமைதி, தனியே அலைந்து திரிந்த பின்பே நிம்மதி. எனவே துன்பப்படுபவன் அந்தத் துன்பம் ஒரு கடந்து செல்ல வேண்டிய பாதையே என்று நினைவில் கொள்ளட்டும். அது ஒரு நுழைவாயில் மட்டுமே. நிரந்தர இருப்பிடமல்ல. அதைக் கடந்த பின் வேதனையற்ற பேரானந்தத்தை உணர்வான்.

சிறிது சிறிதாக ஒரு சுமை உருவாகிறது. அறிய முடியாதவாறு துளித் துளியாக அதன் எடைக் கூடுகிறது. கண்மூடித்தனமான இச்சைகளுக்கு இணங்கி மீண்டும் மீண்டும் அதில் திளைத்த வண்ணம் இருப்பது, சுயநல கொண்டாட்டங்களுக்கு அடிமையாவது, விளைவுகளை எண்ணாமல் கணநேரம் மின்னி மறையும் உணர்வுகளை செயல்படுத்துவது, தீய எண்ணம் வளரத் துணைபுரிவது, இரக்கமற்ற கொடூர வார்த்தைகளை உரைப்பது, முட்டாள் தனத்தை மீண்டும் மீண்டும் செய்வது என்று இவை எல்லாம் இறுதியில் ஒன்று கூடி, பிடித்து அழுத்தும்

சே.அருணாசலம்

மிகப்பெரிய சுமையாக மாறிவிடும். ஆரம்பத்தில், சிறிது காலத்திற்கு, இதன் எடை உணர முடியாத அளவே இருக்கும். ஆனால் ஒவ்வொரு நாளும் சிறிது சிறிதாகக் கூடிக்கொண்டே இருப்பதால், பிடித்து இழுக்கும் சுமையாக விரைவில் மாறிவிடும். வாழ்வில் உண்டாகும் சோர்வில் உள்ளம் கலங்கும். சுயநலத்தின் கசப்பான கனிகள் பரிசாகக் கிடைக்கும். இந்த நேரம் வரும் பொழுது துன்பப்படுபவன் தனக்குள் உற்று நோக்கட்டும். சுமையை இறக்கி வைக்கும் நல்வழியை அவன் காணட்டும். பின்பு வாழ்வை சிறந்து வாழ மெய்யறிவை காண்பான். இனிமையாக வாழ தூய்மையைக் காண்பான். போற்றும் வகையில் வாழ அன்பைக் காண்பான். செய்த சிறுசிறு தவறுகளினால் சுமையை ஏற்றிக் கொண்டது போலத் தவறுகளைச் சிறிது சிறிதாக சரிசெய்து சரிசெய்து சுமைகளை இறக்கி தன் நடத்தையை, செயல்பாடுகளைத் திருத்தி கனமில்லாத இதயத்தோடு நாட்களைக் கழித்து, மனநிறைவோடு செயல்பட்டு ஒளிவீசும் ஆனந்த வாழ்வை வாழ்வான்.

அருள் பொழியும் நிழல் பாதைகள்

உலகத்தை விட்டு வாருங்கள்

உலகத்திலிருந்து மேல் எழுந்து வாருங்கள்

அதன் சிலுவைகளையும், இடுகாடுகளையும் தாண்டி வாருங்கள்.

இந்தப் பசுமையான பூமி அழகானதே

அதை நான் விரும்புகிறேன் என்றாலும்

நான் அதைத் தலைவனைப் போல விரும்ப வேண்டும்

அடிமையைப் போல் விரும்பக் கூடாது

தூசுகள் எழமுடியாத உயரத்திற்கு

மலர்களின் நறுமணம் மட்டுமே வரக்கூடிய அந்த உயரத்திற்கு வாருங்கள்

உங்கள் வாழ்வு வியக்கும்படியான ஆச்சரியமான

அழகான பொழுதுகளால் மகிழ்ச்சியாக இருக்கும்.

சே.அருணாசலம்

5. உள்ளத்தில் செய்யப்படும் மறைவான தியாகங்கள்

கடந்து சென்று விட்ட அழகிய ஈடன் தோட்டத்தைப் பற்றியும் வரப் போகின்ற சுவர்கத்தைப் பற்றியும் மனிதன் ஏன் கவலை பட வேண்டும் சுவர்க்கம் நம்மைச் சுற்றியும் நமக்குள்ளேயுமே இருக்கும்போது.

பணிவு தான் எல்லா உயர்குணங்களின் அடித்தளம்.

அடிமட்டத்திலிருந்து ஆரம்பிக்கின்றவன் சந்தேகத்திற்கு இடமளிக்காமல் மிக உறுதியாகக் கட்டுகிறான்.

--பெய்லி

அருள் பொழியும் நிழல் பாதைகள்

உண்மை நமக்குள்ளே தான் இருக்கின்றது.

அது வெளிப்பொருட்களிலிருந்து மேல் எழவில்லை,

உங்கள் நம்பிக்கை எதுவாக வேண்டுமானாலும் இருக்கட்டும்.

-பிரவுனிங்

உண்மையின் ஒரு புரிந்து கொள்ள முடியாத புதிரான இயல்பு என்னவென்றால் நாம் விட்டுக் கொடுக்கும் போது பெறுகின்றோம். இறுகப் பற்றிக் கொள்ளும் போது இழக்கின்றோம். ஒரு தாழ்வான குணத்தை இழக்கும் போது தான் உயர்வான ஒரு குணத்தைப் பெற முடியும். சுயநல கொண்டாட்டம் ஒன்றைக் கைவிடும்போது தான் புனிதமான ஒன்றை ஏற்க முடியும். உண்மையை நோக்கி எடுத்து வைக்கும் ஒவ்வொரு அடியும் தன்முனைப்பில் தவறிழைக்கக் கூடாது என்று கட்டளையிடுகிறது.

புதிய ஆடையை உடுத்திக் கொள்ள விரும்புபவன் பழைய ஆடையைக் களைய வேண்டும். உண்மையைக் காண விரும்புபவன் பொய்யைத்

துறக்க வேண்டும். தோட்டக்காரன் பயனில்லாத களைகளையும், பதர்களையும் பறித்து எறிகிறான். அவை சருகுகளாகும் போது அவற்றைக் கனிகளைக் காய்க்கும் செடிகளுக்கு உரமாக இடுகிறான். பிடுங்கி எறியப்படும் தவறுகள் என்னும் உரத்தால் தான் மெய்யறிவு என்னும் மரம் செழித்து வளரும். ஒன்று வளர்வதும் பெருகுவதும் வேறொன்றைத் துறப்பதாலும் இழப்பதாலுமே.

உண்மையான வாழ்வை, பேரருள் பொழியும் வாழ்வை, கொந்தளிக்கும் உணர்ச்சிகளும் வேதனைகளும் இல்லாத வாழ்வை;- விட்டுக் கொடுப்பதாலும், துறப்பதாலுமே அடைய முடியும். வெளி உலகத்தில் உள்ள பொருட்களைத் துறப்பதால் அல்ல, உள்ளத்தில் உள்ள தவறுகளையும் மாசுகளையும் துறப்பதாலேயே. காரணம் அவை தான், அவை மட்டுமே, வாழ்வை துன்ப மயமாக்குகின்றன. நன்மையானதையும், உண்மையானதையும் துறக்க வேண்டியதில்லை. தீமையானதையும் பொய்யானதையுமே துறக்க வேண்டும். எனவே இவற்றைத் துறப்பதால் எந்த இழப்பும் இல்லை, முழுமையான ஆதாயம் தான். எனினும், இது ஆரம்பத்தில் மிகப் பெரிய இழப்பாகக் கண்களுக்குத் தெரியும். துறப்பதும் தியாகம் செய்வதும் மிகுந்த வேதனையைத் தரும். ஆனால் இதற்குக் காரணம் சுயநலத்தை எப்போதும் பின் தொடரும் ஆன்மீக பார்வையின்மையும்

சுயமாயையுமே ஆகும். சுயநலத்தின் ஒரு பகுதியை வெட்டும் போது வலி கண்டிப்பாக ஏற்படும். குடி பழக்கத்திற்கு அடிமையானவன் குடியை இனி அருந்தக் கூடாது என்று உறுதி ஏற்றுக் கொள்ளும் போது மிகுந்த சோதனையும், வேதனையுமான கால கட்டத்தைக் கடக்க வேண்டி இருக்கும். மிக மகிழ்ச்சியான ஒன்றை அவன் இழந்துவிட்டதாக எண்ணுவான். ஆனால் உறுதியாகச் செயல்பட்டு முழுமையாக வெற்றிப் பெறும் போது, குடியின் மேல் அவன் கொண்ட வெறி இறக்கும் போது, அவன் மனம் அமைதியையும் தெளிவையும் பெறும் போது, தனது சுயநலமிக்க ஒரு மிருக சுகத்தை இழந்து அதற்குப் பதிலாகப் பல மடங்கு நன்மை அளிக்கும் ஒன்றை அடைந்துள்ளான் என்று உணர்வான். தீங்கானதையும், பொய்யானதையுமே இழந்துள்ளான்; பாதுகாத்து வைத்துக் கொள்ளத் தகுதியற்ற ஒன்றை இழந்துள்ளான்; வைத்துக் கொண்டிருந்தால் துன்பம் அளிக்கக் கூடிய ஒன்றைத் தான் இழந்துள்ளான். ஆனால் அவன் எதை அடைந்துள்ளான் - நல் குணத்தை, சுய கட்டுப்பாட்டை, மனத் தெளிவை, மன நிம்மதியை அடைந்துள்ளான். நன்மையானதை, உண்மையானதை, பாதுகாத்து வைத்துக்கொள்ளத் தேவையானதை, தகுதியானதை அடைந்துள்ளான்.

உண்மையான தியாகமும் இந்தக் குடியை துறப்பது போன்றது தான். முதலில் மிக வலி நிறைந்ததாக

சே.அருணாசலம்

இருக்கும். அவை முழுமையாக முடியும் வரையிலும் வலி நிறைந்ததாகவே இருக்கும். ஒன்றைத் துறப்பதும், விட்டுக் கொடுப்பதும், தியாகம் செய்வதும் கடினமாக இருக்கின்ற காரணத்தால் தான் மக்கள் அதை மேற்கொள்ளத் தயங்குகிறார்கள். தங்கள் சுயநல ஆசையைக் கைவிடச் செய்யும் ஒரு வலிமையான காரணத்தை அவர்கள் மனம் இன்னும் ஏற்கவில்லை. தங்களுடைய சுயநல ஆசைகளை, விருப்பங்களை ஏன் நிறைவேற்றிக் கொள்ளக்கூடாது? இனிமையானதை இழந்து கசப்பானதை ஏன் பெற வேண்டும். மகிழ்ச்சிகளையும் கொண்டாட்டங்களையும் ஏன் துறக்க வேண்டும்? என்று நினைக்கிறார்கள். ஆனால் இவ்வாறு கடினமாக இருக்க வேண்டும் என்பதே இயற்கை விதி. ஏனென்றால், ஒரு குறிப்பிட்ட வகையான சுயநலத்தை விட்டொழித்தால் அவனது மகிழ்ச்சி பல மடங்கு கூடிவிடும் என்று ஒரு வேளை மனிதன் முன் கூட்டியே அறியும் நிலையிருந்தால், சுயநலத்தை ஒழிப்பது, இப்பொழுது இருப்பதை விட இன்னும் கடினமாகிவிடும். காரணம் அதிக மகிழ்ச்சி வரப்போகின்றது என்னும் பேராசை மேலோங்கியுள்ளதால் அவனது சுயநலம் இன்னும் அதிகமாகி விடுகின்றது.

எந்த வித தவிப்போ முனுமுனுப்போ இல்லாமல் முழு மனதுடன் இழப்பதற்குத் தயாராக இருந்தால்

மட்டுமே ஒருவனால் சுயநலத்தைத் துறக்க முடியும். அதைத் துறந்த பின் பேரானந்த நிலையை அடைய முடியும். எந்த வகையான பலனையோ பரிசுகளையோ எதிர்பார்க்காமல் இழப்பதற்கு அவன் தயாராக இருக்க வேண்டும். இத்தகைய மனநிலை தான் சுயநலத்தைத் துறப்பதாகும். ஒரு மனிதன் தன் சுயநல பழக்க வழக்கங்களை எந்த மறுப்பும் எதிர்ப்பும் இன்றி துறக்க விரும்ப வேண்டும். காரணம் அவை அருகதையற்றதும் பொய்யானதுமாகும். தனக்குத் தனியாக எந்தப் பலனையும் அறுவடை செய்து கொள்ளாமல், பரிசுகளையும் விருதுகளையும் எதிர்பார்க்காமல் தன்னுடன் இருப்பவர்களின் நலத்திற்காக துறப்பதற்கும் தியாகம் செய்வதற்கும் தயாராக இருக்க வேண்டும். தனக்கு அதனால் இழப்புகள் ஏற்பட்டாலும் சரி, தன் மகிழ்ச்சியையும், கொண்டாட்டங்களையும் இழந்தாலும் சரி, ஏன், தன் உயிரே போனாலும் சரி, அதைச் செய்வதால் இந்த உலகை இன்னும் அழகாக மகிழ்ச்சியாக மாற்ற முடியும் என்றால் அதைச் செய்ய முன் வர வேண்டும். ஆனால் உண்மையில் எந்த இழப்பிற்காவது அவன் உள்ளாகிறானா? பேராசை பிடித்தவன் தங்கத்தின் மீது இருக்கும் ஆசையைத் துறப்பதால் ஏதாவது இழக்கின்றானா? திருடன் தன் திருட்டுத் தொழிலை கைவிடுவதால் எந்த இழப்பிற்காவது உள்ளாகிறானா? இகழ்ச்சியான கொண்டாட்டங்களிலிருந்து விலகுவதால் சுகபோக

சே.அருணாசலம்

வாழ்வை வாழ்ந்தவன் எதையாவது இழக்கின்றானா? எந்த மனிதனும் தன் சுயநலத்தை, சுயநலத்தின் ஒரு பகுதியை துறப்பதால் இழப்பிற்கு உள்ளாவதில்லை. ஆனால் அவன் துறந்தால், தியாகம் செய்தால், இழப்பிற்கு உள்ளாவோம் என அஞ்சுகிறான். அதனாலேயே துன்பப்படுகிறான். இங்கே தான் தியாகமும், துறப்பதும், விட்டுக் கொடுப்பதும் தேவைப்படுகிறது. இங்கே தான் இழப்பதால் ஒருவன் பெறுகிறான்.

எல்லா உண்மையான தியாகங்களும் உள்ளத்தில் தான் நிகழ்கின்றன. அது மறைவாக, ஆன்மீகமாக உள்ளத்தின் அடி ஆழத்தில் இருந்து எழும் பணிவும் தாழ்மையுமான உணர்வால் மேலெழுகிறது. தன்னை விட்டுக் கொடுக்க வேண்டும், துறக்க வேண்டும், தன் நலத்தைத் தியாகம் செய்ய வேண்டும் என்னும் நிலையை மனிதர்கள் அனைவரும் விரைவாகவோ அல்லது காலம் தாழ்ந்தோ தங்கள் ஆன்மீக பயணத்தில் ஒரு நாள் இல்லை ஒருநாள் எடுத்தே ஆக வேண்டும். ஆனால் இந்த "தன்னை மறுப்பது" என்பது எதில் அடங்கி இருக்கிறது? அது வாழ்வில் எவ்வாறு நடைமுறைப்படுத்தப்படுகிறது? அதை எங்கே எல்லாம் தேடிக் கண்டு அடைய வேண்டும்? அது எதில் அடங்கியிருக்கிறது என்றால் சுயநல எண்ணங்களுக்கும், சுயநல செயல்களுக்கும் நாள் தோறும் அடிபணியாமல் இருப்பதில்

அடங்கியிருக்கிறது. மற்றவர்களுடன் தினமும் நாம் பொதுவாகக் கொள்ளும் வழக்கமான தொடர்புறவு கொண்டுப் பேசும், செயல்படும் போது நடைமுறைப்படுத்தப்படுகிறது. கடினமான இக்கட்டான சூழ்நிலைகளில், அது கண்டு அடையப்படுகிறது.

உள்ளத்தில் யாரும் அறியாமல் செய்யப்படும் தியாகங்கள் பல இருக்கின்றன. அந்தத் தியாகங்களை மேற்கொள்வது சுலபமல்ல, மிகுந்த முயற்சியும் வலியை பொறுத்துக் கொள்ளும் பொறுமையும் தேவை என்றாலும் கூட அந்தத் தியாகங்கள் அவற்றைச் செய்பவனுக்கும் சரி, யாருக்காக அது மேற்கொள்ளப்படுகிறதோ அவர்களுக்கும் சரி, அளவில்லாத அருளை வழங்கக் காத்திருக்கும். மனிதர்கள் மிகப் பெரிய செயல்களைச் செய்ய ஆவலோடு இருக்கிறார்கள். அவர்களது அனுபவத்திற்கு மிதமிஞ்சிய தியாகத்தைச் செய்ய எண்ணுகிறார்கள். ஆனால், எல்லா நேரங்களிலும் அவர்களுக்கு மிக அருகில் இருக்கும், தாங்கள் செய்தே ஆக வேண்டிய சிறிய தியாகத்தைச் செய்யாமல் கண்மூடி தட்டிக் கழிக்கிறார்கள். உங்களைத் தவறான திசைக்கு அழைத்துச் செல்லும் பாவம் எங்கே ஒளிந்து

கொணடு இருக்கிறது? உங்களது பலவீனம் எங்கே ஒளிந்து கொண்டு இருக்கிறது? தூண்டுதலான இச்சைகளால் எங்கெல்லாம் நீங்கள் அலைக்கழிக்கப்படுகிறீர்கள்? அங்கே நீங்கள் உங்களது முதல் தியாகத்தைச் செய்யுங்கள். அவ்வாறு செய்யும் போது உங்களது நிம்மதிக்கான வழி திறப்பதையும் காண்பீர்கள். ஒருவேளை அது உங்கள் கோபமாகவோ அல்லது இரக்கமற்ற குணமாகவோ இருக்கலாம். அந்தக் கோபமான உணர்வையும், வார்த்தையையும் தியாகம் செய்யத் தயாராக இருக்கிறீர்களா? அந்த இரக்கமற்ற எண்ணத்தையும் செயலையும் கைவிட தயாராக இருக்கிறீர்களா? நீங்கள் அவதூறாக நடத்தப்படும் போது, இரக்கமின்றி நடத்தப்படும் போது, தாக்கப்படும் போது, பழிசுமத்தப்படும் போது, பதிலுக்கு நீங்களும் அதே போன்று நடந்து கொள்ளாமல் பொறுமையாகக் கையாளத் தயாராக இருக்கிறீர்களா? இல்லை அதற்கும் ஒரு படி மேலாக அந்த இருண்ட கறைப் படிந்த செயல்களுக்கு அன்பையும் அரவணைப்பையும் திரும்பித் தரத் தயாராக இருக்கிறீர்களா? தயாராக இருக்கிறீர்கள் என்றால் பேரழகான பெரு நிம்மதிக்கு அழைத்துச் செல்லும் உள்ளத்தின் தியாகங்களை செய்ய நீங்கள் தயாராகிவிட்டீர்கள்.

நீங்கள் கோபத்தோடும் இரக்கமின்றியும் நடந்து கொள்கிறீர்கள் என்றால் அதைக் கைவிடுங்கள். இந்தக் கடுமையான, இரக்கமற்ற, தவறான மன நிலைகள் உங்களுக்கு எந்த நன்மையையும் கொண்டு வரவில்லை, கொண்டு வரப்போவதும் இல்லை. அவற்றால் உங்களுக்குப் படபடப்பையும், துன்பத்தையும், ஆன்மீக பார்வை இழப்பையும் தவிர வேறு எதையும் கொண்டு வர முடியாது. மற்றவர்களுக்கும், அவை துக்கத்தைத் தான் தரும். ஒரு வேளை நீங்கள் கூறலாம் "ஆனால் அவர் தான் என்னிடம் முதலில் மிகக் கடுமையாக நடந்துக் கொண்டார், என்னை அநியாயமாக நடத்தினார்" என்று, அது உண்மையாகவே இருக்கட்டும் - அது ஒரு பரிதாபப்படத்தக்க காரணமாக இல்லையா? ஒரு பலவீனமான பயனற்ற அடைக்கலத்தை அல்லவா நீங்கள் அடைந்துள்ளீர்கள். உங்கள் மீதான அவரது இரக்கமின்மை தவறானது, வலியையும் வேதனையையும் தருகிறது என்றால் அவரின் மீதான உங்களது இரக்கமின்மையும் அதே அளவிற்கு தவறு தானே. இன்னொருவர் உங்கள் மீது இரக்கமற்று இருப்பது, உங்களது இரக்கமின்மைக்குக் காரணமாக இருக்கக் கூடாது. ஆனால் உங்களிடமிருந்து இன்னும் அதிக இரக்கம் வெளிப்படுவதற்குக் காரணமாக இருக்க வேண்டும். நீர் அடித்து நீர் விலகுமா? இரக்கமின்மைக்குப் பதிலாக இரக்கமின்மையைத் தருவது இரக்கமின்மை குறைவதற்கு வழி செய்யவில்லை,

சே.அருணாசலம்

கூடவே வழி செய்கின்றது. நெருப்பைக் கொண்டு நெருப்பை அணைக்க முடியுமா? கோபத்தால் கோபத்தை வெல்ல முடியாது.

எல்லா இரக்கமின்மையும் எல்லா கோபத்தையும் விட்டு விடுங்கள். சண்டையும் சச்சரவும் நடைபெற இரண்டு பேர் தேவை. இரண்டாவது ஆளாக இருக்காதீர்கள். எவராவது உங்கள் மீது கோபத்தோடு இரக்கமில்லாமல் நடந்து கொள்கிறார்கள் என்றால் நீங்கள் எங்கு, எப்போது தவறாக நடந்து கொண்டீர்கள் என யோசித்துப் பாருங்கள். நீங்கள் தவறாக நடந்து கொண்டீர்களோ இல்லையோ கோபமான வார்த்தையையும் இரக்கமற்ற செயலையும் பதிலுக்கு வழங்காதீர்கள். அமைதியாக, உங்களைக் கட்டுப் படுத்திக்கொண்டு, அன்பான மனபாங்கோடு இருங்கள். சரியானவற்றைத் தொடர்ந்து செய்தவாறு தவறு செய்பவன் மேல் இரக்கமும் கருணையும் கொள்ளக் கற்றுக் கொள்ளுங்கள்.

ஒரு வேளை நீங்கள் அடிக்கடி பொறுமை இழந்து எரிச்சல் படுகிறீர்கள் என்றால் அவை இரண்டையும் நீங்கள் கைவிடுவதே அடுத்து நீங்கள் செய்ய வேண்டிய ஒன்றாகும். உங்கள் பொறுமையின்மையைக் கைவிடுங்கள். எந்த இடத்தில், எந்தச் சூழ்நிலையில் உங்களை அது பற்றிக் கொள்கிறதோ அதே இடத்தில் அதற்கு

அருள் பொழியும் நிழல் பாதைகள்

அடிப்பணியாமல், அதை வெல்லுங்கள். அதன் மாய வலையில் சிக்கக் கூடாது, அதை அறுத்து எறிய வேண்டும் என்று மாறாத உறுதியோடு இருங்கள். மற்றவர்களது தகுதி குறைவான செயல்களும் முட்டாள் தனங்களும் தான் உங்களது பொறுமையை இழக்கச் செய்கின்றன என்ற மனநிலையிலிருந்து விடுப்படுங்கள். அவர்களுக்குத் தகுந்த பதில் கொடுக்க நீங்கள் பொறுமை இழக்கத் தான் வேண்டும் என்று நினைக்காதீர்கள். பொறுமையை ஒரு நொடி இழப்பது கூட வருந்தக் கூடிய செயலில் முடியும். மற்றவர்கள் எதை வேண்டுமானாலும் செய்யட்டும் அல்லது கூறட்டும். அவர்கள் உங்களைச் சீண்டி பார்க்கட்டும், வம்புக்கு இழுக்கட்டும். நீங்கள் பொறுமையிழப்பது தேவையற்றது மட்டுமல்ல, பொறுமையிழந்து செயல்பட்டாலும் நீங்கள் குறைக்க நினைக்கும் தீங்கு குறையாமல் இன்னும் அதிகமாகி விடும். பொறுமையாக, வலிமையாக, நிதானமாகச் சிந்தித்து உறுதியாகச் செயல்படுவது பெருமளவு சாதிக்கும். ஆனால் பொறுமையிழந்து அதன் ஒட்டு உறவான எரிச்சலுடன் செயல்படுவது பலவீனத்தையும் திறமையின்மையையும் தான் வெளிப்படுத்துகிறது. பொறுமையை இழப்பதால் உங்களுக்கு என்ன பரிசு கிடைக்கிறது? உங்களுக்கும் உங்களைச் சார்ந்தவர்களுக்கும் அமைதியையும், நிம்மதியையும், மகிழ்ச்சியையும் அது வழங்குகிறதா? மாறாக உங்களுக்கும்,

சே.அருணாசலம்

உங்களைச் சார்ந்தவர்களுக்கும் துன்பத்தைத் தானே வழங்குகிறது. உங்கள் பொறுமையின்மை மற்றவர்களை ஒரு வேளை காயப்படுத்தினாலும் உங்களைத் தான் அது அதிகம் காயப்படுத்துகிறது, உங்கள் சக்தி எல்லாவற்றையும் அது உறிஞ்சி எடுத்துவிடுகிறது என்று நினைவில் கொள்ளுங்கள்.

பொறுமை இழப்பவன் தனக்குத் தானே துன்பத்தையும் அமைதியின்மையையும் வரவழைத்துக் கொள்வதால் அவனால் உண்மையான பேரருளை அறிய முடியாது. பொறுமையின் அமைதியான பேரழகையும் வற்றாது சுரக்கும் இனிமையையும் அவன் அறியமாட்டான். அமைதி அவன் அருகில் வந்து அவனுக்கு ஆறுதலும் பாதுகாப்பும் வழங்க முடியாது.

பொறுமை இழந்து செயல்படுவதைக் கைவிடும் வரை மனிதன் எங்கு சென்றாலும் அவன் பேரருளை பெற மாட்டான். அதைக் கைவிடுவது என்றால் எதையும் ஏற்றுக் கொள்ளும் தன்மையைப் பெறுவது, தாங்கிக் கொள்ளும் வலிமையைப் பெறுவது, கனிவான புதிய பழக்கங்களை உருவாக்கிக் கொள்வது ஆகும். பொறுமையின்மையும் எரிச்சல்படுவதும் முற்றிலுமாகத் துறக்கப்பட்டு சுயநல எண்ணங்களுக்கு எதிராக அவை தூக்கி எறியப்படும் போது தான் வலிமையான,

அருள் பொழியும் நிழல் பாதைகள்

அமைதியான, நிம்மதியான மனதின் ஆற்றல் என்ன என்று ஒருவன் அறிய முடியும்.

நம்மை விட மற்றவர்களை நாம் அதிகம் நினைக்கும் நேரங்களில் நாம் இன்னும் வாழ்ந்து கொண்டிருக்கிறோம்.

மற்றவர்களின் நலனுக்காக நாம் செய்யும் சிறிய தியாகங்கள் கூட வாழ்வு என்பது நம்மை மீறி மிகப் பரந்தது என்பதைக் காட்டுகின்றது .

உங்கள் ஆன்மாவின் ஜன்னல்களை உயர்நிலைகளிலிருந்து வரும் வெளிச்சத்திற்குத் திறந்து விடுங்கள்.

அந்த வாய்ப்பிற்காக மகிழுங்கள்.

இதற்கு அடுத்ததாக, சில சிறிய தன்முனைப்பான பழக்கங்கள் இருக்கின்றன. அவை பெரும்பாலும் தீங்கற்றதாகவே காட்சி அளிக்கும். எனவே அது பொதுவாகக் கடைப்பிடிக்கப்படுகிறது. ஆனால் எந்தத் தன்முனைப்பான பழக்கமும் தீங்கற்றதாக இருக்க முடியாது. அற்பத்தனமான சுயநல தன்முனைப்புகளை எல்லாம் தொடர்ந்து ஈடேற்றி வருவதால் ஆண்களும் பெண்களும் எவற்றை எல்லாம் இழக்கிறார்கள் என்று அறியாமல் இருக்கிறார்கள். மனிதனுக்குள் இருக்கும் கடவுள்தன்மை வலிமையாக எழ வேண்டும் என்றால் அவனுக்குள் இருக்கும் மிருகத்தன்மை

மடிய வேண்டும். கீழ்நிலை குணங்களுக்கு அடிபணிந்து ஈடேற்றும் போது, அவை கள்ளம் கபடம் அற்றதாகக் காட்சி அளித்தாலும் கூட அது உண்மையின் பாதையிலிருந்தும் பேரருளின் பாதையிலிருந்தும் திசை மாற, வழி தவற, செய்து விடும். உங்களுக்குள் எழும் கீழ்நிலை இயல்புகளுக்கு வழி விடும் போது, அவற்றின் பசிக்கு உணவு பரிமாறும் போது, அந்த மிருகம் தன்னை மேலும் வலிமையாக்கிக் கொள்கிறது. உண்மை வேரூன்ற வேண்டிய மனதில் கீழ்நிலை குணம் வேரூன்றிக் கொள்கிறது. அற்பத்தனமான தன்முனைப்புகளை / தன்னை முன் நிறுத்திக் கொள்ளுதலை போதுமான அளவிற்காவது கைவிடும் போது தான் மனிதன் இத்தனை காலமும் அற்ப உந்துதல்களை ஈடேற்றி அவற்றின் பிடியில் சிக்கி எவ்வளவு வலிமையை, மகிழ்ச்சியை, சாந்தமான மனதை, புனிதமான, கவர்ந்து ஈர்க்கும் குணத்தை இழந்திருக்கின்றான் என்பதை அறிகிறான். சுகபோகங்களுக்காக ஏங்கித் தவிக்காமல் இருக்கும் போது தான் நிலையான மகிழ்ச்சிக்குள் அவன் அடி எடுத்து வைத்து முழுமையாக நுழைகிறான்.

ஒருவன் தன் அற்ப மனகிளர்ச்சிகளை நிறைவேற்றிக் கொள்வதாலும் தன் முனைப்புகளை ஈடேற்றிக் கொள்வதாலும் அவன் தன்னைத் தானே தாழ்த்திக் கொள்கிறான். அவற்றின் அளவிற்கும்,

எண்ணிக்கைக்கும் நிகழும் கால இடைவெளிக்கும் ஏற்ப தன்மானத்தை, சுயகௌரவத்தை இழக்கிறான். சிறந்த முன் உதாரணமாக விளங்கி, பிறரை வழிநடத்தும் தன்மையை இழக்கிறான். இந்த உலகில் அவன் சாதிக்க வேண்டியவற்றைச் சாதிப்பதற்குத் தேவைப்படும் சக்தியை இழக்கிறான். கண்மூடித்தனமான ஆசைகளுக்கு இடமளித்து மன கண்ணோட்டம் என்னும் குணமில்லாமல் பரிதவிக்கிறான். தெளிந்த மனதோடு பார்க்கும் பார்வையை இழக்கிறான். நிகழ்ச்சிகளை, சூழ்நிலைகளை அதன் மையப்பகுதி வரை ஊடுருவி செல்லும் பார்வையையும் அவற்றின் உண்மை நிலையைக் கண்டு அறியும் திறனை இழக்கிறான். கீழ் குணங்களைச் செயல் படுத்த துடிக்கும் உந்துதல் உண்மையை உணர்வதற்கு எதிர் திசையாகும். அந்தக் கீழ் குண உந்துதல்களை ஒருவன் துறக்கும் போது, தியாகம் செய்யும் போது குழப்பத்திலிருந்தும் சந்தேகத்திலிருந்தும் மேல் எழுந்து உள்உணர்வையும் உறுதியையும் அடைகிறான்.

பேரார்வமுடனும் பேராசையுடனும் நீங்கள் அனுபவிக்க அலையும் உங்களது அற்ப மனகிளர்ச்சிகளை உதறித் தள்ளுங்கள். நீர்க் குமிழி போன்று தோன்றி மறையும் அற்ப சுகங்களில் மனதை செலுத்தாமல் நிலைத்து நிற்கக் கூடிய உயர்வான போற்றுதலுக்கு உரிய ஒன்றில் மனதைச்

செலுத்துங்கள். புலன் இன்ப ஆசைகளுக்கு ஏங்கி அடிமையாகாமல் வாழுங்கள். உங்கள் வாழ்வு வீணாகாமல் உறுதியோடு இருக்கும்.

தன்னுடைய கருத்தும் நிலைப்பாடுமே சரி என்னும் பிடிவாத குணத்தைத் துறப்பவன் மற்றவர்களைக் கவர்ந்து அவர்களது உணர்வுகளைத் தொடுகிறான். அவனுக்கு உண்மை தன்னைப் பல வழிகளிலும் வெளிப்படுத்திக் கொண்டேயிருக்கும். அவன் மற்றவர்களது வாழ்விலும், கருத்துக்களிலும், மதங்களிலும் குறுக்கிடாமல் தலையிடாமல் அதற்குப் பதிலாகப் புரிந்து உணர்வும் அன்பும் இரக்கமும் வழங்குகிறான். பிடிவாத குணம் அல்லது தன் கருத்தே முற்றிலும் சரி என்பது ஒருவகையான அகம்பாவம் அல்லது சுயநலமே ஆகும். அது பொதுவாகப் புத்திசாலித்தனத்தோடு பேச்சு திறமையையும் வாதத்திறனையையும் துணைக்கு அழைத்தவாறே வருகிறது. கண்ணை மூடி இரக்கமற்று உறுதியாகத் தன் கருத்தை முன்னிறுத்துவதால் அது ஒரு தகுதியாகவே பெரும்பாலும் எல்லா இடங்களிலும் கருதப்படுகிறது. ஆனால் மனமானது சுயநலத்தைத் துறந்து அன்பாலும் கனிவாலும் மலரும் போது, அந்தப் பிடிவாத குணத்தின் அலங்கோலமும் அதனால் ஏற்படுகிற அறியாமையும் வலியும் சட்டென்று தெரிய வரும்.

அருள் பொழியும் நிழல் பாதைகள்

தன்னுடைய கருத்தே முற்றிலும் சரி என்று அதையே அளவுகோலாக வைத்து இருப்பவன் தன் கருத்துடன் மாறுபடும் எல்லோரையும் தவறானவர்களாகக் கருதுகிறான். மற்றவர்களைத் திருத்த ஆவலாக இருப்பதால் தன்னைத் திருத்திக் கொள்வது அவனுக்கு முடியாமல் போகிறது. பிறரைத் திருத்த விழையும் அவனது மனோபாவம் அவனுடன் முரண்படுபவர்களின் எதிர்ப்பை வரவழைக்கின்றது. அவ்வாறு எதிர்ப்பவர்கள் அவனைத் திருத்த முயல்கின்றனர். இது அவனது அகம்பாவத்தைக் காயப்படுத்துவதால் அவன் சீற்றமும் வெறியும் வந்து மகிழ்ச்சி அற்றுக் காழ்ப்புணர்வும் வெறுப்பும் கொண்டு குறுகிய எண்ணங்களில் வாழ்கிறான். தன் விருப்பத்திற்கு இணங்கி பிறர் தனக்கு வளைந்து கொடுத்து வாழ வேண்டும் என்னும் எண்ணத்தைக் கைவிடாத வரை ஒரு மனிதனுக்கு நிம்மதியும், மெய்யறிவும் முன்னேற்றங்களும் ஏற்படாது. அத்தகைய மனிதனால் பிறரது இதயங்களைப் புரிந்து கொள்ள முடியாது. அவர்களுக்கு ஏற்படுகின்ற துன்பங்களிலும் வேதனைகளிலும், அவர்கள் சாதிக்கத் துடிக்கின்ற உயர் எண்ணங்களிலும் அவனால் அன்போடு பங்கெடுக்க முடியாது. அவன் மனம் குறுகியதாகி கசப்புணர்வு உள்புகுந்து இனிய இரக்கக் குணங்களும், ஆன்மீக எண்ணங்களும் உள்ளே புக முடியாமல் தடை ஏற்படுகிறது.

சே.அருணாசலம்

தன்னுடைய கருத்தே முற்றிலும் சரி என்று பிறரிடம் வற்புறுத்தி திணிப்பதை ஒருவன் கைவிட்டு; அவர்களைப் பற்றி தன் மனதில் ஏற்கனவே பதிந்திருந்த தவறான கருத்துடன் அவர்களை அணுகாமல் அவர்களிடமிருந்து நன்மையானவற்றைக் கற்றுக்கொள்ளும் திறந்த மனதுடன் அணுகும் போது; அவர்களை உள்ளவாறே புரிந்துக் கொள்ள முயலும் போது; தன்னுடைய முழுச் சுதந்திரத்தை அவன் கடைப்பிடிப்பது போலப் பிறரது சுதந்திரத்தில் அவன் தலையிடாமல் அவர்களது கருத்துக்களை அவர்களே தேர்ந்து எடுத்துக் கொள்ள விரும்பும்போது;- அன்று வரை அறிந்திடாத ஆழமான உள்ளுணர்வை, பரந்த தாராள மனதை, பேரானந்தத்தைத் தன்னுள் உணர்வான். அவனுக்கு இது வரை அனுமதி மறுக்கப்பட்டு இருந்த ஒரு நல்வழி பாதையின் கதவு இப்பொழுது அவனுக்குத் திறக்கிறது.

இதற்கு அடுத்து பேராசைபடுவதையும், பேராசை எண்ணங்களையும் மனதை விட்டு நீக்குவதாகும். நாம் பெறுவதை விட மற்றவர்கள் பெற வேண்டும் என்று நினைப்பதாகும். நாமே பெற்று அனுபவிக்க வேண்டும் என்று பேராசையில்லாமல் மற்றவர்கள் பெற்று அனுபவித்து மகிழ்வதை எண்ணி மகிழ்ச்சி அடைவதாகும். "எல்லாம் எனக்கு" என்று இறுகப் பற்றிக் கொள்ளாமல் மற்றவர்களுக்கு முழு

மனதுடன் எந்த வெறுப்புமின்றி விட்டுத்தருவதாகும். இந்த மனநிலையானது ஆழமான நிம்மதியின், ஆன்மீக பேராற்றலின் ஊற்றுக் கண்ணாகும். இதுதான் சுயநலத்தைத் துறக்கும் மன நிலையாகும். பொருள் செல்வம் நிலையானதல்ல, அந்த வகையில் அவை என்றும் நமது தான் என்று நாம் உரிமைக் கொண்டாட முடியாது. ஒரு சிறிய காலத்திற்கு நாம் அவற்றை வைத்துக் கொண்டிருக்கிறோம். ஆனால் அருள் செல்வம் நிலையானது. அவை என்றும் கூடவே தங்கியிருக்கும். தன்னலமின்மை என்பது ஒரு அருள் செல்வமாகும். அது பொருட்களின் மீதும் சுகபோகங்களின் மீதும் உள்ள பேராசையை விட்டு ஒழிப்பதாலேயே வருகின்றது. பொருட்களும் சுகபோகங்களும் நமக்கு மட்டுமே உரிதானவை என்று எண்ணாமல் மற்றவர்களின் நலத்திற்காக அவற்றைத் துறக்க முன்வருவதாலேயே தன்னலமின்மை என்னும் அருள் செல்வம் பெறப்படுகின்றது.

தன்னலமற்ற மனிதன், செல்வச் செழிப்புகளால் சூழப்பட்டு வாழ்ந்தாலும், அவன் மனதில் அவற்றை இறுகப் பற்றாமல், தாமரை இலை நீர் போல் பற்றற்று நிற்கிறான். அவை எல்லாம் தனக்கே உரியது என்று எண்ணம் கொள்ளாமல் இருப்பதால், பேராசைக் கொண்டவனை எப்போதும் பின் தொடரும் கசப்புணர்வும் பயமும் நடுக்கமும்

சே.அருணாசலம்

அவனை நெருங்குவதில்லை. அவன் தன் புறவாழ்வின் செல்வங்களையும், வசதிகளையும் மிக உயர்ந்ததாகக் கருதி அவற்றை இழந்து விடக்கூடாது என்று அவன் அஞ்சுவது இல்லை. ஆனால் தன்னலமின்மை என்னும் அறநெறியை உயர்வானதாகக் கருதுகிறான். துன்பப்படும் மனிதக்குலத்திற்குத் தேவையானதாகக் கருதுகிறான். அதைத் தூக்கி எறியவோ தொலைக்கவோ கூடாது என்று உறுதியாக இருக்கிறான்.

அருளாசி வழங்கப்பட்ட மனிதன் யார்? பொருளாசைக்கு அடிமையாகி இன்னும் வேண்டும், இன்னும் வேண்டும் என்று பேராசைப்படுபவனா? அல்லது தன்னிடம் இருப்பதைப் பிறர் நன்மைக்காகவும் மகிழ்ச்சிக்காகவும் விட்டுத் தருபவனா? பேராசையால் மகிழ்ச்சி தொலைகின்றது. பேராசை நீங்குவதால் மகிழ்ச்சி திரும்பி வருகின்றது.

உள்ளத்திற்குள் செய்யப்படும் இன்னொரு தியாகம் வெறுப்பு, காழ்ப்புணர்வு ஆகியவற்றைத் துறப்பது ஆகும். இந்தத் தியாகம் ஆன்மீக பேரழகின் ஓர் உயர்நிலையாகும். மனிதக்குலத்தின் இன்னல்களுக்கு ஒரு விடிவை ஏற்படுத்தும் ஆற்றல் நிறைந்ததாகும். பிறர் மீது கொண்டுள்ள கசப்பான எண்ணங்கள், காழ்ப்புணர்வு, வெறுப்பு, வன்மம், வெறி ஆகியவற்றைத் துறப்பதே இந்தத்

தியாகமாகும். கசப்பான எண்ணங்களும் பேரருளும் எப்போதும் ஒன்று சேர்ந்து இருக்க முடியாது. வெறுப்பும் காழ்ப்புணர்வும் ஒரு கொடிய நெருப்பாகும். அது எந்த இதயத்திற்குள் புகுவதற்கு அனுமதிக்கப்படுகின்றதோ அங்கே கொழுந்துவிட்டு பற்றி எரிந்து மகிழ்ச்சி, நிம்மதி என்னும் இனிய மலர்களை எரித்து சாம்பலாக்குகின்றது. அது எங்கெல்லாம் வருகிறதோ அவையெல்லாம் நரகம் போல் மாறுகின்றன.

வெறுப்பு, காழ்ப்புணர்வு ஆகியவை வேறு வேறு பெயர்களில், வேறு வேறு வடிவங்களில் காணப்பட்டாலும் அவை எல்லாவற்றின் சாரமும் ஒன்று தான்;- அது பிறருக்கு எதிரான பற்றி எரியும் கொடிய வன்மமான எண்ணங்களே. கண்மூடித்தனமாகச் அதனை ஆதரித்து செயல்படுபவர்கள் சில நேரங்களில் அதை மதத்தின் பெயரில் வளர்க்கிறார்கள். வாழ்வையும், இறப்பையும் குறித்துத் தங்கள் கருத்துடன் ஒத்துப்போகதவர்களையும் மாறுபடுபவர்களையும் தூற்றுகிறார்கள், தாக்குகிறார்கள், தண்டிக்கிறார்கள். இந்தப் பூமியை வேதனையோடும் கண்ணீரோடும் நிறையச் செய்கிறார்கள்.

எல்லா வகையான வன்மமான துவேஷ உணர்வுகளும், பிறரை ஒதுக்குவதும், பிறரை குறித்துத் தவறாக எண்ணுவதும், தவறாகப்

சே.அருணாசலம்

பேசுவதுமே இந்த வெறுப்பும், காழ்ப்புணர்வும் ஆகும். இந்த வெறுப்பும், காழ்ப்புணர்வும் இருக்குமிடம் எப்போதும் மகிழ்ச்சி இருக்காது. பிறர் மீது துவேஷ உணர்வு உள்ளத்தில் ஊற்று எடுத்துக் கொண்டிருக்கும் வரை எவராலும் வெறுப்பையும், காழ்ப்புணர்வையும் கட்டுப்படுத்த முடியாது. தனக்குத் தீங்கு செய்ய முயற்சிப்பவர்கள் மீதும், அன்பையும் இரக்கத்தையும் பொழியும் போது தான் காழ்ப்புணர்வை துறக்கும் இந்தத் தியாகம் முழுமை பெறும். இந்தத் தியாகத்தை முழுமையாகச் செய்த பின்பே உண்மையான பேரருளை உணரவும் அறியவும் முடியும். காழ்ப்புணர்வின் கடினமான, கொடிய இரும்பு கதவுகளுக்குப் பின்னால் அன்பு என்ற தேவதை காத்துக் கொண்டிருக்கிறாள். காழ்ப்புணர்வு, துவேஷ எண்ணங்களைத் துறந்து வெளியேற நினைப்பவனுக்கு அவள் தன்னை வெளிப்படுத்தி அவனை நிம்மதியான பாதைக்கு அழைத்துச் செல்ல தயாராக நின்று கொண்டு இருக்கிறாள்.

மற்றவர்கள் உங்களைப் பற்றி என்ன கூறினாலும், உங்களுக்கு என்ன செய்தாலும், அவர்களைப் பழி வாங்க விழையாதீர்கள், பழிக்குப் பழி வழங்காதீர்கள். ஒருவேளை, ஒருவர் உங்களை வெறுப்பதற்கு அவருடன் நீங்கள் நடந்துகொண்ட விதத்தில் நீங்கள் தெரிந்தோ தெரியாமலோ செய்த தவறுகள் காரணமாக இருக்கலாம். அல்லது

உங்களைத் தவறாகப் புரிந்து கொண்டு வெறுக்கலாம். அந்தத் தவறான புரிதல்கள்-பொறுமையையும் திறந்த மனதையும் கடைப்பிடிக்கும் போது நீங்கும். ஆனால் எந்தச் சூழ்நிலையிலும்ர "கடவுளே, அவர்களை மன்னித்து வீடு" என்பது "இனி அவர்களுக்கும் எனக்கும் எந்த ஒட்டு உறவும் இல்லை" என்பதை விடப் பல மடங்கு உயர்ந்ததாகும், இனியதும் சிறந்ததும் ஆகும். வெறுப்பு என்பது மிகக் குறுகியது, தாழ்வானது, கண்மூடித்தனமானது, துக்கம் நிறைந்தது, அன்பு என்பது மிகப் பரந்தது, உயர்ந்தது, தொலை நோக்கும் பார்வையைக் கொண்டது, மகிழ்ச்சி நிறைந்தது.

உயர்ந்த பண்பாடு என்பது இன்னல்களைப் பேசாமலிருப்பதே.

எல்லா அழகையும் நன்மைகளையும் விரைந்து காணும் கண்களை உடையவனே சிறந்த சீர்திருத்தவாதி ஆவான்.

அவன் சீர்படுத்தப்பட்ட ஒழுங்கான தன் வாழ்வின் மூலமாக மட்டுமே தவறுகளைத் தவறு என நிரூபிப்பித்து அவற்றை கடிந்து உரைப்பான்.

அடுத்தவர்கள் மீது அன்பும், மதிப்பும் கொண்டு உருவாக்கிய பீடத்தின் மீது நீங்கள் கொண்டுள்ள வெறுப்பைக் காவு கொடுங்கள். உங்களுடைய தனிப்பட்ட அற்ப உணர்விற்கு ஏற்பட்ட காயத்தை

சே.அருணாசலம்

எண்ணிக் கொண்டிருக்காதீர்கள். ஆனால் மற்றவர்களை நீங்கள் புண்படுத்தி விடக் கூடாது என்று கவனமாக இருங்கள்.

உள்ளத்தில் இருக்கும் அன்பு வெள்ளம் தவழ்ந்து ஓட உங்கள் இதயக் கதவுகளைத் திறந்து விடுங்கள்

இனிமையான, மேன்மையான, அழகான தன் இயல்பால்

எல்லோரையும் தழுவி பாதுகாப்பையும் நிம்மதியையும் தரும் வலிமையான அதே பொழுது கனிவான அதன் எண்ணங்கள்

ஒரே ஒருவரையும் கூட விட்டுவிடாமல்,

உங்களை வெறுப்பவரையும் தூற்றுபவரையும் பழிசொல்பவரையும் கூட விட்டுவிடாமல் அனைவரையும் ஆரத் தழுவட்டும்.

திரையிட்டுச் செய்யப்பட வேண்டிய இன்னும் பல தியாகங்கள், அடுத்து அடுத்து துறக்க வேண்டியவை எவை எல்லாம் என்றால், - களங்கமான இச்சைகள், பலவீனமான தன்னிரக்கம்,

அருள் பொழியும் நிழல் பாதைகள்

ஏளகனமாகக் கருதப்படும் தற்புகழ்ச்சி, வீண் ஆரவாரம், ஆணவம் போன்றவைகளாகும். இவை எல்லாம் பேரருள் இல்லாத மன நிலை, உள்ளத்தின் ஒழுங்கின்மை ஆகும். இவற்றை உள்ளத்தில் தியாகம் செய்பவன், ஒவ்வொன்றாகத் துறப்பவன், படிப்படியாகக் கட்டுப்படுத்தி ஆள்பவன், அவற்றின் மீது தான் கொண்ட வெற்றியின் அளவுக்கு ஏற்ப தன் பலவீனங்களையும், துன்பங்களையும், துக்கங்களையும் கடந்து விடுவான். நீங்காத முழுமையான பேரருளை பெறுவான்.

உள்ளத்தில் செய்யப்படும் மறைவான இந்தத் தியாகங்கள் எல்லாம் பரிசுத்தமான, அகம்பாவம் நீங்கிய இதயக் காணிக்கைகளாகும். தனிமையில், பிறர் கண்கள் அறியாமல், களங்கமற்ற உள்ளத்துடன் ஒருவன் உள்ளத்திற்குள்ளேயே இந்தத் தியாகங்கள் எல்லாம் நடைபெறுகின்றன. "தவறு தான்" என்று தனக்குள் அமைதியாக உணர்ந்து ஒப்புக் கொள்ளாமல் இங்குக் குறிப்பிடப்பட்டு உள்ளவற்றில் ஒன்றைக் கூட ஒருவனால் துறக்கவோ, தியாகம் செய்யவோ முடியாது. ஒருவன் தன் மனதிற்குள் "என் தவறுகளுக்கு வருந்துகிறேன்" என்று மனப்பூர்வமாக எண்ணாத வரை எந்தத் தவறிலிருந்தும் விடுபட முடியாது. அத்தவறுகளை ஒப்புக் கொண்டு, துறக்க முயன்று துறந்து அவற்றிலிருந்து விடுபட்ட பின்பு, இவ்வளவு

சே.அருணாசலம்

காலமும் அவனது தவறுகளே திரையாக மாறி உண்மையை மறைத்துக் கொண்டிருந்ததை உணர்வான். இப்பொழுது அந்தத் தவறுகள் என்னும் திரை விலகியதால் உண்மை அவனுக்குப் புலப்படும்.

"எதுவும் செய்யாமல் வேடிக்கை பார்த்துக் கொண்டு சுவர்க வாழ்வை அடைந்து விட முடியாது". பிறர் நன்மையைக் கருதி மௌனமாகத் தன்னலத்தைத் தியாகம் செய்வது, தினமும் உள்ளத்தில் எழும் "நான்" என்ற அகம்பாவத்தைக் கைவிடுவது போன்றவை எவராலும் பார்க்கப்படவும் இல்லை, ஓங்கி ஒலித்துப் பேசப்படவும் இல்லை. புகழ்ச்சியும் இல்லை, பாராட்டும் இல்லை. உலகத்தின் கண்களுக்கு அவை மறைக்கப்பட்டு இருக்கிறது. ஏன், உங்களுக்கு மிக நெருங்கியவர்களின் பார்வைக்கும் அது புலப்படாது. தோலினாலும், சதையினாலும் ஆன கண்களால் அந்த ஆன்மீக பேரழகை பார்த்து உணர முடியாது. ஆனால் இது எவராலும் கண்டு உணரப்படாததால் இது பயனில்லாதது என்று நினைத்து விடாதீர்கள். அதன் ஆனந்த பேரொளியை நீங்கள் காண்கிறீர்கள். உங்களுக்குள் எழும் இந்த ஆற்றலால் மற்றவர்களுக்கு விளையும் நன்மை மகத்தானதாகும். அவர்கள் அந்த ஆற்றலைக் காண முடியாமல் இருக்கலாம். அதைப் புரிந்து கொள்ள முடியாமல் இருக்கலாம். ஆனால்

அருள் பொழியும் நிழல் பாதைகள்

அவர்களையும் அறியாமல் அந்த ஆற்றலால் ஈர்க்கப்படுகிறார்கள், வசப்படுகிறார்கள். மனதின் ஆழத்தில் நீங்கள் அமைதியாகச் சந்திக்கும் போர்க்களங்களைப் பற்றி அவர்களுக்கு எதுவும் தெரியாது, மனதின் மீது நீங்கள் அடையும் வெற்றிகளைப் பற்றியும் அவர்களுக்குத் தெரியாது. ஆனால் மாறியுள்ள உங்கள் புதிய மனநிலையை அவர்கள் உணர்ந்து கொள்வார்கள். அன்பாலும் அன்பான எண்ணங்களாலும் நெய்யப்பட்டுள்ள உங்கள் மனநிலையின் மகிழ்ச்சியிலும் ஆனந்தத்திலும் ஏதோ ஒரு வகையில் பங்கு கொள்வார்கள். உங்கள் மனதிற்குள் நீங்கள் தொடர்ந்து நிகழ்த்திக் கொண்டிருக்கும் போரினால் உங்களுக்கு ஏற்படும் காயங்கள் குறித்தும், அந்த மனகாயங்களை ஆற்றுவதற்கு நீங்கள் பின்பற்றும் வழிமுறைகளையும், உங்கள் மனக்குமுறல்களையும், பின் ஏற்படும் அமைதியைக் குறித்தும் சிறிதளவும் அவர்கள் அறிந்திருக்க மாட்டார்கள். ஆனால் நீங்கள் இனிமையாகவும் கனிவாகவும், வலிமையாகவும், இது வரை இருந்ததை விட இன்னும் அமைதியான தன்னம்பிக்கையுடனும், இன்னும் அதிகமான பொறுமையுடனும் பரிசுத்தமாகவும் மாறியிருப்பதை அறிவார்கள். உங்கள் துணையில் ஒரு நிம்மதியையும், நம்பிக்கையையும் காண்பார்கள். இதற்கு ஈடு இணையான மற்றொரு பரிசு ஏது? அன்பின் நறுமணம் தவழ்கின்ற மாளிகையின் முன்

சே.அருணாசலம்

மனிதர்களின் புகழ்ச்சி திகட்டவே செய்யும். தன்னலமற்ற இதயத்தின் தூய தீச்சுடரில் உலகின் வீண்புகழ்ச்சியுரைகள் வெந்து சாம்பலாகிவிடும். அன்பிற்கு இணையான பரிசு திரும்ப வரும் அன்பும், மகிழ்ச்சியும், நிம்மதியும் தான். உணர்ச்சி புயலில் சிக்கித் தவிக்கும் இதயங்களுக்கு இறுதி அடைக்கலமும் ஓய்வு அளிக்கும் இடமும், அன்பு மலரும் இதயங்களே.

சுயநலத்தைத் தியாகம் செய்வதன் விளைவாக மெய்யறிவும், பேரானந்தமும் தேடி வந்து அடையும். இந்தச் சுயநலத்தை தியாகம் செய்வது என்பது ஒரே ஒரு மாபெரும் தியாக செயலால் நிகழ்வது அல்ல. ஆனால் நடைமுறை வாழ்வில் தொடர்ந்து செய்யப்படும் சிறு சிறு தியாகங்களாலும், உண்மையை அடைவதற்காக நாள் தோறும் படிப்படியாகச் சுயநலத்தைக் கைவிட மேற்கொள்ளும் செயல்களாலே நிகழ்வது ஆகும். தன்னுள் எழும் இரக்கமற்ற எண்ணத்தை, தீய ஆசையை, பாவத்தைச் செய்யத் துடிக்கும் துடிப்பை அடக்கி ஆண்டு புறம் தள்ளி, தன்மீது ஒரு வெற்றியை ஒவ்வொரு நாளும் எவன் ஒருவன் கொள்கிறானோ அவன் ஒவ்வொரு நாளும் வலிமையானவனாக, களங்கமற்றவனாக, மெய்யறிவு மிக்கவனாக மாறிக் கொண்டு இருக்கிறான். அவன் செய்யும் சிறு சிறு தியாகமும் உண்மையின் பேரழகை ஓரளவு அவனுக்கு

வெளிப்படுத்துகின்றது. அவன் உண்மையின் முழு அழகை காண விரைந்து உள்ளதை ஒவ்வொரு விடியலும் பறைசாற்றும்.

உங்கள் எல்லையைக் கடந்து அல்லது உங்களுக்கு வெளியே உண்மையின் பேரொளியை, பேரருளைத் தேடாதீர்கள். ஆனால் உங்களுக்குள்ளேயே தேடுங்கள். உங்கள் கடமைகளின் குறுகிய வட்டத்திற்குள்ளேயே அது இருப்பதைக் காண்பீர்கள். உள்ளத்தின் சிறு சிறு தியாகங்களிலும் கூட உண்மையின் பேரொளியும், பேரருளும் உறைவதை நீங்கள் காண்பீர்கள்.

சே.அருணாசலம்

6.இரக்க குணம்

உங்கள் பார்வை உங்கள் மீது படும் போது
மிக கடுமையாய் இருங்கள்.
சக மனிதன் மேல் அது விழும் போது
அன்பும் தயவும் அதைக் கட்டுப்படுத்தட்டும்.
சதுப்பு நிலத்திலிருந்து வெளிவரும் புதர்கள் போன்று
மனதை நோகடிக்கும் ஈவு இரக்கமற்ற வார்த்தைகளை
உங்கள் உதடுகள் வெளிபடுத்தாமல் பார்த்துக் கொள்ளுங்கள்.

....எல்லா வீலர் வில்காக்ஸ்

அருள் பொழியும் நிழல் பாதைகள்

காயம்பட்ட மனிதனிடம் அவன் வலியின் வேதனையை

நான் கேட்டு உணர மாட்டேன்.

நானே காயம்பட்டதாக மாறி உணர்ந்துக் கொள்வேன்.

....வால்ட் வில்ட்மேன்.

பிறர் மீது நாம் எந்த அளவிற்கு இரக்கம் செலுத்த முடியும் என்றால் நம்மை நாம் எந்த அளவிற்கு கட்டுப்படுத்தி ஆள்கிறோமோ அந்த அளவிற்கு தான். நம்மை குறித்து நாம் வருத்தமும் பரிதாபமும் பட்டுக் கொண்டிருக்கும் வேளையில் பிறருக்காக எண்ணவும் இரக்கப் படவும் முடியாது. நம்மை முன்னிலை படுத்த துடித்துக் கொண்டு இருக்கும் போது அல்லது நம்மை தனித்து பாதுகாத்துக் கொள்ள முற்படும் போது நமது கருத்தை அல்லது பொதுவாக நமது என்ற ஏதோ ஒன்றிற்காக போராடும் போது நாம் பிறருடன் கனிவாகவும் அன்பாகவும் நடந்துக் கொள்ள முடியாது. தன்னை மறந்து பிறரை அன்போடு நினைப்பது அல்லாமல் இரக்கம் என்பது வேறு என்ன?

சே.அருணாசலம்

பிறர் மீது இரக்கம் செலுத்த வேண்டும் என்றால் முதலில் நாம் அவர்களை புரிந்து கொள்ள வேண்டும். அவர்களைப் புரிந்துக் கொள்ள வேண்டும் என்றால் அவர்களைப் பற்றி ஏற்கெனவே கொண்டிருந்த கருத்துக்களை விட்டுவிட்டு அவர்களை உள்ளபடியே காணவேண்டும். அவர்களது உள்நிலைக்குச் சென்று அவர்களுடன் ஒன்றற கலக்க வேண்டும். அவர்களது மன கண்களை கொண்டே அவர்களுக்கு நேர்ந்துள்ள அனுபவங்களை உணர வேண்டும். உங்களை விட ஞானத்திலும் அனுபவத்திலும் உயர்ந்தவர்களிடம் இதை நீங்கள் செய்ய முடியாது. உங்கள் அளவு ஞானமும் அனுபவமும் இல்லாதவரிடம், நீங்கள் அவர்களை விட உயர்வானவர் என்ற எண்ணம் தலைக்கு ஏறினாலும் அதை செய்ய முடியாது. (காரணம் "நான் என்ற அகங்காரமும்" இரக்க குணமும் ஒன்று சேர்ந்து இருக்க முடியாது). ஆனால் இதை நீங்கள் சில வகையான பாவங்களிலும் துன்பங்களிலும் சிக்கி திணறிக் கொண்டிருப்பவர்களின் நிலையையை உணர்ந்துக் கொள்ள (அவ்வகையான பாவங்களையும் துன்பங்களையும் நீங்கள் வென்று விடுபட்டிருந்தால்) செய்யலாம். வேறு சில வகையான பாவங்களிலிருந்தும் துன்பங்களிலிருந்தும் மீள முடியாமல் இன்னும் நீங்கள் தவித்துக் கொண்டிருக்கலாம். உங்களை விட உயர்ந்தவரிடம் நீங்கள் செலுத்தும் இரக்கம்

அவரை தழுவ முடியாது என்றாலும் அவரது பேரிரிக்கம் என்னும் பாதுகாப்பு வளையத்திற்குள் நுழைய அது துனை புரியும். நீங்கள் சிக்கி தவித்துக் கொண்டிருக்கும் பாவங்களிலிருந்தும் துன்பங்களிலிருந்தும் மீள்வதற்கு அது உதவும்.

ஓர வஞ்சகமான எண்ணங்களும் கசப்புணர்வுகளும் இரக்கம் சுரப்பதற்கு தடையாக இருக்கும் என்றால் ஆணவமும் ஆரவாரமும் இரக்கம் நாடி வருவதற்கு தடையாக இருக்கும். ஒருவர் மேல் வெறுப்புக் கொண்டு உள்ளீர்கள் என்றால் அவருக்கு நீங்கள் இரக்கத்தை வழங்க முடியாது. நீங்கள் எவர் மீதாவது பொறாமை கொண்டிருக்கிறீர்கள் என்றால் அவரது இரக்கத்தை பெற்றுக் கொள்ள முடியாது. உங்களுக்கு பிடிக்காத ஒருவரை நீங்கள் புரிந்து கொள்ள முடியாது. அல்லது மிருக இயல்புகளின் தூண்டுதல்களால் ஒருவர் மீது வெறிக் கொண்ட பாசமிருந்தாலும், அவரை புரிந்து கொள்ள முடியாது. அவரை நீங்கள் உள்ளவாறே பார்ப்பது இல்லை. நீங்கள் காண்பது எல்லாம் உங்கள் மனதில் உள்ள தவறான கருத்துக்களினாலும் மிகைபடுத்தப்பட்ட எண்ணங்களினாலும் பதிவாகியுள்ள மங்கலான பிம்பத்தை தான்.

மற்றவர்களை உள்ளபடியே காணவேண்டும் என்றால் உங்களது விருப்பு வெறுப்புகள், ஏற்கெனவே பதிவு செய்து வைத்துக் கொண்டுள்ள

பாரபட்சமான எண்ணங்கள், நான் என்ற ஆணவ எண்ணங்கள் போன்றவைகள் குறுக்கிடுவதை நீங்கள் அனுமதிக்கக் கூடாது. அவர்களது செயல்களை வெறுக்கவோ அவர்களது நம்பிக்கைகளையும் கருத்துக்களையும் கண்டிக்கவோ கூடாது. அந்த நேரத்திற்கு உங்களை முழுவதுமாக விட்டுவிட்டு அவர்களது நிலைக்கு செல்ல வேண்டும். இந்த வழியில் தான் அவர்களை உணர்ந்து, அவர்கள் வாழ்வை, அனுபவங்களை அறிந்து அவர்களது நிலையை புரிந்து கொள்ள முடியும். ஒருவனை புரிந்து கொண்டுவிட்டால் பின்பு அவனை கண்டிப்பது முடியாதது ஆகி விடும். மக்கள் தவறாக கணிக்கிறார்கள், கண்டிக்கிறார்கள், ஒருவரை ஒருவர் ஒதுக்குகிறார்கள், காரணம் அவர்கள் ஒருவரை ஒருவர் புரிந்து கொள்ளவில்லை. அவர்களால் ஒருவரை ஒருவர் புரிந்துக் கொள்ள முடியாததற்கு காரணம் அவர்கள் தங்களை கட்டுப்படுத்தி ஆளவில்லை, பரிசுத்தப்படுத்திக் கொள்ளவில்லை.

வாழ்வு என்பது வளர்ச்சியும், முன்னேற்றமும் உள்ளிருந்து மலர்வதுமே ஆகும். இந்தக் கண்ணோட்டத்தில் நோக்கினால் பாவங்களில் மூழ்கிக் கிடப்பவனுக்கும் புனிதனுக்கும் எந்த வேறுபாடும் இல்லை. உள்ள ஒரே வித்தியாசம் அவர்கள் இருக்கின்ற படிநிலையே ஆகும்.

அருள் பொழியும் நிழல் பாதைகள்

புனிதன் ஒரு காலத்தில் பாவத்தில் மூழ்கி கிடந்தவன். பாவத்தில் இன்று மூழ்கிக் கிடப்பவன் ஒரு நாள் புனிதனாவான். பாவம் புரிபவன் குழந்தை பருவத்தில் இருக்கிறான். புனிதனோ வளர்ச்சியடைந்த மனிதனாக இருக்கிறான். குழந்தைகள் சொல்வதை கேட்காததால், பொம்மைகளுடன் விளையாடுவதால், அடம் பிடிப்பதால் குழந்தைகளை பிடிக்காது என்று கூறுவது எப்படியோ அப்படி தான் பாவம் செய்பவர்கள் ஒதுக்கத் தக்கவர்கள் என்று கருதி தன்னை அப்புறப்படுத்திக் கொள்பவன்.

எல்லா உயிர்களும் ஒன்று தான். ஆனால் அது பல உருவங்களில் வடிவமெடுக்கிறது. பூ என்பது மரத்திலிருந்து வேறுப்பட்டது அல்ல, அது மரத்தின் ஒரு பகுதியே. அது இலையின் இன்னொரு வடிவமே. நீராவி நீரிலிருந்து வேறுபட்டது அல்ல. அது நீரின் இன்னொரு வடிவமே. அதே போன்று மாற்றி அமைக்கப்பட்ட தீமையே நன்மையாகும். பாவத்தில் இருப்பவன் தன்னை திருத்திக் கொண்டு வளர்ச்சி அடைந்தால் புனிதனாவான்.

பாவச் செயல்கள் செய்பவனது புரிந்து கொள்ளும் தன்மை இன்னும் முழு வளர்ச்சிப் பெறவில்லை. அவன் அறியாமையில் தவறான செயல்களை தேர்ந்து எடுக்கிறான். புனித

சே.அருணாசலம்

செயல்கள் செய்பவனது புரிந்து கொள்ளும் தன்மை முழு வளர்ச்சியடைந்து கனிந்து இருக்கிறது. அவன் மெய்யறிவில் சரியான செயல்களைத் தேர்ந்து எடுக்கிறான். தீங்கிழைப்பவன் இன்னொரு தீங்கிழைப்பவனைக் கண்டனம் செய்கிறான். கண்டனம் செய்வது ஒரு தவறான செயலாகும். புனிதனோ தீங்கிழைப்பவனைக் கண்டனம் செய்வது இல்லை. தானும் இதற்கு முன்பு அவனது நிலையில் இருந்ததை நினைவு கூர்கிறான். எனவே அத்தீங்கிழைப்பவனை ஆழமான இரக்கத்தோடு எண்ணுகிறான். தவறிழைத்த தன் தம்பியை பார்ப்பது போல தன் நண்பனைப் பார்ப்பது போலப் பார்க்கிறான். இரக்கம் வழங்குவது ஒரு சரியான மெய்ஞானம் உள்ள செயலாகும்.

எல்லோருக்கும் இரக்கத்தை வழங்கும் புனிதனுக்கு அந்த இரக்கம் யாரிடமிருந்தும் தேவை இல்லை. காரணம் அவன் பாவங்களையும் துன்பங்களையும் கடந்து விட்டான். பேரானந்த நிலையில், திளைத்த வண்ணமே இருக்கிறான். ஆனால், துன்பப்படுபவனுக்கோ இரக்கம் தேவை. பாவம் செய்பவனைத் துன்பம் தொடரும். எண்ணத்தாலோ, செயலாலோ, எந்த வகையாக பாவம் செய்தாலும் அதற்குரிய தண்டனையை ஒருவன் அனுபவித்தே ஆக வேண்டும் என்று மனிதன் உணரும்போது அவன் கண்டிப்பதை

நிறுத்திவிட்டு இரக்கப்படத் தொடங்குவான். பாவத்தின் விளைவால் வரும் தண்டனையைத் தன் உள்ளத்தை சுத்தப்படுத்திக் கொண்டவாறு உணர்வான்.

உணர்ச்சி கொந்தளிப்பிலிருந்து மனிதன் தன்னை விடுபடுத்திக் கொள்ளும் போது, தன் சுயநல ஆசைகளைத் திருத்திக் கொள்ளும் போது, தன் ஆணவ அகங்காரத்தை கைவிட்டு தன் காலடியில் போடும்போது, மனிதக் குலம் சந்திக்கின்ற எல்லா அனுபவங்களும், அவன் முன் நிழலாடும். எல்லா பாவங்களும், துன்பங்களும், துக்கங்களும், எல்லா உள்நோக்கங்களும், எண்ணங்களும், செயல்களும் என எல்லாமே இயற்கை நியதியை மீற முடியாமல் நடைபெறுவதை உணர்வான். முழுமையான சுயகட்டுப்பாடு என்பது நல் அறிவின், பேர் இரக்கத்தின் அடையாளமாகும். தூய்மையான இதயத்தின் களங்கமில்லாத பார்வையால் மற்றவர்களை பார்கின்றவன் இரக்கத்துடன் அவர்களை காண்கிறான், அவன் தன்னில் ஒரு பகுதியையே காண்கிறான். தன்னிலிருந்து வேறுப்பட்ட ஒன்றை, தனக்கு தொடர்பில்லாத ஒன்றை, கறைப்படிந்த ஒன்றை காணாமல் தன்னையே காண்பது போல் காண்கிறான். தன்னைப் போலவே பாவங்களும், குற்றங்களும் செய்து, தன்னைப் போலவே துன்பத்தை, துக்கத்தை அனுபவித்து இருந்தாலும் அவர்களும்

தன்னைப் போலவே முழு நிம்மதியை அடைவார்கள் என்னும் ஞானத்தால் இளைபாறுகிறான்.

மெய்யறிவு கொண்ட உண்மையான நல்ல மனிதன் ஒருதலைபட்சமாகவோ பாகுபாடு காட்டுபவனாகவோ இருக்க மாட்டான். அவனது இரக்கம் எல்லோரையும் அரவணைக்கும். மற்றவர்களைக் கண்டிப்பதற்கும், எதிர்த்து நிற்பதற்கும் அவர்களிடத்தில் எந்த தீங்கையும் அவன் காணமாட்டான். ஆனால் அவர்கள் செய்யும் பாவச் செயல் அவர்களுக்கு இன்பமாக இருப்பதைக் காண்பான். அந்த பாவச் செயலின் காரணமாக அவர்களுக்கு நேர போகிற துன்பத்தையும் துக்கத்தையும் அவர்கள் அறிந்து கொள்ளாமல், புரிந்து கொள்ளாமல் இருப்பதை அவன் காண்பான்.

ஒரு மனிதனது மெய்யறிவு எந்த அளவு பரந்து இருக்கின்றதோ, அந்த அளவு தான் அவனது இரக்கமும் செல்ல முடியும். அதைக் கடந்து செல்ல முடியாது. அவன் உள்ளம் கருணையாகவும், கனிவாகவும் மாற மாற அவனது மெய்யறிவும் வளரும். ஒருவன் தன் இரக்க குணத்தைச் சுருக்கிக் கொள்வது என்பது அவனது இதயத்தை சுருக்கிக் கொள்வதாகும். அவன் வாழ்வை இருள் சூழ, கசப்புணர்வு உட்புக வழி செய்வதாகும். ஒருவன தன் இரக்க குணத்தை

அருள் பொழியும் நிழல் பாதைகள்

எங்கும் தவழ்ந்து பரவச் செய்யும் போது அவனது வாழ்வு ஒளிவீசும் மகிழ்ச்சியாக மாறுகின்றது. அவன் மற்றவர்களுக்கும் ஒளிவீசும் மகிழ்ச்சியான வாழ்விற்கு தெளிவாக வழியை காட்டுகிறான்.

இன்னொருவனுக்கு இரக்கத்தை வழங்குவது என்பது அவனை நமக்குள் ஏற்றுக் கொள்வதாகும். அவனோடு ஒன்றற கலப்பதாகும். தன்னலமற்ற அன்பு எந்த சுவடும் இல்லாமல் ஒன்றோடு ஒன்றாக கரைந்து விடும். எவனது இரக்கம் மனித இனம் அனைத்தையும், வாழும் எல்லா உயிர்களையும் அரவணைத்துத் தழுவுகின்றதோ அவன் அந்த எல்லாவற்றின் முழுமையில் தானும் ஒரு பகுதி என்று உணர்கிறான். எல்லையற்ற அன்பை செலுத்த, இயற்கை நியதிகளின் செயல்பாட்டை உணர, மெய்யறிவைப் பெற விழைகிறான். மனிதன் எந்த அளவிற்கு சுவர்கத்திலிருந்தும், நிம்மதியிலிருந்தும், உண்மையிலிருந்தும் விலக்கப்பட்டிருக்கிறான் என்றால் அவன் எந்த அளவிற்கு பிறர் மீது இரக்கம் செலுத்தாமல் இருக்கின்றானோ அந்த அளவிற்குத் தான். எங்கே அவனது இரக்கம் முடிவுறுகின்றதோ, அங்கே அவனை இருளும், சித்திரவதைகளும், துன்பங்களும் சூழ்கின்றன. காரணம், மற்றவர்களை நம் அன்பாலும் இரக்கத்தாலும் தழுவாமல் இருப்பது என்பது அன்பின்,

இரக்கத்தின் வாயிலாக கிடைக்கின்ற பேரளுளிலிருந்து நம்மை விலக்கிக் கொண்டு நான் என்ற குறுகிய இருண்ட சிறைக்குள் சென்று நம்மை அடைத்துக் கொள்வதாகும்.

எவன் சில நூறடிதூரம் இரக்கம் சுரக்காமல் நடந்து செல்கின்றானோ

அவன் தன் கல்லறைக்கே

அதற்கு அணியப்படும் உடைகளுடன் நடந்து செல்கிறான்.

எந்த அளவும் எல்லையும் வகுத்துக் கொள்ளாமல் ஒருவனது இரக்கம் சுரக்கும் போது தான் என்றும் நிலையான உண்மையின் ஒளி அவனைச் சூழும். எந்த பாகுபாடையும் பாராத அன்பில் தான் அளவில்லாத ஆனந்தத்தை அனுபவிக்க முடியும்.

இரக்கமே பேர் உவகையாகும். அதில் பரிசுத்தமான, மிக உயர்ந்த பேரருள் வெளிப்படுகின்றது. அது தெய்வீகமானது. இரக்கம் சுரப்பதால் ஏற்படும் ஒளி வெள்ளத்தில் ''நான்'' என்கிற அகம்பாவம் கொண்டிருந்த எல்லா இருண்ட எண்ணங்களும் தொலைந்து விடுகின்றன. ஆன்மீக உணர்வலைகளால் மற்றவர்களுடன் ஒன்றி மென்மையான பரிசுத்தமான மகிழ்ச்சி நிலை மட்டுமே மிஞ்சி நிற்கின்றது. ஒருவன் இரக்கத்தை கை விடும் போது அவன் வாழ்வையும்

கைவிடுகிறான். அவனது பார்வையும், அறிவும், உணர்வுகளும் மங்குகின்றன.

எந்த வித சுயநலமான உள்நோக்கங்களுமின்றி மற்றவர்களைக் காணும் போது தான் உண்மையில் இரக்கப்பட முடியும். இதைச் செய்பவன் மற்றவர்களை அவர்கள் உள்ளவாறே காண்கிறான். அவர்கள் செய்யக்கூடிய குற்றங்களை, பாவங்களை, அவர்களுக்கு ஏற்படுகின்ற மன இச்சைகளை, தூண்டுதல்களை, துக்கங்களை, அவர்களது நம்பிக்கைகளை, கருத்துக்களை, அவர்களால் சகித்துக் கொள்ளமுடியாத கருத்து மாறுபாடுகளை என அவர்கள் ஆன்மீக பாதையில் எது வரை கடந்து இருக்கிறார்களோ அந்த இடம் வரை சென்று அவர்களைக் காண்கிறான். அவர்களுக்கு நேர்ந்த அனுபவங்களை உணர்கிறான். அவர்களது தற்போதைய நிலையில் அவர்கள் செயல்படுகின்ற விதத்தை விட வேறு எதையும் செய்ய முடியாது என்று உணர்கிறான். அவர்கள் கொண்டுள்ள தெளிந்த அறிவின் அளவோ அல்லது அறியாமையின் அளவோ தான் அவர்களது எண்ணங்களையும், செயல்பாடுகளையும் தூண்டிவிட கூடியவை என்றும் காண்கிறான். அவர்கள் கண்மூடித்தனமாகவோ முட்டாள்தனமாகவோ நடந்துக் கொள்ளும் போதும் அவர்களது அறிவும் அனுபவமும் இன்னும் பக்குவப்படவில்லை.

சே.அருணாசலம்

தெளிந்த மன நிலையையும், மெய்யறிவையும் அவர்கள் பெற பெறவே அவர்களால் சிறந்த படி நடந்து கொள்ள முடியும். அத்தகைய வளர்ச்சி ஏற்படுவதற்கு தகுந்த அறிவுரைகளும், அவ்வகையான அறிவுரைகளை வாழ்வில் நடைமுறைப்படுத்துபவர்களின் நல் உதாரணங்களும் உதவக் கூடும் என்றாலும் அதை இயற்கைக்கு பொருந்தாமல் அவர்கள் மேல் திணிக்க முடியாது. அன்பின் மலர்களும் மெய்யறிவின் மலர்களும் மலர்வதற்கு காலம் தேவைப்படுகிறது. முட்டாள்தனத்தின், காழ்ப்புணர்வின் பட்டுப்போன கிளைகளை ஒரே அடியாக வெட்டி விட முடியாது.

இத்தகைய வளர்ச்சியை பெறும் மனிதன் அவன் சந்திக்கும் மற்றவர்களின் உள் உலகத்திற்குள் நுழைவதற்கான வாசல் கதவை கண்டு அதை திறந்து உள்நுழைந்து யாரும் அறியாத அவர்களின் அந்த புனித இடத்தில் வசிக்கிறான். அங்கே வெறுப்பதற்கோ தூற்றுவதற்கோ கண்டனம் செய்வதற்கோ எதையும் அவன் காணவில்லை. மாறாக அங்கு அவன் காண்பவைகளுக்கு அன்பும் கனிவுமே தேவை என்று எண்ணுகிறான். அவர்கள் மேல் அன்பையும், இரக்கத்தையும், பொறுமையையும் செலுத்துவதற்கு தன் இதயத்தில் இடம் இருப்பதையும் காண்கிறான்.

அருள் பொழியும் நிழல் பாதைகள்

அவன் அவர்களை தன்னிலிருந்து வேறாகப் பிரித்து பார்க்கவில்லை. அவர்களை தன் இன்னொரு பாகமாகவே பார்க்கிறான். அவர்களது குண இயல்புகளும் தன்னுடைய குண இயல்புகளை போன்றதே, சில திருத்தங்களிலும் படிநிலைகளிலும் மட்டுமே வேறுபடுகின்றன. மற்ற வகைகளில் ஒன்று தான் என்று ஒற்றுமை காண்கிறான். அவர்களின் செயல்பாடுகளில் குற்றங்களும், பாவங்களும் நிறைந்து இருந்தால் அவன் தன்னுள் அவ்வகையான குற்றங்களின்/பாவங்களின் சுவடைக் காண்கிறான். அவை ஒருவேளை கட்டுப்படுத்தப்பட்ட நிலையிலோ அல்லது ஒரு அளவு தூய்மைபடுத்தப்பட்ட நிலையிலோ இருக்கலாம். அவர்களிடம் புனிதமான, தெய்வீக குணங்கள் வெளிப்படுகின்றன என்றால், அவையும் தன்னுள் இருப்பதைக் காண்கிறான். ஆனால் அது குறைந்த அளவிலோ இன்னும் வளர்ச்சி பெற வேண்டிய நிலையிலோ இருப்பதைக் காண்கிறான்.

இயற்கையின் ஒரு தழுவல்

முழு உலகையும் உறவாக்கும்.

ஒருவனது பாவம் என்பது எல்லோருக்குள்ளும் இருக்கும் பாவமே. ஒருவனது நற்குணம் என்பதும் எல்லோருக்குள்ளும் இருக்கும் நற்குணமே. எவன்

சே.அருணாசலம்

ஒருவனும் இன்னொருவனிடமிருந்து பிரிக்கப்பட்டவன் அல்ல. இயற்கையான குணங்களில் எந்த மாறுதலும் இல்லை. அந்த குணங்களின் அளவுகள் தான் மாறுபடுகின்றன. ஒருவன் தன் உயர்ந்த நற்குணங்களின் காரணமாக மற்றவர்களை விட வேறுபட்டவன் என எண்ணினால் அது தவறாகும். அவன் இருளில், மாயையில் மூழ்கி கிடக்கிறான். மனிதக்குலம் என்பது ஒன்றே. இரக்கம் என்னும் புனித நிழலில் பாவியும் புனிதனும் சந்தித்து இணைகிறார்கள்.

இயேசுவை பற்றி கூறப்படுகின்றது, அவர் மொத்த உலகின் பாவங்களையும் தன் மேல் ஏற்றுக்கொண்டார் என்று. அதன் பொருள், தனக்கும் அந்த பாவங்களை செய்தவர்களுக்கும் எந்த தொடர்பும் இல்லை என்று அவர் தன்னை விலக்கி வைத்துக் கொள்ளவில்லை. தனக்குள்ளும் அவர்களை போன்ற குணம் இருக்கின்றது என்று மனிதக்குலத்தோடு தன்னை ஒன்றுபடுத்திக் கொண்டார். தங்களுடைய பெரும் பாவச்செயல்களின் காரணமாக மற்றவர்களால் விலக்கி, ஒதுக்கப்பட்டவர்களிடமும் நெஞ்சை தொடும் பேரிரக்கத்தை வழங்கினார்.

இரக்கம் எனப்படுவது, மேலும் யாருக்கு அதிகம் தேவைப்படுகிறது? புனிதனுக்கோ மெய்யறிவுக் கொண்ட ஞானிக்கோ, தெளிந்த அறிவுக் கொண்டவனுக்கோ அது தேவைப்படவில்லை.

பாவம் செய்பவனுக்கும், மெய்யறிவு பெறாதவனுக்கும் தெளிந்த அறிவு இல்லாதவனுக்கும் தான் அது அதிகம் தேவைப்படுகிறது. பாவத்தின் அளவு பெரியதாக இருக்கும்போது இன்னும் அதிகம் தேவைப்படுகிறது.

''நான் நல்வழியில் இருப்பவர்களை அழைப்பதற்கு வரவில்லை

தீங்கு இழைப்பவர்கள் மனம் திருந்தவே வந்திருக்கிறேன்''

என்பது மனித இனத்தின் தேவைகளை அறிந்தவரது கூற்று. நல்லவன், உங்கள் இரக்கத்தின் தேவையின்றி இருக்கிறான். தான் செய்யும் பாவங்களின் காரணத்தால் நெடுங்காலம் அல்லல் படவேண்டிய துன்பத்தையும் வேதனையையும் தனக்கு ஏற்படுத்திக் கொள்ளும் தீங்கிழைப்பவனுக்குத் தான் இரக்கத்தின் தேவை அதிகமிருக்கிறது.

வெட்கப்படாமல், தலை குனியாமல் தவறுகள் செய்பவன் அவனைப் போன்றே ஒத்த மனநிலையில் உள்ளவர்களால் கண்டனம் செய்யபடுகிறான், தூற்றப்படுகிறான், ஒதுக்கப்படுகிறான். கண்டனம் செய்பவர்கள் ஒருவேளை, அப்பொழுது அவ்வகையான குற்றங்களை புரியாமல் இருக்கலாம். இரக்கம்

சே.அருணாசலம்

சுரக்காமல் இதயம் இறுகுவதும் கண்டனங்களால் ஆர்ப்பரிப்பதும் புரிந்து கொள்ளும் தன்மை இல்லாதவர்களிடம் பொதுவாக நிகழும் ஒன்றாகும். இந்த புரிந்து கொள்ளும் தன்மை இல்லாமல் ஒருவன் பாவங்களில் மூழ்கி இருக்கும் போது அதே போன்று பாவங்களில் மூழ்கி இருக்கும் மற்றவர்களை அவன் கண்டனம் செய்வான். அவனது பாவத்தின் தன்மையும் அளவும் கொடியதாகவும், அதிகமாகவும் இருக்கும் போது அவனது கண்டனங்களும் கடுமையாக இருக்கும். தன்னுடைய பாவங்களுக்கு வருந்த ஆரம்பிக்கும் போது தான் அவற்றை விட்டு மேல் எழுந்து புரிந்து கொள்ளும் தன்மை, தூய்மை என்னும் தெளிவான வெளிச்சத்திற்கு அவன் வருகிறான். அதன் பின்பே அவன் கண்டனம் செய்வதை கைவிட்டு அவர்கள் மேல் இரக்கப்பட கற்றுக் கொள்கிறான். பாவத்தில் மூழ்கி கிடப்பவர்கள் ஒருவர் மீது ஒருவர் உணர்ச்சி கொந்தளிப்பால் தொடர்ந்து கண்டனங்கள் செய்து கொள்வது என்பது எந்த இடத்திலும் எல்லா காலத்திலும் செயல்படும் இயற்கை நியதியின் கட்டளையாகும். பாவங்கள் செய்து கண்டனத்திற்கு உள்ளாகுபவன் தன்னுடைய பாவங்களால் தான் கண்டனத்திற்கு உள்ளாகிறான் என ஏற்றுக்கொண்டு, பிறரை கண்டிப்பதை விடுத்து தன்னை திருத்திக் கொள்ள முனைந்தால் மிக விரைவில் உயர்ந்த உள்ளத்தையும் வாழ்வையும் பெறுவான்.

அருள் பொழியும் நிழல் பாதைகள்

உண்மையான மெய்யறிவும் நற்குணமும் கொண்ட மனிதன் யாரையும் கண்டனம் செய்ய மாட்டான். கண்மூடித்தனமான உணர்ச்சிகளையும் சுயநலத்தையும் அவன் கைவிட்டுள்ளதால் அன்பும் அமைதியும் தவழும் சாந்த நிலைகளில் வாழ்கிறான். எல்லா வகையான பாவங்களையும் அந்த பாவங்களை நிழல் போல் தொடரும் துன்பங்களையும் துக்கங்களையும் குறித்து அவனுக்குத் தெரியும். மெய்யறிவோடும், விழிப்புணர்வோடும் சுயநல கண்ணோட்டத்திலிருந்து விடுபட்டு மனிதர்களை உள்ளவாறே காண்பதால், அவனது இதயம் எல்லோருடனும் இரக்கம் கலந்து தொடர்பு கொள்கிறது. எவராவது அவனை கண்டனம் செய்தாலும் அவனை பற்றி இல்லாத ஒன்றை அவதூறாக பரப்பினாலும் அவனது நற்பெயருக்கு களங்கம் ஏற்படுத்தும் விதமாக புறங்கூறினாலும் அவர்களையும் அன்போடு தன் இரக்கத்தால் பாதுகாக்கிறான். அவர்கள் அவ்வாறு நடந்துக் கொள்வதற்கு காரணமான அவர்களது அறியாமையை காண்கிறான். அவர்களது அந்தத் தீய செயல்களுக்கு அவர்கள் மட்டுமே துன்புறுவார்கள் என்பதையும் அறிகிறான்.

உங்களை இப்பொழுது யார் கண்டனம் செய்கிறார்களோ அவர்கள் மீது இரக்கம் செலுத்த கற்றுக் கொள்ளுங்கள். நீங்கள் இப்பொழுது யாரை

சே.அருணாசலம்

கண்டனம் செய்கிறீர்களோ அவர்கள் மேல் அன்பாக இருக்க கற்றுக் கொள்ளுங்கள். சுயக் கட்டுப்பாடின் மூலமாகவும் மெய்யறிவையும் வளர்த்துக் கொண்டவாறு இதை நீங்கள் செய்ய வேண்டும். உங்களை கண்டிக்கும் அவர்களைக் கடிந்து நோக்காமல் உங்களை நீங்கள் உள் நோக்கிப் பாருங்கள். ஒரு வேளை அங்கே, கல்லாக இறுகிய, இரக்கமற்ற தவறான எண்ணங்களைக் கண்டறிந்தால், உங்களை நீங்களே கண்டனம் செய்துக் கொள்வீர்கள்.

பொதுவாக இரக்கம் என்று கூறப்படுவது எல்லாம் தனிப்பட்ட பாசமே. நம் மீது அன்பு செலுத்துபவர்கள் மீது நாமும் அன்பு செலுத்த விளைவது மனித இயல்பு. நம் மீது அன்பு செலுத்தாதவர்கள் மீதும் நாம் அன்பு செலுத்துவதே தெய்வீகமான இரக்கமாகும்.

துன்பங்களும் வேதனைகளும் இருக்கின்ற காரணத்தால் இரக்கம் தேவைப்படுகிறது. துன்பத்தால் துவளாத உயிர்களே இல்லை. துன்பப்பட்டுள்ள காரணத்தால் இரக்கம் சுரக்கின்றது. ஒரு வருடத்திலோ, ஒரு வாழ்விலோ, ஒரு யுகத்திலோ ஏற்படும் துன்பங்களால் கூட மனித இதயமானது பரிசுத்தமாகி கனிந்து உருகிவிடுவதில்லை. பல பிறவிகளில், பல யுகங்களில் எண்ணில் அடங்காத அளவு வாட்டி வதைத்த வலிகளும் வேதனைகளும்,

அருள் பொழியும் நிழல் பாதைகள்

துன்பங்களும் அளித்த அனுபவத்தால் மனிதனது உள்ளமும் மனமும் பண்படுகின்றது. அதன் விளைவாக மெய்யறிவையும் மாறாத அன்பையும் அறுவடை செய்கிறான். அதன் பின்பே அவனுக்கு புரிந்து கொள்ளும் தன்மை ஏற்படுகிறது. அந்த புரிந்து கொள்ளும் தன்மை ஏற்பட்ட பின் அவன் இரக்கப்படுகிறான்.

இயற்கை நியதிகளை அறியாமையின் காரணமாக மீறுவதே துன்பத்திற்குக் காரணமாகும். அத்தகையத் தவறுகளைப் பலமுறை புரிந்து அதன் காரணமாக பல முறை அதன் துன்ப விளைவுகளை அனுபவித்து இயற்கை விதியின் செயல்பாட்டை பற்றிய அறிவு ஏற்படுகிறது. ஒழுக்கத்தின் உயர்நிலைகளும் ஞானமும் எட்டப்படுகிறது. அப்பொழுது தான் களங்கமற்ற குறைகளற்ற இரக்கம் என்னும் மலர் மலர்கின்றது.

இரக்கத்தின் ஒரு கூறு என்னவென்றால், துன்பத்தில் தவிப்பவர்களுக்கும் வேதனையில் துடிப்பவர்களுக்கும் மனம் இரங்குவது ஆகும். அவ்வாறு மனம் இரங்கி அவர்களை அந்த நிலையிலிருந்து மீட்க விரும்பி முயற்சிப்பதும் அல்லது அவ்வாறு முடியாத போது அவர்கள் அத்துன்பங்களை தாங்கிக் கொள்ள உதவுவதுமாகும். இந்த தெய்வீகக் குணம் உலகத்திற்கு மிகவும் தேவைப்படுகிறது.

சே.அருணாசலம்

இரக்கம் தரும்போது எளியோர் உலகம் மென்மையாகும்

வலியோர் உலகம் மேன்மையாகும்.

ஆனால், எல்லா வகையான இறுகியக் குணத்தையும், அன்பில்லாமையையும், குற்றம் சாட்டுதலையும், பழி சுமத்துதலையும், கோபதாபங்களையும் களைந்த பின்பே அத்தகைய இரக்க குணத்தை வளர்த்துக் கொள்ள முடியும். யார் ஒருவன், இன்னொருவன் அவன் செய்த பாவத்திற்கு துன்புறுவதைக் கண்டு தன் மனதை இறுக்கி "அவனுக்கு அது சரியான தண்டனை" என்று எண்ணுகிறானோ அவனால் பிறருக்காக இரங்க முடியாது. காயங்களை ஆற்றும் இரக்கத்தின் குளிர்ச்சியான களிம்பையும் தடவ முடியாது. எப்பொழுது எல்லாம் ஒரு மனிதன், இன்னொரு உயிரின் மேல்(அது ஒரு வாயில்லாத ஜீவனாகக் கூட இருக்கட்டும்) கொடூரமாக நடந்து கொள்கிறானோ, அல்லது தர வேண்டிய இரக்கத்தைத் தர மறுக்கிறானோ, அப்பொழுது எல்லாம் அவன் தன்னை தாழ்த்திக் கொள்கிறான். தன் மீது பேரருளின் சூழலை விலக்குகிறான், துன்பப்படத் தன்னை தயார் படுத்திக் கொள்கிறான்.

இரக்கத்தின் இன்னொரு கூறு என்னவென்றால், நம்மை விட வெற்றிகரமாக வாழ்பவர்களின் வெற்றியில் மகிழ்வது, அவர்களது வெற்றியை

அருள் பொழியும் நிழல் பாதைகள்

நமது வெற்றியை போலவே நினைத்துக் கொண்டாடுவது. எவன் ஒருவன் பொறாமை, பகைமை எண்ணங்கள், தீய நோக்கங்கள் போன்றவை எதுவுமின்றி தன்னை எதிரியாக நினைப்பவர்களின் வெற்றிச் செய்தியைக் கேட்டு மகிழ்கிறானோ அவன் உண்மையில் பேரருள் பெற்றவன்.

நம்மை விட பலவீனமான, நம்மைவிட தற்காத்துக் கொள்ளும் வலிமை குறைவான நிலையில் உள்ள உயிர்களுக்கு பாதுகாப்பு நாடுவது இந்த தெய்வீகமான இரக்கம் வெளிப்படும் இன்னொரு கூறாகும். வாயில்லா ஜீவனின் கூக்குரல் அழைப்பது ஆழமான இரக்கத்தைத் தான். வலிமையான ஒன்றின் பெருமை என்பது ஒன்றை அழிக்கக்கூடிய அதன் பலத்தில் அல்ல, ஒன்றை பாதுகாக்க கூடிய அதன் பலத்தில் தான் உறைகின்றது. பலவீனமானவைகளை அழிப்பதில் அல்ல, பாதுகாப்பதில் தான் உண்மையான வாழ்வு அடங்கி இருக்கிறது.

"எல்லா உயிர்களும் ஒன்றை ஒன்று சார்ந்த உறவுகளே".

படிநிலைகளில் மிக அடிமட்டத்தில் உள்ள உயிரினத்திற்கும் மிக உயர்நிலையில் உள்ள உயிரினத்திற்கும் இடையில் உள்ள இடைவெளி

என்பது அவற்றின் அறிவு மற்றும் வலிமை தான் (ஓரறிவு, ஈரறிவு, ஆறறிவு...) நாம் பாதுகாப்பையம் இரக்கத்தையும் இன்னொரு உயிருக்கு வழங்கும் போது, என்றும் உடன் இருக்கும் வாழ்வின் புனிதத்தை வெளிப்படுத்துகிறோம், பேரானந்தத்தை பன்மடங்காக்குகிறோம். நாம் எண்ணிப் பார்க்காமல், கொடூரமாக ஏதாவது தீங்கிழைத்தால் நம்முடைய வாழ்வு புனிதமாவதை தடுக்கும் ஒரு திரை விழுகின்றது. வாழ்வில் மகிழ்ச்சியும் மெல்ல மடிகிறது. ஒரு உயிரின் உடம்பிற்கு உணவு இன்னொரு உயிரின் உடம்பே. ஒரு உணர்ச்சிக்கு வடிகால் இன்னொரு உணர்ச்சியே. ஆனால் மனிதனின் புனிதத் தன்மையை நிலைநாட்டுவதும், நீடிக்கச் செய்வதும் வளர துணை புரிவதும் கனிவு, அன்பு, இரக்கம் மற்றும் தூய தன்னலமற்ற செயல்பாடுகளே.

பிறர் மீது இரக்கத்தை வழங்குவதால், நாம் நம்முள் உள்ள இரக்கத்தை வளர்த்துக் கொள்கிறோம். வழங்கப்பட்ட இரக்கம் என்றும் வீணாவது இல்லை. மிகக் கொடிய உயிரினமும் கூட சுவர்கத்தை போன்ற அதன் தழுவலுக்கு இனிய மறுமொழியையே பதிலாக வழங்கும். இரக்கம் என்பது எல்லா உயிர்களும் புரிந்து கொள்ளும் புவி அனைத்துக்குமான ஒரு பொது மொழி.

இது சில காலம் முன்பு (1904 க்கு முன்பு , இங்கிலாந்தில்) பல்வேறு கொடிய குற்றங்கள்

புரிந்து, அந்த குற்றங்களுக்கு தண்டனையாக பல ஆண்டுகள் கடுங்காவல் சிறை தண்டனை விதிக்கப்பட்ட ஒரு கைதியின் வாழ்வில் நடந்த உண்மை கதை. குற்றவாளியான அவன் மிகக் கொடூரமானவனாக கருதப்பட்டு அவன் மேல் நம்பிக்கைக் கொள்ள எவருமின்றி ஒதுக்கப்பட்டு இருந்தான். சிறைக் காவலர்களும் அவனை கட்டளை இட வேண்டிய அவர்களது பணிக்காக அவனைப் பார்த்து அஞ்சினார்கள். அப்படிப்பட்டவன் ஒரு நாள் ஒரு சுண்டெலியை பிடித்துவிட்டான். தன்னை போலவே வேட்டையாடப்பட்ட அதன் நிலையை, பலவீனமான, பயந்திருந்த, உதவிக்கு யாருமற்ற அதன் நிலை அவனுக்கு அதன் மீது ஒரு அனுதாபத்தை ஏற்படுத்தியது. செய்த பல குற்றங்களால் இதயம் இறுகிப் போய், மனிதர்களால் இரக்கத்தின் சுவடைக் கூட அறிய முடியாத அவனது இதயத்திற்குள் இரக்கம் சுரக்க ஆரம்பித்தது.

அவன் அந்தச் சுண்டெலியை தன் சிறை கதவின் அறையில் ஒரு பழைய ஷு ஒன்றின் உள் பாதுகாப்பாக வைத்துக் கொண்டான். அதற்கு உணவு ஊட்டி, கொஞ்சி, தடவி அவன் அன்பை வழங்கினான். பலவீனமான ஒன்றிற்கு அவன் வழங்கிய அன்பு, வலிமை மிகுந்தவைகளின் மேல் அவன் கொண்டிருந்த வெறுப்பை மறக்கச் செய்து

விட்டது. அவனது கைகளும் உள்ளமும் சக மனிதர்களுக்கு எதிராக இப்பொழுது நீளவில்லை. அவன் கட்டுக்கு அடங்காமல் இருந்த நிலை மாறி மிக ஒழுக்கமாக நடந்து கொள்வது சிறைக் காவல் அதிகாரிகளுக்கு ஆச்சிரியம் கலந்த புதிராக இருந்தது. கொடிய குற்றவாளியான அவன் சொல்வதை கேட்கும் அன்பான குழந்தையைப் போல் நடந்து கொள்வது ஒரு அதிசயத்திற்கு நிகராகத் தோன்றியது. அவனது முகபாவ வெளிப்பாடுகளும் மாறிவிட்டன. முன்பு கடுகடுப்பாக தோன்றிய அவனது முகத்தில் இப்பொழுது ஒரு புன்னகை தவழ ஆரம்பித்தது. கோப அம்புகள் பாயும் அவனது கண்களில் ஒரு மென்மையான, ஆழமான, கனிவான ஒளி பொங்கியது. குற்றவாளியாக இருந்த அவன், காப்பாற்றப்பட்டு விட்டான். அவன் மனம் திருந்த, மனிதத் தன்மை அவனுள் திரும்ப புகுந்தது. பாதுகாப்பற்ற ஓர் உயிருக்கு அவன் வழங்கிய அடைக்கலமும் இரக்கமும் புனிதப் பாதையில் அவன் உறுதியாக அடி எடுத்து வைத்து முன்னேற செய்துவிட்டது. அவன் விடுதலை ஆகும்போது தன்னுடன் அந்த சுண்டெலியை அழைத்து சென்றுவிட்டான். இவை எல்லாம் அந்த சிறை காவல் அதிகாரிகளுக்கு பின்பு தெரிவிக்கப்பட்டது.

இவ்வாறு வழங்கப்படும் இரக்கத்தால் நம்முள் இன்னும் அதிகமாக இரக்கம் சுரக்கும். அது

அருள் பொழியும் நிழல் பாதைகள்

வாழ்வை வளமாக, பயனுள்ளதாக மாற்றும். இரக்கத்தை வழங்கினால் நாம் அருளை பெற்றதை போல். இரக்கத்தை வழங்க மறுத்தால் நாம் அருளை இழந்தது போல. எந்த அளவிற்கு ஒருவன் இரக்கத்தை வளர்த்துக் கொள்கிறானோ, அந்த அளவிற்கு அவன் பேரருள் நிறைந்த சரியான வாழ்வை வாழ நெருங்குகிறான். எவனது இதயம் மிகக் கனிந்து உருகி அதன் இனிய நிலையை எந்த இறுக்கமான, கசப்பான, கொடிய எண்ணங்களும் உட்புகுந்த மாற்ற முடியவில்லையோ அவன் உண்மையில் வளமான பேரருள் பெற்றவன் ஆவான்.

சே.அருணாசலம்

7. மன்னிக்கும் தன்மை

மற்றவர்களை கண்மூடித்தனமாக விமர்சிப்பதால் ஏற்படுகின்ற பயனில்லாத வீணான மன உறுத்தலையும் வலியையும் மனிதர்கள் புரிந்து கொண்டால்,

பிறரது இதய உணர்வுகளை இரக்கமற்று புண்படுத்துவதன் விளைவையும் உணர்ந்து கொண்டால்

மன காயங்களை ஆற்றும் மருந்தாகக் கனிவான வார்த்தைகளையும் உணர்வுகளையும் அவர்கள் வழங்குவார்கள்.

அன்பும், இரக்கமும் பழி வாங்குவதை விட எப்போதும் சிறந்தது.

---ஷேக்ஸ்பியர்.

அருள் பொழியும் நிழல் பாதைகள்

மனக் காயங்களை நினைவில் வைத்துக் கொண்டே இருப்பது, ஆன்மீக இருளாகும். கோபத்தை ஊட்டி வளர்ப்பது ஆன்மீக தற்கொலையாகும். மனம் இரங்கி மன்னிப்பை பெறுவதும் வழங்குவதுமே மெய்யறிவின் ஆரம்பமாகும். அது தான் நிம்மதியின், மகிழ்ச்சியின் ஆரம்பமும் கூட. தவறுகளையும், புறக்கணிப்புக்களையும், மன காயங்களையும் எண்ணி மனதில் உழன்று கொண்டே இருப்பவனுக்கு ஓய்வும் இல்லை. தனக்கு அவமானம், அநீதி இழைக்கப்பட்டதாகக் கருதி, தன் எதிரியின் மீது சதி திட்டம் தீட்டிக்கொண்டே இருப்பவன் அமைதியான மனதை அறியவே மாட்டான்.

தீய எண்ண அலைகள் சுழலும் இதயத்தில் மகிழ்ச்சி எப்படி வசிக்க முடியும்? தீ பற்றி எரியும் மரத்தில் பறவைகள் கூடுகட்டி வாழ்ந்து இன்னிசையைப் பாடமுடியுமா? கோப நெருப்பு எரியும் இதயத்தில் மகிழ்ச்சியும் தங்க முடியாது. முட்டாள்தனம் கோலோச்சும் இடத்தில் மெய்யறிவு உட்புக முடியாது.

மன்னிப்பின் உயர்மாண்பில் ஈடுபடாதவர்களுக்கே பழிக்கு பழி வாங்குவது இனிமையாக இருக்கும். ஆனால் மன்னிப்பின் இன்சுவையை உணர்ந்து கொள்ளும் போது தான் பழி வாங்குவதன் சுவை எவ்வளவு கசப்பானது என்று புரியும். வெறுப்புணர்வில் தீவிரமாக ஈடுபடுபவர்களுக்குப்

சே.அருணாசலம்

பழி வாங்குவதே மகிழ்ச்சிக்கான பாதையாகத் தோன்றும். ஆனால் வெறுப்புணர்வின் வன்முறையை விலக்கும் போது, மன்னிப்பின் மென்மையான வழிமுறைகளைத் தழுவும் போது தான், பழிவாங்குவது எந்த அளவு துன்பத்திற்கு அழைத்துச் செல்கிறது என்பது தெளிவாகும்.

பழி வாங்கும் உணர்வு என்பது மனதின் நற்செயல்பாடுகளை முடக்கும் ஒரு நச்சுக் கிருமியாகும். அது ஆன்மீக இருப்பை விஷமாக்கி விடுகின்றது. கொந்தளிக்கும் கோபம் என்பது மனதின் ஆக்க சக்திகளை எல்லாம் எரித்து விடும் ஒரு மனகாய்ச்சலாகும். வன்முறையைக் கையில் எடுப்பது நல் ஒழுக்கத்தில் பலவீனமாக இருப்பதைக் காட்டுகிறது. அது அன்பும் நல்லெண்ணமும் பரவுவதைத் தடுக்கின்றது. ஆண்களும் பெண்களும் இவ்வகைத் தீங்குகளிலிருந்து விடுபட வேண்டும். மன்னிக்கும் தன்மையற்ற, வெறுப்பை உமிழும் இதயம் என்பது துன்பத்தின், துக்கத்தின் ஊற்றாகும். அவற்றை இதயத்திற்குள் உட்புக அனுமதித்து ஊக்குவிப்பவன், அவற்றிலிருந்து மீளாமல் கைவிடாது இருப்பவன், பெருமளவு பேரருளை இழக்கின்றான். மெய்யறிவை சிறிதளவு பெறும் வாய்ப்பையும் இழக்கின்றான். இதயம் கல்போல் இறுகி இருப்பது என்பது பெரும் துன்பம் ஆகும். ஒளியையும், நல்வாழ்வையும் வரவழைக்க

முடியாமல் இருப்பதாகும். இதயம் மலர்போல் மெல்லிதழ்களாக இருப்பது பேரின்பமாகும். ஒளியையும், நல்வாழ்வையும் வரவழைப்பதாகும். மன்னிக்கும் தன்மையற்றவர்களும், இறுகிய இதயம் கொண்டவர்களும் தான் அதிகமாகத் துன்பப்படுகிறார்கள் என்று கூறினால் பலருக்கும் ஆச்சிரியமாக இருக்கும். ஆனால் அது சந்தேகத்திற்கு இடமளிக்காத உண்மையாகும். காரணம் ஒன்றை ஒன்று ஈர்க்கும் என்ற விதியின் அடிப்படையில் மற்றவர்களின் வெறுப்பைத் தங்கள் மீது ஈர்த்துக் கொள்கிறார்கள் என்பது மட்டும் அல்ல, அவர்களது அந்த இறுகிய இதயமே துன்பங்களைத் தொடர்ந்து ஏற்படுத்தும் ஒன்றாக விளங்குகிறது. சக மனிதனுக்கு எதிராகத் தன் இதயத்தை இறுகியதாக்கிக் கொள்ளும் ஒவ்வொரு முறையும் மனிதன் தன் மீது இந்த ஐந்து வகையான துன்பங்களை ஏற்படுத்திக்கொள்கிறான். அவை

- அன்பை இழப்பதால் வரும் துன்பம்

- நல்லுறவு, நட்பு இன்பமாகக் கூடி வாழ்வதை இழப்பதால் வரும் துன்பம்

- குழப்பமான மனதால் வரும் துன்பம்

- ஆணவ அகம்பாவ உணர்வுகள் பாதிக்கப்படுவதாக எண்ணுவதால் வரும் துன்பம்.

- மற்றவர்கள் வழங்கும் தண்டனையால் வரும் துன்பம்.

மன்னிப்பை வழங்க மறுக்கும் ஒவ்வொரு முறையும் தன்னை நோக்கி இந்த ஐந்து வகைத் துன்பங்களையும் ஒருவன் வரவழைத்துக் கொள்கிறான். ஆனால் மன்னிப்பை வழங்கும் ஒவ்வொரு முறையும் ஐந்து வகையான பேரருள் நிலைகள் தன்னைத் தேடி வரும் படி செய்கிறான்.

- அன்பின் பேரருள்

- நல்லுறவு, நட்பு இணக்கமாகக் கூடி வாழ்வது ஆகியவற்றால் ஏற்படும் பேரருள்

- அமைதியான, நிம்மதியான மனதால் ஏற்படும் பேரருள்

-ஆணவ அகம்பாவ உணர்வுகள் கட்டுப் படுத்தப்பட்டு மீள்வதால் ஏற்படும் பேரருள்.

- மற்றவர்கள் பொழியும் அன்பு, நல்லெண்ணம் என்னும் பேரருள்.

மன்னிக்கும் பெருமனதும், பேருள்ளமும் இல்லாத காரணத்தால் தகிக்கும் சூட்டில் தவிக்கும் சித்திரவதையைப் போல் எவ்வளவோ மக்கள் இன்று தவிக்கிறார்கள். மன்னிப்பு வழங்காத மனதை முயற்சி செய்து கைவிடும் போது தான் அவர்கள் இத்தனை காலமும் எத்தகைய

அருள் பொழியும் நிழல் பாதைகள்

கொடுமையான எஜமானனின் கட்டளைக்கு அடிபணிந்திருந்தார்கள் என்று உணர்வார்கள். மன்னிக்காத மனம் என்னும் எஜமானனை கைவிட்டு மன்னிக்கும் மனம் என்னும் எஜமானனுக்குக் கீழ்ப்படியும் போது தான் – ஒன்று எவ்வளவு கொடுமையானது, மற்றொன்று எவ்வளவு இனிமையானது என்று புரியும்.

உலகின் துன்பங்களை மனிதன் ஆழமாக நினைத்துப் பார்க்கட்டும். மனிதர்கள் தனித் தனியாகவும், பிரிவு பிரிவுகளாகவும் மாறி தமக்குள்ளும், அண்டை வீடுகள் மீதும், அண்டை நாடுகள் மீதும் ஒருவர் மீது ஒருவர் போராட்டமும் பதில் தாக்குதலும் தொடுத்த வண்ணம் எப்படி வாழ்கிறார்கள் என்று யோசித்துப் பார்க்கட்டும். அதன் விளைவாக வரும் மன வருத்தங்களை, சோக கண்ணீர் துளிகளை, நெஞ்சில் தாங்க முடியாத பாரத்தைச் சுமத்தும் பிரிவுகளை, தவறாகப் புரிந்துக் கொள்ளப்படுவதை, இரத்தமும் சிந்தப்படுவதை, அதன் காரணமாக ஏற்படும் சொல்ல எண்ணா துயர்கள் போன்றவற்றை மனிதன் உள்ளத்தில் ஆழமாக எண்ணிப் பார்க்கட்டும். எண்ணிப் பார்த்தால், பின்பு ஒரு போதும் மனக் கசப்பை விதைக்கும் இழிவான எண்ணங்களை எண்ண மாட்டான். அடுத்தவர்களின் செயல்களைக் கண்டு வன்முறையைக் கையில் எடுக்கமாட்டான்.

சே.அருணாசலம்

மன்னிக்கும் தன்மையுடன் எல்லா உயிர்களையும் காண்பான்.

"ஒவ்வொரு உயிரின் மீதும், நல் எண்ணத்தோடு வாழுங்கள்,

இரக்கமின்மையும், பேராசையும், கோபமும் இறந்து போகட்டும்.

தழுவும் இளம் தென்றல் போல் உங்கள் வாழ்வு சிறக்கட்டும்."

ஒரு மனிதன் பதில் தாக்குதலைக் கைவிட்டு மன்னிப்பின் வழியைப் பற்றும் போது இருட்டிலிருந்து வெளிச்சத்திற்கு வருகிறான். மன்னிக்க மறுக்கும் தன்மை என்பது அறியாமையும் இருளும் ஆகும். தெளிந்த அறிவையோ, மெய்யறிவையோ பெற்றவர்கள் அந்த அறியாமை இருளுக்குள் இறங்க மாட்டார்கள். ஆனால் அதை விட்டு மேல் எழுந்து வரும் வரை, சிறந்த ஒன்றைப் பின்பற்றும் வரை அந்த அறியாமை இருள் எத்தகைய அடர்த்தியான இருள் என்று ஒருவனால் உணர்ந்துக் கொள்ள முடியாது. மனிதனது இருள் படிந்த பாவம் இழைக்க விழையும் எண்ணங்களும் தூண்டுதல்களுமே அவனுடைய கண்களை மறைக்கின்றன. அவற்றால் அவன் தன்னைத் தானே ஏமாற்றிக் கொள்கிறான். மன்னிக்க மறுக்கும் தன்மையை அவன் கைவிடுகிறான் என்றால் அவன்

ஆணவத்தைக் கைவிடுகிறான். தன் வெறித்தனத்தைக் கைவிடுகிறான். ஆழ வேரூன்றியிருக்கும் தான் என்ற முக்கியத்துவத்தைக் கைவிடுகிறான். அகம்பாவத்தைக் காப்பாற்றிக் கொள்ளவும், தற்காத்துக் கொள்ளவும் தேவையின்றி இருக்கிறான். இதை அவன் செய்யும் போது உயர்வாழ்வும், பரந்த ஞானமும் தூய மெய்யறிவும் அவற்றின் முழு அழகோடும், ஒளியோடும் வெளிப்படுகிறது. இது வரை இவற்றை அவனது ஆணவ, அகங்காரம் என்னும் திரையே முழுவதுமாக மறைத்துக் கொண்டிருந்தது.

இதற்கு அடுத்ததாக சிறிய வகைச் சண்டைகள், அவ மதிப்புகள், ஏளனங்கள் போன்றவைகள். ஆழப் பதிந்துள்ள வன்மம், வெறுப்பு, பழி வாங்குவது போன்று இவை அந்த அளவு கொடிய பாவங்கள் இல்லை என்றாலும், இவற்றால் ஒருவனது குணம் கீழே சரிகின்றது. உள்ளம் சிக்கல்களான எண்ணங்களால் பின்னப்பட்டுத் தளர்ச்சியடைகின்றது. தான் என்ற அகம்பாவம், தன் முக்கியத்துவம் என்ற தற்பெருமை, வெற்று ஆரவாரம் என்னும் பாவங்களே இதற்குக் காரணமாகும். தான் என்னும் மமதையில், தன் போலித் தன்மையை உண்மை என்று நம்பும் மாயவலையில் விழுபவன் தன்னைக் குறித்த மற்றவர்களின் செயல்களிலும்,

சே.அருணாசலம்

மனோபாவங்களிலும் தொடர்ந்து ஏதோ ஒன்றைக் கண்டு எதிர் நடவடிக்கை எடுக்கக் காத்திருக்கிறான். அந்த மாயையில் அதிகமாகச் சிக்கிக் கொள்பவன் நடக்காத தவறை நடந்ததாகக் கற்பனை செய்து அதை மிகைப்படுத்தியும் கொள்வான். மேலும், சிறுசிறு மனக்கசப்புகளுடன் தொடர்ந்து வாழ்வது வெறுப்பு வேரூன்ற வழி வகுக்கும். இன்னும் அதிகச் சுய மாயையில், இருளில், துன்பத்தில் படிப்படியாக அழைத்துச் சென்று விடும்.

வன்முறையை நீங்கள் கையில் எடுக்காதீர்கள். அவ்வாறு எடுக்காமல் இருக்க வேண்டும் என்றால் உங்கள் உணர்வுகள் காயம் பட அனுமதிக்காதீர்கள் (அல்லது) ஆணவ அகம்பாவத்திலிருந்து விடுபடுங்கள்.

வன்முறையை அடுத்தவர்கள் கையில் எடுக்க காரணமாகி விடாதீர்கள். அப்படி என்றால் பரந்த உள்ளத்தோடு கனிவாக மன்னிக்கும் குணத்தோடு எல்லோரிடமும் நடந்து கொள்ளுங்கள் (அல்லது) மற்றவர்களது உணர்வுகளைக் காயப்படுத்தாதீர்கள்.

ஆணவத்தையும், தற்பெருமை எண்ணங்களையும் வேரோடு மண்ணாகக் களைந்து எறிவது என்பது மிகக் கடினமான செயல் தான் என்றாலும் அது ஆசிர்வதிக்கப்பட்ட அரும் பெரும் செயல். அந்தச் செயலை நிறைவேற்ற வேண்டும் என்றால் ஒருவன் தன் எண்ணங்களை, செயல்களைக் கூர்ந்து

அருள் பொழியும் நிழல் பாதைகள்

கவனித்துப் புரிந்து கொள்ள வேண்டும். வெறுப்பும், காழ்ப்புணர்வும் உள்ளே புகமுடியா வண்ணம் தொடர்ந்து பரிசுத்தப்படுத்திக் கொண்டவாறு இருக்க வேண்டும். ஆணவத்திலிருந்தும், தற்பெருமை எண்ணங்களிலிருந்தும் எந்த அளவிற்கு விடுபட்டு மீண்டு வருகிறானோ அந்த அளவிற்கு மன்னிப்பு என்னும் மலர் அவனுள் மலர்கின்றது.

வன்முறையை ஏற்றுக் கொள்ளாமல் இருப்பதும், வன்முறையில் ஈடுபடாமல் இருப்பதும் எப்போதும் ஒன்றாகவே செல்லும். ஒருவன் மற்றவர்களது செயல் பாடுகளினால் கடும் சீற்றத்திற்கு உள்ளாகாமல் இருப்பதால் அவர்களுக்குரிய பாதுகாப்பை, அன்பை ஏற்கெனவே அவன் வழங்கிவிட்டான். தன்னைக்காட்டிலும் அவர்களை, தனது பாதுகாப்பை விட அவர்களது பாதுகாப்பைக் கருதுகிறான். அத்தகைய மனிதன் தன்னுடைய எல்லாச் சொல்லிலும், செயலிலும் கனிவாகவே இருப்பான். மற்றவர்களிடம் இருக்கும் அன்பையும், கனிவையும், மேல் எழச் செய்வான். அவர்களிடையே தீய எண்ணங்கள், வெறிச் செயல்களைத் தூண்டிவிட மாட்டான். தன்னைக் குறித்த பிறரது செயல்களைக் கண்டும், அவன் அஞ்ச மாட்டான். எவன் யாருக்கும் தீங்கு விளைவிக்கவில்லையோ, அவன் யாருக்கும் அச்சப்படவும் மாட்டான். ஆனால் மன்னிக்கும்

சே.அருணாசலம்

தன்மையற்ற மனிதன், தனக்கு ஏற்பட்டதாகக் கருதும் உண்மையான அல்லது கற்பனையான அவமதிப்பிற்கோ, காயத்திற்கோ பதிலடி வழங்க மிக ஆவலாகக் காத்திருப்பான். தன்னைப் பற்றியே முதலில் கருதுபவன் மற்றவர்களைக் கனிவோடு கருத மாட்டான். எதிரிகளைத் தொடர்ந்து உருவாக்கிக் கொண்டே இருப்பான். அவன் மற்றவர்களைத் தாக்க நினைப்பது போல மற்றவர்களும் அவனைத் தாக்கிவிடுவார்களோ என்ற அச்சத்திலேயே அவன் வாழ்வான். பிறருக்குத் தீங்கு விளைவிக்க எண்ணுபவன் பிறரை கண்டு அஞ்சுவான்.

"வெறுப்பு என்றுமே, பதிலுக்கு வெறுப்பதால் முடிவுக்கு வந்தது இல்லை.

வெறுப்பு அன்பால் தான் என்றுமே முடிவுக்கு வந்துள்ளது."

பழங்கால இந்தியாவில் குரு ஒருவர் தன் சீடர்கள் மனதில் இந்தப் பேருண்மையைப் பதிய வைக்க இளவரசன் திர்காயுவை பற்றிய அழகான கதை ஒன்றைக் கூறுவார். அந்தக் கதை பின்வருமாறு:

பிரம்மதத்தன் என்பவன் காசியை ஆளும் வலிமை மிகுந்த மன்னன் ஆவான். சிறிய நாடான கோசலை நாட்டைத் தன் நாடோடு இணைத்துக் கொள்ள அதை ஆளும் திரிகேதியின் மீது அவன் போர் தொடுத்தான். பிரம்மதத்தனின் பெரும் படையை

எதிர்த்துப் போர் புரிவது முடியாத காரியம் என்று உணர்ந்த திரிகேதி தன் நாட்டை விட்டுத் தலைமறைவானான். எதிரிகள் அவன் நாட்டைக் கைப்பற்றிக் கொண்டனர். சிறிது காலத்திற்கு மாறு வேடத்திலேயே ஓர் இடத்திலிருந்து மற்றொரு இடத்திற்குச் சென்று கொண்டு இருந்தான் திரிகேதி. இறுதியில் ஒரு கைவினை கலைஞனின் குடிலில் தன் அரசியுடன் தஞ்சம் புகுந்தான். அரசி ஓர் ஆண் குழந்தையை ஈன்றெடுத்தாள். அவர்கள், அவனைத் திர்காயு என்று அழைத்தனர்.

இப்பொழுது மன்னன் பிரம்மதத்தனோ, தலைமறைவு ஆகி விட்ட திரிகேதியை கண்டு பிடித்துக் கொன்று விடத் துடித்துக் கொண்டு இருந்தான். "அவனது நாட்டை அபகரித்துக் கொண்டதால் என்னைப் பழி வாங்க மறைந்திருந்து சதி செய்து என்றாவது ஒரு நாள் என்னைக் கொன்று விடுவான், அதற்கு முன்பு நான் அவனைக் கொன்றுவிட வேண்டும்" என்றிருந்தான்.

ஆனால் பல ஆண்டுகள் கடந்து விட்டன. திரிகேதியோ தன் மகனை நல்ல முறையில் வளர்த்து ஆளாக்கத் தன்னை அர்ப்பணித்துக் கொண்டான். அவன் மகனும் கல்வியையும், கலைகளையும் கண்ணும் கருத்துமாகக் கற்று சிறந்து விளங்கினான்.

சிறிது காலத்தில் திரிகேதியை பற்றிய இரகசியம் மெல்லக் கசிய ஆரம்பித்தது. பிரம்மதத்தன் இதை அறிந்து, தன் குடும்பத்தின் மூவரையும் கொன்று விடுவானோ எனத் திரிகேதி அஞ்சினான். தன் மகனின் பாதுகாப்பைக் பெரிதாகக் கருதியதால் அவனைத் தன்னை விட்டு பிரிந்து செல்லுமாறு பணித்தான். விரைவிலேயே திரிகேதியும் அவனது மனைவியும் பிரம்மதத்தனால் கண்டுபிடிக்கப்பட்டு கொல்லப்பட்டார்கள்.

இப்பொழுது பிரம்மதத்தன் நினைத்தான், ”நான் திரிகேதியிடமிருந்தும் அவன் மனைவியிடமிருந்தும் விடுபட்டுவிட்டேன். ஆனால் இளவரசன் திர்காயு இன்னும் வாழ்ந்துக் கொண்டு தான் இருக்கிறான். அவன் என்னைக் கொல்ல ஏதாவது சதி திட்டம் தீட்டுவான். அவனைப் பற்றி அறிந்தவர்கள் யாரும் இல்லை. அவன் யார் என்று கண்டுபிடிப்பதற்கு வழியும் இல்லை” எனப் மன்னன் பிரம்மதத்தன் மிகுந்த அச்சத்துடனும், மனக் கலக்கத்துடனும் வாழ்ந்து வந்தான்.

திர்காயு தன் தாய் தந்தையின் மரணத்திற்குப் பின், வேறு ஒரு பெயரை வைத்துக் கொண்டு மன்னன் பிரம்மதத்தனின் யானை தொழுவத்திலேயே பணிக்கு அமர்ந்தான். யானைகளின் தலைமை பாகன் அவனுக்கு வேலைகளை வழங்கினான்.

திர்காயு வெகு சீக்கிரமே எல்லோரின் அன்பிற்கும் உரியவன் ஆனான். அவனது ஆற்றல்களும் திறமைகளும் இறுதியில் மன்னனின் கவனத்திற்குக் கொண்டு செல்லப்பட்டன. திர்காயு, மன்னனைக் காண்பதற்கு அழைத்து வரப்பட்டான். திர்காயுவை கண்ட உடனேயே மன்னனுக்கு அவனை மிகவும் பிடித்துப் போகத் தன் அரண்மனையிலேயே அவனுக்கு வேலையை வழங்கினான். திர்காயுவும் அந்தப் பொறுப்புகளைத் திறமையாக, சரியாக நிறைவேற்ற மிக நம்பிக்கைக்குரிய பொறுப்பு ஒன்றில் தனது கீழ் மன்ன்ன் அவனை வைத்துக் கொண்டான்.

ஒரு நாள் தனது வீரர்களின் ஒரு பிரிவை அழைத்துக் கொண்டு மன்னன் காட்டிற்கு வேட்டையாடச் சென்றான். அப்போது அவன் மற்ற எல்லா வீரர்களையும் பிரிந்து தனியே சென்று விட்டான். திர்காயு மட்டுமே அவனுடன் இருந்தான். மன்னனும் களைப்பில் சோர்ந்து திர்காயுவின் மடியில் தலையை வைத்துப் படுத்து உறங்கினான்.

அப்பொழுது திர்காயு நினைத்தான், ”மன்னன் எனக்குப் பெரும் தீங்கு இழைத்து உள்ளான். என் தந்தையின் நாட்டை அபகரித்து உள்ளான்.என் தாய், தந்தையைக் கொன்று இருக்கிறான். இப்பொழுது அவன் என் முழுக் கட்டுப்பாட்டில் இருக்கிறான்”. பிரம்மதத்தனை கொல்ல எண்ணி தன் வாளை உருவினான். ஆனால் பழி

வாங்குவதை விட மன்னிப்பதே எப்போதும் சிறந்தது என அவன் தந்தை அவனுக்குக் கற்றுக் கொடுத்ததை நினைத்துப் பார்த்து தன் வாளை மீண்டும் உறையில் வைத்துக் கொண்டான்.

நிம்மதியான தூக்கமின்றி மன்னனும் ஒருவாறு விழித்து எழுந்தான். மன்னன் ஏன் மிகவும் அச்சத்துடன் காணப்படுவதாகத் திர்க்காயு வினவினான். அதற்கு மன்னன், ”என் தூக்கம் எப்போதும் நிம்மதியற்றே இருக்கிறது. நான் திர்காயுவின் பிடியில் இருப்பதாக, அவன் என்னைக் கொன்று விடத் துடிப்பதாக அடிக்கடி எனக்குக் கனவு வருகிறது. முன்பு எப்போதும் இருந்ததை விட இப்பொழுது இங்கு ஓய்வு எடுத்துக் கொண்டு இருந்தபோது மிக அதிக அதிர்வுடன் அந்தக் கனவு எனக்கு வந்து திகிலையும் பயத்தையும் அளித்தது” என்றான்.

அவன் தான் திர்காயு என்பதை அறியாத மன்னனிடம் திர்காயு தன் வாளை உருவி ”நான் தான் இளவரசன் திர்காயு, நீங்கள் இப்பொழுது என் கட்டளைக்குக் கீழ் இருக்கிறீர்கள். பழி தீர்ப்பதற்கான நேரம் வந்துவிட்டது” என்றான்.

மன்னன் அவன் காலில் அடிபணிந்து அவனிடம் உயிர்ப் பிச்சை வேண்டினான். அப்போது திர்காயு ”மன்னனே, நீங்கள் தான் எனக்கு உயிர் பிச்சை வழங்க வேண்டும். பல ஆண்டுகளாக நீங்கள் தான்

அருள் பொழியும் நிழல் பாதைகள்

என்னைக் கொல்வதற்காகத் தேடிக் கொண்டு இருக்கிறீர்கள். இப்பொழுது நான் உங்கள் கண் முன் இருக்கிறேன். என்னை உயிரோடு விடும்படி கேட்கிறேன்" என்றான்.

அந்த நொடியே பிரம்மதத்தனும் திர்காயுவும் ஒருவருக்கு ஒருவர் உயிரை தானமாக வழங்கிக் கொண்டார்கள். இருவரும் ஆரத் தழுவிக் கொண்டு இனி ஒருவரை ஒருவர் தாக்கி கொள்ளக் கூடாது என்று உறுதி ஏற்றார்கள். திர்காயுவின் சிறந்த மன்னிக்கும் குணத்தால் மன்னனின் உயர் குணங்கள் மேல் எழுந்தன. அவன் தன் மகளைத் திர்காயுவிற்கு மணமுடித்து அவன் பறித்துக்கொண்ட அவன் தந்தையின் இராஜ்ஜியத்தை அவனிடமே ஒப்படைத்து விட்டான்.

இவ்வாறு வெறுப்பு என்பது பதிலுக்கு வெறுப்பதால் அல்ல, மன்னிப்பதாலயே முடிவுக்கு வருகிறது, பழிக்குப் பழி என்பதை விட மிக அதிகம் உணர்த்தக் கூடியது மன்னிப்பு என்ற மிக அழகான இனிமையான ஒன்று. மன்னிப்பு என்பது தனக்காக எதையும் வேண்டாத தெய்வீக அன்பின் ஆரம்பமாகும். மன்னிக்க முயற்சி செய்து அந்தக் குணத்தை வளர்த்துக் கொள்பவன் இறுதியில் அது பரிசாகத் தரும் பேரருள் நிலையை உணர்ந்து கொள்வான். அந்தப் பேரருள் நிலையில் ஆணவத்தின், தற்பெருமையின், காழ்ப்புணர்வின், பதில் தாக்குதல்களின் வெப்பம் எல்லாம் தணிந்து

அணைக்கப்பட்டு இருக்கும். நல்லுறவும் நிம்மதியும் குறைவின்றி நிலைத்திருக்கும். அந்த சாந்தமான நிலையில், அமைதியான ஆனந்தத்தில் இனி தேவையில்லை என்ற காரணத்தால் மன்னிப்பு என்பது கூட மறைந்துவிடும். அந்த நிலையை அடைந்தவன் மற்றவர்களைக் கண்டு வெறுப்பதற்கு எந்தத் தீங்கையும் அவர்களிடம் காண மாட்டான். அவன் காண்பது எல்லாம் அவர்களை மூழ்கடித்துள்ள அறியாமைகளையும், மாயத் தோற்றங்களுக்கு மயங்குவதையுமே. அவற்றை அவன் வெறுக்கவும், பதில் தாக்குதல் நடத்தவும், வன்முறைகளில் ஈடுபடத் தூண்டிவிடும் மனநிலைகள் இருந்தால் தான் அதைத் தடுக்க மன்னிப்பு அவனுக்குத் தேவைப்படுகிறது. அது எதுவும் இல்லாத காரணத்தால் மன்னிப்பின் தேவையின்றி அவன் அவர்கள் மேல் இரக்கம் கொள்கிறான். எல்லாவற்றையும் பொதுவாகப் பாவித்து அன்பை வழங்குவதே வாழ்வின் நீதி. அந்த நிலையே வாழ்வின் மற்ற குறைகளைச் சரி செய்யும். மன்னிப்பு என்பது தெய்வீக அன்பு என்னும் குறைகளற்ற கோயிலின் வாயில் கதவுகளில் ஒன்று.

8. தீங்கில்லாத உலகை காண்பது

இந்தப் பிரபஞ்சம் அன்பிற்குக் கட்டுப்பட்டுள்ளது.

அதன் கண்கள் துணியால் மூடப்பட்டு இருந்தாலும் அது இலக்கின் மீது வைத்த குறி தப்பாது.

விளங்கி கொள்ள இயலாத வகையில்

நன்மை, தீமைக்கு இடையேயான முடிச்சுக்களை அவிழ்க்கிறது

---எமர்சன்

சே.அருணாசலம்

நீங்கள் தீங்கை எண்ணி இருந்தீர்கள் என்றால்

உங்கள் செயலில் தீங்கின் நிழல் கறையாகப் படிந்திருக்கும்.

நீங்கள் சிறந்ததை எண்ணி இருந்தீர்கள் என்றால்

உங்கள் செயலும் சிறந்ததாக, உண்மையானதாக, தூய்மையானதாக இருக்கும்.

--கன்பூஷியஸ் ற்குப் பின்

மன்னிக்கும் குணத்தைக் கடைப்பிடித்து, மன்னிக்கும் தன்மையை ஓரளவு வளர்த்துக் கொண்ட பிறகு நன்மை, தீமை பற்றிய தெளிவு ஒருவன் உள்ளத்தில் உருவாகியிருக்கும். எண்ணங்களும் உள் நோக்கங்களும் உள்ளத்தில் எவ்வாறு உருவெடுக்கின்றன, எவ்வாறு வளர்கின்றன, எவ்வாறு செயல்களாகப் பிறப்பெடுக்கின்றன என்று மனிதன் உணர ஆரம்பிப்பான். இனி மனக்கண்ணில் விரியும் காட்சிகளின் புதியத் தன்மை-, சிறந்த, உயர்ந்த, தெய்வீக வாழ்வு தொடங்கிவிட்டதைக் குறிக்கும். தன்னைக் குறித்த பிறரது செயல்களைத் தடுப்பதும்

அருள் பொழியும் நிழல் பாதைகள்

வெறுப்பதும் வீண் வேலை, அவை எப்படிப்பட்ட செயல்களாக இருந்தாலும் சரி, அந்தச் செயல்களை அவன் வெறுப்பதற்கு முதல் காரணம் தன்னுள் இருக்கும் அறியாமை தான், தன் உள் மனதில் இருக்கும் கசப்புணர்வு தான் என்று புரிந்து கொள்கிறான். இந்தளவு அவன் மனம் பக்குவப்பட்டபின் அவன் தனக்குத் தானே கேட்டுக் கொள்கிறான்;-எதற்கு இதுபோன்று தொடரும் பதிலடிகளும் மன்னிப்புகளும்? ஏன் இன்னொருவன் மேல் வெறியூட்டும் கோபமும் பின்பு வருந்துவதும் மன்னிப்பதும்? மன்னிப்பு என்பது என்ன? இன்னொருவன் மேல் உள்ள கோபத்தை, வெறுப்பை அவன் மேல் செலுத்தாமல் திரும்பப் பெறுவது தானே, கோபமும் வெறுப்பும் நன்மையானவையே, தேவையானவையே என்னும் போது பின்பு ஏன் வருத்தப்பட வேண்டும்? கைவிடவேண்டும்? கசப்புணர்வுகளைக் கைவிட்டு முழுமையாக மன்னிக்கும் போது ஏற்படும் இனிமையும், நிம்மதியும் இவ்வளவு அழகாக இருக்கின்றதே, ஒரு வேளைப் பிறர் மீது கசப்புணர்வே உருவாகவில்லை என்றால், கோபத்தை அறியாது இருந்தால், பிறர் செயல்களைப் பார்த்து வெறி ஏற்படாமல் இருந்தால், கசப்புணர்வும், கோபமும், வெறியும் ஏற்படும் மனநிலைக்குப் பதிலாக மன்னிக்கும் போதும், வெறுப்பைக் கைவிடும்போதும் அனுபவிக்கும் தூய்மையான, சாந்தமான,

சே.அருணாசலம்

ஆனந்தமான பேரன்பு நிலையில் என்றும் வாழ்ந்தால் அது எவ்வளவு பேரழகாக இருக்கும்? இன்னொருவன் எனக்குத் தவறு செய்துவிட்டான், நான் அவன் மேல் கொள்ளும் வெறுப்பும் தவறானது தானே. ஒரு தவறு இன்னொரு தவறைச் சரி செய்துவிடுமா? மேலும், அவன் எனக்குச் செய்த தவறால் அவன் என்னை உண்மையிலேயே காயப்படுத்தி விட்டானா அல்லது அவன் தன்னைத் தானே காயப்படுத்திக் கொண்டுள்ளானா? நான் செய்யும் தவறுகள் தானே என்னை அதிகம் காயப்படுத்துகின்றன இன்னொருவன் செய்த தவறை விட? பின்பு, என்னுள் நான் ஏன் கோபத்தை வளர்த்துக் கொள்ள வேண்டும்? நான் ஏன் வெறுக்கும் எண்ணங்களிலும், கசப்பான எண்ணங்களிலும் பதில் தாக்குதல்களிலும் ஈடுபட வேண்டும்? என்னுடைய ஆணவம் சீண்டப்பட்டதால், என்னுடைய வீண் தற்பெருமை காயப்படுத்தப்பட்டதால், என்னுடைய சுயநலம் பாதிக்கப்பட்டதால் எனக்குக் கோபமும் வெறுப்பும் உண்டாகி பதில் தாக்குதல்களில் ஈடுபடுகிறேன். என்னுள் எழுந்துள்ள கண்மூடித்தனமான மிருக வெறியிடம் என் மேன்மையான குணங்களை அடக்குவதற்கு அனுமதி கொடுத்தது தானே காரணம்? மற்றவர்கள் என் மேல் கொள்ளும் மனோபாவத்தால் நான் பாதிக்கப்படுவதன் காரணம் என் ஆணவம் அல்லது என் தற்பெருமை அல்லது எனது கட்டுப்படுத்தப்படாத தூய்மையற்ற

அருள் பொழியும் நிழல் பாதைகள்

உணர்வுகள் என்று பார்க்கும் போது நான் என்னுள் இருக்கும் தவறை தானே முதலில் சரி செய்து கொள்ள வேண்டும். ஆனவத்திலிருந்தும், தற்பெருமையிலிருந்தும், வெறிஉணர்விலிருந்தும் விடுபட்டுவிட்டால் மற்றவர்கள் மனோபாவம் என்னைக் காயப்படுத்த முடியாதே?

வெறி உணர்வுகள் அற்ற செயல்பாடுகளிலிருந்து சிறிது விலகி, மென்மையான எண்ணங்களின் வெளிச்சத்தில் சுயபரிசோதனைக்குத் தன்னை உட்படுத்திக் கொள்ளும் போது படிப்படியாக வெறி உணர்வுகளில் இருந்து இன்னும் மீள்கிறான். வெறி உணர்வுகள் பிறக்க காரணமாக இருக்கும் அறியாமையிலிருந்தும் மேல் எழுகிறான். பிறரிடம் தீங்கைக் காண முடியாத பேரருள் நிலையை, அன்பும் நிம்மதியும் உலகு அனைத்திற்குமான நல்லெண்ணங்களும் அவனுள் உறையும் நிலையை இறுதியில் எட்டுகிறான். முட்டாள்தனங்களும், அறியாமைகளும் இனி அவன் கண்களுக்கு புலப்படாது என்று பொருள் கொள்ள வேண்டாம்; துன்பத்தையும், வேதனையையும், துயரத்தையும் இனி அவன் காணவே மாட்டான் என்று பொருள் கொள்ள வேண்டாம்; எது சரி, எது தவறு, எது தூய்மையானது, எது தூய்மையற்றது என்று அறிந்துக் கொள்ள முடியாதவன் ஆகிவிட்டான் என்று பொருள் கொள்ள வேண்டாம்; காழ்ப்புணர்வையும் வெறி உணர்வையும் அவன்

சே.அருணாசலம்

விலக்கி உள்ளதால் நடப்பவற்றை அவன் அறிவின் தெளிவான முழு வெளிச்சத்தில் உள்ளபடியே காண்கிறான். எந்தத் தீங்கின் ஆற்றலையோ, தனக்குத் தீமை ஏற்படுத்தக் கூடிய ஒன்றையோ, அதிலிருந்து தன்னைத் தற்காத்துக் கொள்ள, வெறியோடு அதை எதிர்த்து முறியடிக்க வேண்டும் என்று எதையும் காணமாட்டான். தீங்கை நன்றாகப் புரிந்து கொண்டு அதைத் தன் உள்ளத்திலிருந்து தூக்கி எறிந்து உள்ளதால் அவன் காணும் அந்த ஒன்று அவனுள் எந்த அச்சத்தையும் ஏற்படுத்தவில்லை. வெறுப்பையோ, காழ்ப்புணர்வையோ தூண்டிவிடவில்லை. மாறாக அன்பையும் இரக்கத்தையும் வழங்கிப் பரந்த மனதைக் கடைப்பிடிக்க முன் வர வேண்டும் என்று அவனை அழைக்கிறது.

ஷேக்ஸ்பியர் தான் வடிவமைத்த ஒரு பாத்திரத்தின் வாயிலாகச் சொல்கிறார், "அறிவின்மையைத் தவிர வேறு எந்த இருட்டும் இல்லை" என்று. எல்லாத் தீங்கும் அறியாமையே, மனம் அடர்ந்த இருளில் மூழ்கி இருக்கும் நிலையே அது. அந்த இருளில் இருந்து மீண்டு ஒளிக்குள் வருவதே பாவத்தில் இருந்து மீள்வதாகும். இருட்டு என்பது வெளிச்சம் இல்லாத இடம் அல்லது வெளிச்சத்தை ஏற்க மறுப்பதாகும் என்பதைப் போலத் தீமை என்பது நன்மையை ஏற்க மறுப்பதாகும். ஒன்றை ஏற்றுக் கொள்ள ஒருவன் மறுக்கும் போது அதற்காகக்

கோபப்படுவதில், வெறுப்பை உமிழ்வதில் என்ன இருக்கிறது? உலகின் இரவு நேரத்தில் யாராவது முட்டாள்தனமாக இருட்டை எதிர்க்க வேண்டும் என்று நினைப்பார்களா? அது போலவே, மெய்யறிவு பெற்ற மனிதனும், பிறர் உள்ளத்தில் இருக்கும் அறியாமை இருளை எதிர்க்கவோ கண்டிக்கவோ மாட்டான். ஆனால் ஒளி இருக்கும் இடத்தை அவன் வாழ்கின்ற வாழ்வால் மென்மையாக அவர்களுக்கு விளங்க வைக்க முயற்சி செய்வான்.

இங்கே குறிப்பிடப்படும் தீமை என்பது அல்லது தீங்கின் ஊற்றுக்கண் என்பது இரண்டு வகையானது. முதலாவது நன்மை தீமையைப் பற்றி அறிவில்லாமல், வேறு வழி தெரியாமல் தவறை அறியாமல் செய்வது. அடுத்தது தவறு என்று அறிந்தும் செய்யக் கூடாது என்று தெரிந்தும் தவறை செய்வது. தெரிந்து செய்வது, தெரியாமல் செய்வது, இரண்டிற்குமே அந்தத் தவறைப் பற்றிய முழு அறிவில்லாமையாலும், அந்தத் தவறின் விளைவாக வரக்கூடிய துன்பத்தைப் பற்றிய அறிவில்லாமையுமே காரணமாகும்.

சிலவற்றைச் செய்யக் கூடாது என உணர்ந்தும் ஒருவன் ஏன் அவற்றைத் தொடர்ந்து செய்கிறான்? தான் செய்வது தவறு என்பது அறிந்த பின் அறியாமை என்பது எங்கே இருக்கின்றது?

சே.அருணாசலம்

தவறு என்று தெரிந்தும் ஒருவன் தொடர்ந்து ஒன்றைச் செய்கிறான் என்றால் அதைக் குறித்த முழுமையான அறிவு இன்னும் அவனை எட்டவில்லை. அவன் அந்தத் தவறை செய்யக் கூடாது என்பதைச் சில வகையான வெளிக் கோட்பாடுகளால், உள்உணர்வின் உறுத்தலால் தான் அறிகிறான். தான் செய்யும் அந்தத் தவறைப் பற்றி முழுமையாக, தெளிவாக அறியவில்லை. சில வகையான செயல்களைச் செய்யும் போது உடனடி இன்பம் ஏற்படுவதைக் காண்கிறான். எனவே அவற்றை செய்யும் போது உள் மனதில் உறுத்தல் இருந்தாலும் அதைப் புறம் தள்ளி, அது தரும் இன்பத்தைக் கருதி அந்தச் செயலை தொடர்ந்து செய்கிறான். அந்தச் செயல் தரும் இன்பத்தில் எந்தத் தவறும் இல்லை. அதற்கு ஆசைப்பட வேண்டும். அதை அனுபவிக்க வேண்டும் என்று எண்ணுகிறான். இன்பமும் துன்பமும் அந்தச் செயலின் இரண்டு பக்கங்கள் என்பதை அறியாமல் இருக்கிறான். துன்பம் இல்லாமல் இன்பத்தை மட்டும் வைத்துக் கொள்ள முடியும் என்று எண்ணுகிறான். மனித செயல்களைக் கட்டுப்படுத்தும் விதிகளைப் பற்றிய அறிவு அவனிடம் இல்லை. தான் செய்யும் தவறுகளுக்கும் தான் அனுபவிக்கும் துன்பங்களுக்கும் தொடர்பு ஏதேனும் இருக்குமா என்று ஒரு போதும் எண்ண மாட்டான். ஆனால் மற்றவர்கள் செய்யும் தவறுகளே தன் துன்பத்திற்குக் காரணம் என்று

அருள் பொழியும் நிழல் பாதைகள்

உறுதியாக எண்ணுவான் அல்லது விதி வலியது, அதை மாற்ற முடியாது என்று இருந்து விடுவான். அவன் மகிழ்ச்சியைத் தேடுகிறான். அவன் செய்யும் செயல்கள் இன்பத்தை, கொண்டாட்டத்தை வழங்கும் என்று உறுதியாக நம்பித் தான் அவற்றில் ஈடுபடுகிறான். ஆனால் அந்தச் செயல்களின் விளைவாக வரக் கூடிய துன்பம் அந்த இன்பத்திற்குள் ஒளிந்திருப்பதை அறியாமல் இருக்கிறான்.

தீய பழக்கம் ஒன்றிற்கு அடிமையான ஒரு மனிதனுடன் உரையாடிக் கொண்டு இருந்த போது அவன் கூறினான். "இது தீயபழக்கம் என்று நான் அறிவேன். இது நன்மையை விடத் தீமையைத் தான் எனக்கு அதிகம் தருகிறது என்று எனக்குத் தெரியும்", பின்பு "ஏன் அதை விட முயற்சிக்காமல் தொடர்கிறார்கள்" என்ற போது அவன் அளித்த பதில் "அது இன்பமாக இருக்கிறது, நான் அதை விரும்புகிறேன்."

இந்த மனிதன், உண்மையில் அந்தப் பழக்கம் தீயது என்பதை உணர்ந்திருக்கவில்லை. அது ஒரு தீய பழக்கம் என்று பிறர் கூறக் கேட்டிருக்கிறான். அவன் அதைத் தீய பழக்கம் என்று அறிந்துக் கொண்டுவிட்டதாகக் கருதுகிறான். ஆனால் உண்மையில் அதை நன்மையானதாக, தனக்கு மகிழ்ச்சி அளிக்கக் கூடியதாகத் தான் கருதுகிறான். எனவே தொடர்ந்து கடைப்பிடிக்கிறான். ஒருவன்

சே.அருணாசலம்

அனுபவத்தின் வாயிலாக ஒன்றைத் தவறு, தீங்கு என்று தெரிந்துக் கொண்டுவிட்டால்; அதைச் செய்யும் ஒவ்வொரு முறையும் அவன் தன் உடலையோ அல்லது மனதையோ அல்லது இரண்டையும் பாழ்படுத்துகிறோம் என்னும் உணர்வு இருந்தால்; அந்தச் செயலைப் பற்றிய ஒரு முழுத் தெளிவும் அதன் விரும்பத்தகாத விளைவுகளைக் குறித்தும் அறிந்திருந்தால்; அவனால் அதற்கு மேல் அந்தச் செயலை தொடர முடியாது என்பது மட்டுமல்ல, அதன் மேல் அவனுக்கு ஆசை கூட ஏற்படாது, அதுவரை ஒரு இன்ப கிளர்ச்சியை வழங்கக் கூடிய ஒன்றாக இருந்தது, இப்பொழுது வலி மிகுந்ததாக மாறிவிட்டது. எந்த மனிதனும் விஷம் மிகுந்த பாம்பை அது வண்ண மயமாக இருக்கிறது என்று தன் சட்டைப் பையில் போட்டுக் கொள்வது கிடையாது. காரணம் அதன் அழகான உடலில் கொடிய விஷத்தை உமிழும் நாக்கு இருக்கிறது என்பதை அறிவான். அதைப் போலவே தன் தவறான எண்ணங்களிலும், செயல்களிலும் ஒளிந்திருக்கும் துன்பத்தையும் வலியையும் உணர்ந்துவிட்டால், அவன் அதை எண்ணவும் செயல்படுத்தவும் மாட்டான். பேராசையுடன் அவற்றை எண்ணும் போதும், செயல்படுத்தும் போதும் அவனுக்குக் கிடைத்த உடனடி இன்பம் கூட இப்பொழுது இல்லை. அதன் வெளிப்புற கவர்ச்சியும் மறைந்துவிட்டது. அறியாமை நீங்கி

அதன் உண்மை இயல்பை அறிந்துக் கொண்டு அதை உள்ளவாறு பார்க்கிறான்.

வியாபாரத்தில் ஈடுபட்டு இருக்கும் இளைஞன் ஒருவன். அவன் தேவாலயம் ஒன்றின் உறுப்பினரும் கூட. தன்னார்வமாகச் சமய போதனைகளை வழங்கும் பொறுப்பையும் அவன் ஏற்று இருந்தான். அவன் பொய்யும் ஏமாற்றுதலும் வியாபாரத்தில் நிச்சயமாகத் தேவை. இல்லையென்றால், வியாபாரம் அடியோடு படுத்துவிடும் என்றான். அது தவறு என்று தனக்குத் தெரியும், ஆனால் வியாபாரத்தில் இருக்கும் வரை; வேறு வழி இல்லை, கடைப்பிடிக்கத் தான் வேண்டும் என்றான். அவனுடன் உரையாடிக் கொண்டிருந்த போது மேலும் அறிந்து கொண்டது என்ன என்றால், அவன் உண்மையையும் நேர்மையையும் இதுவரை அவன் முயற்சி செய்தும் பார்க்கவில்லை என்று. அந்த மேலான சிறந்த வழியை முயற்சி செய்ய வேண்டும் என்று எண்ணக் கூட இல்லை. அவன் மிக உறுதியாக முடிவே கட்டிவிட்டான், அது ஒரு சிறந்த வழி அல்ல என்று. அதைக் கடைப்பிடித்தால் வியாபாரம் ஒழிந்துவிடுமா? இல்லையா? எனத் தெரிந்துக் கொள்ளும் வாய்ப்பும் இல்லாமல் இருக்கிறான். இப்பொழுது, இந்த இளைஞன் பொய் என்பது தீங்கானது என்று உண்மையிலேயே அறிந்துள்ளானா? அவன் கொள்கையளவில் அதை அறிந்திருக்கிறான். ஆனால் ஆழமான

சே.அருணாசலம்

கண்ணோட்டத்தில் பார்த்தால் அவன் பொய்யை தீங்கு என்று அறிந்திருக்கவில்லை. அவனிடம் பொய் என்பதைத் தீங்கானதாகக் கருத வேண்டும் என்று கற்றுக் கொடுக்கப்பட்டு இருக்கிறது. அவன் மனதிலும் பதிந்துவிட்டது, இருந்தும் அந்தப் பொய் அவனுக்கு ஆதாயத்தையும், மகிழ்ச்சியையும், செல்வத்தையும் கொடுக்கக் கூடியது என்றும், நேர்மை அவனுக்கு இழப்பையும், வறுமையையும், துன்பங்களையும் தான் கொடுக்கும் என்று நம்புகிறான். சுருக்கமாகச் சொன்னால், அவன் தன் உள்ளத்தின் அடி ஆழத்தில் பொய் தான் சரியான பாதை, நேர்மை தவறான பாதை என்று கருதுகிறான். பொய் எதை எல்லாம் செய்யக் கூடிய தன்மை வாய்ந்தது என்ற அறிவு அவனிடம் இல்லை. பொய்யை கூறும் மறு கனமே, ஒருவனது நற்குணங்களில் ஏற்படுகின்ற இழப்பை, தன்மானத்தில் ஏற்படுகின்ற இழப்பை, ஆற்றலில், ஆளுமையில் பயனுள்ளவனாக இருப்பதில் ஏற்படுகின்ற இழப்பை, பேரருளின் இழப்பை அவன் அறிந்திருக்கவில்லை. அது எப்படி அவனது மதிப்பு குறைய வழி வகைச் செய்யும், பின்பு பொருள் இழப்பும் செல்வமும் இழக்க வேண்டி வரும் என்று அறியவில்லை. அத்தகைய மனிதன் பிறரது மகிழ்ச்சியைக் கருத்தில் கொள்ள ஆரம்பித்து;- தான் ஆசைப்படுகின்ற பிறருக்கு உரிமையான ஒன்றை அபகரிப்பதை விட, தான் அஞ்சுகின்ற அந்த இழப்பை ஏற்றுக் கொள்வதே சரி என்று

அருள் பொழியும் நிழல் பாதைகள்

உணர்ந்து நேர்மை என்னும் அறநெறியைக் கடைப்பிடிக்கும் போது உண்மை அறிவு அவனுக்கு வரும். பொய்யின் அற்ப சுகங்களை விட நேர்மையின் பேரருளை அனுபவிப்பான். இத்தனை காலமும் மற்றவர்களை விடத் தன்னைத் தான் ஏமாற்றியும் வஞ்சித்தும் கொண்டு இருந்ததை, சுயமாயையில், இருண்ட அறியாமையில் வாழ்ந்ததை அவன் நினைத்துப் பார்ப்பான்.

எல்லாத் தீங்கும், பாவமும் அறியாமையின் நிலை தான் என்ற உண்மையை, அழியாத பேருண்மையைத் தேடுபவர்களுக்கு (ஆனால் சில பொழுது சந்தேகமும், குழப்பமும் அடைபவர்களுக்கு) சித்தரிக்கவே, பொதுவாக செய்யப்படும் இரண்டு தவறுகள் இங்கே எடுத்துக் காட்டப்பட்டதற்குக் காரணம். எனவே தீங்கையும், பாவங்களையும், வெறுப்புணர்வோடு அணுகாமல் உள்அன்போடு, இரக்கத்தோடு அணுக வேண்டும்.

தீய பழக்கங்களும், பொய் கூறுவதும் எப்படி அறியாமையால் செயல்படுத்தப்படுகிறதோ அப்படித் தான் மற்ற இச்சை, காழ்ப்புணர்வு, தூற்றுவது, பொறாமை, ஆணவம், தற்பெருமை, தன் முனைப்பு எனச் சுயநலத்தின் எல்லா வடிவங்களில் ஆன பாவங்களும் அறியாமையால் செயல்படுத்தப்படுகின்றன. அது மெய்யறிவை மறுத்து உண்மையின் ஒளி உள்ளத்தில் புக வழி

சே.அருணாசலம்

செய்யாமல் ஆன்மீக இருட்டில் வாழும் நிலையாகும்.

இவ்வாறு தன் உள்ளத்திலிருந்து தீங்குகளை விலக்கும் போது, தீங்கின் இயல்புகளை முழுதாக உணர்ந்துக் கொள்ளும் போது, வெறும் நம்பிக்கை உறைந்து கொண்டிருந்த இடத்தில் அனுபவத்தால் பெற்ற அறிவு வந்து குடிபுகும் போது, அந்தத் தீங்கை இனிமேலும் வெறுப்புடன் கண்டிக்க முடியாது. வன்முறையுடன் எதிர்க்க முடியாது. தீங்கு செய்பவன் மென்மையான இரக்கத்துடன் எண்ணப்படுகிறான்.

தீங்கின் இன்னொரு கூறு எது என்று விரிவாக ஆராய வேண்டும். ஒவ்வொரு மனிதனுக்கும் தன் செயல்களைத் தேர்ந்தெடுத்துக் கொள்ள உரிமையிருக்கிறது. அது தனி மனித உரிமை. மற்றவர்களது செயல்பாடுகளில் தீங்கை காண்பதற்குப் பல காரணங்கள் இருக்கலாம். அவற்றில் ஒரு காரணம் அவர்களையும் தன்னைப் போலவே மாற்ற வேண்டும் அல்லது அவர்களும் தன்னைப் போலவே சிந்திக்க வேண்டும், செயல்பட வேண்டும் என விரும்புவதாகும். பொதுவாக, மக்கள் அனைவரும் சிக்கி உழலும் மாயை ஒன்று எது என்றால், அது தாங்கள் நம்புவதும், எண்ணுவதும், செய்வதும் தான் சரி, மற்றவை எல்லாம் தீங்கானவை. எனவே அவற்றை ஆற்றலோடு கண்டிக்கவும், எதிர்க்கவும் வேண்டும்

அருள் பொழியும் நிழல் பாதைகள்

என்று. இந்த மாயையால் தான் எல்லா வகையான அடக்குமுறைகளும் கொடுமைக்கு உள்ளாவதும் நிகழ்கின்றன. கடவுளை மறுப்பவர்கள் அனைவரையும், கடவுளை நம்பாதவர்கள் அனைவரையும், தீங்கானவர்களாக- தீமைக்குத் துணை நிற்பவர்களாகக் கருதும் சில கிறிஸ்த்துவர்கள் இருக்கிறார்கள். எல்லா கிறிஸ்த்துவர்களும் தங்கள் பொய்யான கொள்கை, கோட்பாடுகளால், மூட நம்பிக்கைகளால் மனித இனத்திற்குத் தீங்கு விளைவிப்பதாகக் நினைக்கும் கடவுளை மறுப்பவர்கள் சிலர் இருக்கிறார்கள். உண்மை எது என்றால், தீங்கானவன் கிறிஸ்த்துவனும் அல்ல, கடவுள் மறுப்பாளனும் அல்ல. அவர்கள் தீமைக்குத் துணை நிற்பவர்களும் அல்ல. தங்களுக்கு உகந்த வழியை அவர்கள் தேர்ந்தெடுக்கிறார்கள். தங்களுக்குச் சரி என்று படுவதை அவர்கள் செய்கிறார்கள்.

பல்வேறு மதங்களைப் பின்பற்றுபவர்கள் உலகெங்கும் ஒருவரை ஒருவர் தீங்கானவர்கள், தவறானவர்கள் என்று கண்டனத்தில் ஈடுபடுகிறார்கள். தங்களை நல்லவர்கள், சரியானவர்கள் என்று கருதுகிறார்கள். இதை மனிதன் ஆழமாகவும் அமைதியாகவும் சிந்திக்கட்டும். எல்லாத் தீங்கும் வெறும் அறியாமை தான். ஆன்மீக ஒளி இல்லாமை தான் என்று விளங்கிக் கொள்ள அது உதவும். இந்த

சே.அருணாசலம்

நிகழ்வுகளை உளப்பூர்வமாக எண்ணி பார்த்துச் தியானித்தால் அவன் உள்ளத்தில் பேரிரக்கம் சுரக்கும். உள்ளுணர்வும் அன்பும் பெருகும். மனம் பரந்தது ஆகும்.

மெய்யறிவு பெற்ற நல்ல மனிதன் எல்லோரிடமும் நன்மையைக் காண்பான், தீங்கை எவரிடமும் காண மாட்டான். மற்றவர்களும் தன்னைப் போல் தான் சிந்தித்து செயல்பட வேண்டும் என்னும் முட்டாள்தனத்தை அவன் விலக்கிவிட்டான். மனிதர்கள் அவர்கள் ஆன்மீக படிநிலையில் வெவ்வேறு நிலைகளில் இருக்கிறார்கள். ஒரே இடத்தில் அல்ல. எனவே, அதற்கு ஏற்ப அவர்கள் நிச்சயமாக வேறு விதமாகத் தான் சிந்தித்துச் செயல்படுவார்கள் என்பதை அறிகிறான். காழ்ப்புணர்வு, கண்டனம், அகம்பாவம், (முன் அபிப்பிராயத்தின் காரணமாக ஒருவரை வெறுக்கும்) மூடிய மனது ஆகியவற்றைத் துறந்து மெய்யறிவு பெறுகிறான். மனமாசின்மை, அன்பு, இரக்கம், கனிவு, பொறுமை, பணிவு, சுயநலமின்மை ஆகியவை எல்லாம் ஒளியின் மெய்யறிவின் வெளிப்பாடு. மனமாசு, காழ்ப்புணர்வு, கொடூரம், வெறியுணர்வு, கோபம், ஆணவம், சுயநலம் ஆகியவை எல்லாம் இருளின், அறியாமையின் வெளிப்பாடு என்று உணர்கிறான். மக்கள் ஒளி வெளிச்சத்தில் வாழ்கிறார்களோ

அல்லது இருட்டில் வாழ்கிறார்களோ, எப்போதும் அவர்கள் சரி என்று நினைப்பதை, அவர்களுக்கு சரி என்று படுவதைத் செய்கிறார்கள். அவர்கள் வாழ்வில் நிலவும் ஒளியின் அளவும் இருட்டின் அளவும் அவர்களுக்கு வழிகாட்டிச் செயல்பட வைக்கிறது. மெய்யறிவு பெற்றவன் இதைப் புரிந்துக்கொள்கிறான். புரிந்து கொண்டு கசப்புணர்வுகளையும், குற்றச் சாட்டுதலையும் விட்டுவிடுகிறான்.

ஒவ்வொரு மனிதனும் அவனது இயல்புக்கு ஏற்றவாறு, எது சரி, எது தவறு என்று அவனுக்குள்ள பகுத்தறியும் திறனைப் பயன்படுத்தியவாறே வாழ்கிறான். அதன் விளைவாக அவனுக்கு ஏற்படும் அனுபவங்கள் உறுதியான அவனுள் புகுகின்றன. எல்லா உயிர்களும் ஒரு தலையாய உரிமையை பெற்றிருக்கின்றன. அவை எண்ணுவதை, செயல்படுவதைத் தேர்ந்தெடுத்துக் கொள்ளும் உரிமை தான் அது. மற்றவர்களைப் பற்றிக் கவலைப்படாமல் தன்னுடைய உடனடி மகிழ்ச்சியை மட்டும் நினைத்துப் பார்த்து ஒருவன் சுயநலமாகச் சிந்தித்துச் செயல்பட்டால் காரணங்களும் அதற்கேற்ற விளைவுகளும் என்ற இயற்கை விதியின் கீழ் அவனுக்குத் தப்பாமல் ஏற்படும் துன்பங்கள் அவனை ஒரு கனம் நிறுத்தி சிந்திக்க வைக்கும். ஒரு மேலான வழியை அவன் தேடும்படி

செய்யும். ஒருவனது சொந்த அனுபவத்தை விடச் வேறு சிறந்த ஆசான் கிடையாது. அறியாமையில் தங்கள் மேல் தாங்களே வரவழைத்துக் கொண்ட தண்டனையை விட ஒருவனின் தவறுகளைத் திருத்தும், தூய்மையாக்கும் வேறு தண்டனை கிடையாது. சுயநலம் மிக்க மனிதன் அறியாமையில் சிக்கி இருக்கிறான். அவன் தன் வழியைத் தேர்ந்தெடுக்கிறான். ஆனால் அந்த வழியோ துன்பத்திற்கு இட்டுச் செல்லும் வழியாகும். துன்பத்தின் வாயிலாக அவன் அறிவைப் பெற்று பின்பு ஆனந்தமாகிறான். நற்குணம் மிக்க மனிதன் மெய்யறிவில் வாழ்கிறான். அவனும் தன் வழியைத் தேர்ந்தெடுக்கிறான். ஆனால் அறியாமையையும், துன்பங்களையும் கடந்த அறிவின் முழு வெளிச்சத்தில் தேர்ந்தெடுத்து ஆனந்தத்தை அடையும் வழியை அடைகிறான்.

"தீங்கைக் காணாமல் இருப்பது" என்பதை மனிதன் எப்போது புரிந்து கொள்ள ஆரம்பிக்கிறான் என்றால் அடுத்தவர்களைப் பற்றி நினைக்கும் போது தன் சொந்த விருப்பங்களை நீக்கி, அவர்களை அவர்களது நிலையில் இருந்தே நோக்கி, அவர்களது செயல்களைத் தன்னுடைய கண்ணோட்டத்தில் காணாமல் அவர்களது கண்ணோட்டத்தில் காணும் போது தான். மக்கள் எவை எல்லாம் சரி, தவறு என்பதற்கு அவர்களாகவே சில வரைமுறைகளை அமைத்துக்

கொண்டு அந்த வரைமுறைகளை எல்லோரும் பின்பற்றவேண்டும் என்று துடிக்கின்றனர். இதனால் தான் அவர்கள் மற்றவரிடம் தீங்கை காண்கின்றனர். ஒரு மனிதன் எப்போது சரியான கண்ணோட்டத்தில் பார்க்கப்படுகிறான் என்றால், அவன் எனது கண்ணோட்டத்தில் பார்க்கப்படாமல், உங்களது கண்ணோட்டத்தில் பார்க்கப்படாமல், அவனது கண்ணோட்டத்திலேயே பார்க்கப்படும் போது தான். அவ்வாறு அவனைக் கண்டு தீர்ப்பு வழங்குவதற்குப் பெயர் தீர்ப்பு அல்ல. பேரன்பே. விருப்புவெறுப்பற்ற பற்றில்லாத அன்பின் கண்களால் காணும் போது நாம் மெய்யறிவு, மெய் ஞானம் பெறுகிறோம். மற்றவர்களை மிகைப்படுத்தியோ, சிறுமைப்படுத்தியோ காணாமல் உள்ளவாறே காண்கிறோம். ''மற்றவர்களைப் பற்றித் தீர்ப்புக் கூறுவதற்கு நான் யார்? ''நான் ஒரு பாவமும் களங்கமும் அற்றவனா? மக்களை வரிசைப்படுத்தி அவர்கள் இந்தத் தவறை, தீங்கை செய்து இருக்கிறார்கள் என்று கூறுவதற்கு, மற்ற மனிதர்களைப் பற்றித் தீர்ப்பு வழங்கும் நீதிபதியின் நாற்காலியில் அமர்ந்து கொள்வதற்கு நினைக்கும் முன் முதலில் என் தவறுகளைத் நான் திருத்திக் கொள்ள வேண்டும். நான் பணிவு பெற வேண்டும்'' என்று எவன் தன் உள்ளத்தில் கூறுகிறானோ அவன் பற்றில்லாத பேரன்பு நிலையை நெருங்குகிறான்.

சே.அருணாசலம்

பண்டைய காலத்தில் ஒரு விலைமகள் அவள் செய்த குற்றங்களுக்காக அவள் மீது விதிக்கப்பட்டிருந்த கல்லெறியப்படும் தண்டனை நிறைவேற்றப்படுவதற்கு முன்பு பலராலும் போற்றப்படும் ஒருவர் முன்பு அழைத்து வரப்பட்டாள். அப்போது அவர் "யார் இதுவரை எந்தக் குற்றமும் புரிந்தது இல்லையோ அவர் முதல் கல்லை எறியட்டும்" என்றார். அவ்வாறு கூறிய அவர் களங்கமற்றவர் என்றாலும், அவர் எந்தக் கல்லையும் தொடவில்லை. எந்த கசப்பான தீர்ப்பையும் வழங்கவில்லை. ஆனால் அளவில்லாத கனிவோடும் இரக்கத்தோடும் "நானும் உன்னைக் கண்டிக்கவில்லை. எந்தப் பாவமும் இனிமேல் புரியாதே" என்று மட்டும் கூறினார்.

தூய்மையான இதயத்தில் எந்தப் பாகுபாடையும், வெறுப்பையும் யார் மீதும் கொள்வதற்கு இடமில்லை. காரணம், அது மென்மையான இரக்கத்தாலும் கனிவான பேரன்பாலும் நிரம்பி வழிகிறது. தூய்மையான இதயம் எந்தத் தீங்கையும் காணாது. மக்கள் பிறரிடம் எந்தத் தீங்கையும் காணாமல் இருக்கும் போது தான் பாவத்திலிருந்தும், துக்கத்திலிருந்தும், துன்பத்திலிருந்து விடுபடுவார்கள்.

எந்த மனிதனும் தன்னுள் எந்தத் தீங்கையும் காணமாட்டான். தனது செயல்களிலும் எந்தத் தீங்கையும் காணமாட்டான். மெய்யறிவையும்

அருள் பொழியும் நிழல் பாதைகள்

ஞானமும் பெற்று இருப்பவனால் மட்டுமே தன்னுள்ளும், தனது செயல்களிலும் இருக்கும் தீங்கை காணமுடியும். அவ்வாறு கண்டு அறிந்த பின் அச்செயல்களைக் கைவிட்டு விடுவான். மற்ற ஒவ்வொரு மனிதனும் தனது செயல்களில் இருக்கும் நியாயத்தைக் கற்பிப்பான். மற்றவர்கள் அவனது செயல்களில் எவ்வளவு தான் தீமையைக் கண்டாலும், அவன் எண்ணத்தில் அதை நன்மையானதாகக் கருதியே அதைச் செய்கிறான். அவ்வாறு அதை அவன் நன்மையானதாகக் கருதவில்லை என்றால் அவன் அந்தச் செயலை செய்யமாட்டான். அவனால் அதை செய்யவும் முடியாது. கோபம் கொள்பவன் தன் கோபத்தை எப்போதும் நியாயப்படுத்துகிறான். பேராசை கொள்பவன் அவ்வாறு ஏன் பேராசைக் கொள்கிறான் என்று ஒரு காரணத்தைக் கூறுகிறான். தூய்மையற்றவன் தன் இச்சைகளைக் காப்பாற்றுகிறான். பொய் கூறுபவன் தான் கூறும் பொய்யை உயர்வாகக் கருதுகிறான். புறம் சொல்பவன் தனக்குப் பிடிக்காதவர்களைப் பற்றி அவதூறு பரப்புவதை ஒரு நற்செயலாகக் கருதுகிறான். அவன் அவர்களது தீய இயல்புகளைக் கூறி மற்றவர்களை எச்சரிக்கை செய்து காப்பதாகக் கருதுகிறான். திருடன் திருடுவதே செல்வத்திற்கும் மகிழ்ச்சிக்குமான குறுகிய வழி என்று நினைக்கிறான்.

சே.அருணாசலம்

கொலைக்காரனும் தன் கொலை செயலில் ஒரு நியாயத்தைக் கூறுகிறான்.

ஒவ்வொரு மனிதனது செயல்களும் அவனுள் இருக்கும் ஒளியின் அளவையோ இருளின் அளவையோ பொறுத்தே அமைகின்றன. எந்த மனிதனாலும் அவனது உண்மை நிலையை மிஞ்சி வாழமுடியாது. தன் அறிவைக் கடந்து இருப்பவற்றைச் செயல்படுத்த முடியாது. ஆனால் அவன் தன் நிலையை உயர்த்திக் கொள்ள முடியும். உள்ளத்தில் ஒளியைப் பெற முடியும். அறிவை வளர்த்துக் கொள்ள முடியும். கோபக்காரன் கோபத்தில் ஈடுபட்டு பிறரை அவமதிப்பதற்குக் காரணம் அவனது அறிவானது பொறுமையைப் பற்றி இன்னும் முழுதாக உணரவில்லை. கனிவான தன்மையைக் கடைப்பிடிக்காததால் அவன் அதைப் புரிந்து கொள்ளாமல், தேர்ந்தெடுக்காமல் வாழ்கிறான். பொய் கூறுபவனும், புறம் சொல்பவனும், திருடுபவனும் இதே நிலைமையில் தான் இருக்கின்றனர். அவர்கள் மனதின் இருட்டில் வாழ்கின்றனர். ஒருவனது பக்குவமற்ற அறிவிற்கும் அனுபவத்திற்கும் உட்பட்டே அவனது செயல்களும் இருக்கின்றன. உயர்வான தன்மைகளை அனுபவிக்காததால் அவனுக்கு அதைப் பற்றிய போதிய அறிவு இல்லை. அவனைப் பொறுத்தவரை அப்படி உயர்வான தன்மைகள் என ஏதும் இல்லை என்று நினைக்கிறான். "ஒளி வெள்ளம் இருட்டில்

பாயும். ஆனால் இருட்டால் அதைப் பெற்றுக் கொண்டு வாழ முடியாது". அதைப் போல இருட்டில் வாழ்பவன் ஒளி பொருந்திய நிலையில் வாழ்பவனது நிலையை இருட்டில் வாழ்ந்தவாறு உணர முடியாது.

தன்னைத் துரத்தும் துன்பங்களிலிருந்து தப்பிக்க முடியாமல் ஓடிக் களைத்து இறுதியில் மனிதன் தன்னைச் சுயபரிசோதனைக்கு உட்படுத்திக் கொண்டு தன்னுடைய கோபமோ அல்லது பொய்யோ அல்லது இதுவரை தான் வாழ்ந்து வரும் வாழ்வின் அறியாமை நிலையோ தான், துக்கத்தையும் துயரத்தையும் தருகின்றன என்று அவற்றைக் கைவிட்டு அதற்கு மாறான சிறந்த ஒளிமிக்க வழியைத் தேடிக் காண்கிறான். அந்த மேன்மையான வழியில் தன்னை உறுதியாக நிலைநிறுத்திக் கொள்ளும் போது அவன் இரு நிலைகளைப் பற்றியும் முழுமையான அறிவைப் பெறுகிறான். அப்பொழுது அவன் , இதற்கு முன்பு எத்தகைய அடர்ந்த இருளில் வாழ்ந்திருந்தோம் என்று உணர்கிறான். நன்மை, தீமை பற்றி இந்த அனுபவ அறிவே மெய்யறிவாகும்.

எப்போது ஒரு மனிதன் பிறரை காணும் போது தன் நிலையில் இருந்து காணாமல் அவர்களது நிலையில் தான் இருப்பதாக நினைத்துக் காண்கிறானோ அப்போது அவன் பிறர் மீது தீங்கை காண்பதை விட்டுவிடுவான். நன்மை, தீமையை

சே.அருணாசலம்

வரையறை செய்வது ஒவ்வொருவருக்கும் வேறுபடும். அதை அளக்கும் அளவுகோலும் மாறுபடும் என்று புரிந்து கொள்கிறான். எந்தத் தீங்கும் மிக இழிவானது அல்ல, அதைச் சிலர் நன்மையாகக் கருதுவார்கள். எந்த நன்மையும் மிக உயர்வானது அல்ல, அதைச் சிலர் தீமையாகக் கருதுவார்கள். தனக்கு நன்மையானதை நன்மையாகவும் தனக்குத் தீமையானதை தீமையாகவும் மனிதன் கருதுவான்.

மனதில் ஈரம் கொண்டு தன் மன மாசு அறுத்துக் கொள்ளும் தூய்மையான மனிதன், பிறர் மீது தீங்கை காண்பதை நிறுத்திவிடுவான். அவன் பிறரை தன் வழிக்குக் கொண்டு வரும் பேராவலை தன் கருத்தை ஏற்க வேண்டும் என்னும் விருப்பத்தைக் கொள்ள மாட்டான். ஆனால் அவர்களுக்கு அவர்கள் இருக்கும் நிலையிலேயே உதவுவான். தான் கூறும் கருத்தை மறுக்காமல் ஏற்பதை விட அவர்களுக்குள் ஏற்படும் பரந்த அனுபவம் தான் அவர்களைப் பேரருளுக்கும் உயர்அறிவிற்கும் அழைத்துச் செல்லும், என அறிந்துள்ளான்.

மக்கள் தங்களுடன் வேறுபடுபவர்கள் மீது தீங்கைக் காண்கின்றனர். தங்களுடன் ஒத்துப் போகிறவர்கள் மீது நன்மையைக் காண்கின்றனர். தன்னைப் பெரிதும் விரும்புபவன், தன் கருத்துக்களைப் பாதுகாக்க முற்படுபவன் தன்னுடன்

அருள் பொழியும் நிழல் பாதைகள்

ஒத்துப்போகிறவர்கள் எல்லோரையும் விரும்புவான். ஒத்துப் போகாதவர்கள் எல்லோரையும் வெறுப்பான். உங்களை விரும்புபவர்களை நீங்கள் விரும்புவதில் என்ன பெரும் பரிசை எதிர்பார்க்கிறீர்கள். உங்கள் எதிரிகளை விரும்புங்கள். உங்களை வெறுப்பவர்களுக்கு நன்மை செய்யுங்கள். ஆணவமும் தற்பெருமையும் மக்களின் கண்களை மூடுகின்றன. இருவேறு மதக் கருத்துக்கள் கொண்டவர்கள் ஒருவரை ஒருவர் எதிர்க்கிறார்கள். எதிர் எதிரான அரசியல் கருத்து உடையவர்கள் ஒருவரை ஒருவர் கண்டித்துச் சண்டையிட்டுக் கொள்கின்றனர். ஒரு தலை சார்புடையவன் தன் அளவுகோலை மட்டும் கொண்டு அளந்து எல்லோரையும் மதிப்பிடுகிறான். தான் தான் சரி, மற்றவர்கள் தவறு என்பதில் அவனுக்குத் துளியும் சந்தேகமில்லை. எனவே அவன் அவர்களைத் தன் வழிக்குக் கொண்டு வர, சரியான பாதைக்குக் கொண்டுவர அவர்கள் மேல் கொடிய தண்டனைகள் கட்டாயம் சுமத்த வேண்டும் என்று எண்ணுகிறான். அவர்களது சுய பரிசோதனையும் விருப்பமும் இன்றி தான் சரி என்று நினைக்கும் வழிக்கு அவர்களைக் கொண்டு வர முயற்சிக்கிறான்.

மக்கள் ஒருவரை ஒருவர் வெறுப்பதற்கும், கண்டிப்பதற்கும், எதிர்ப்பதற்கும், துன்புறுத்துவதற்கும் காரணம் அவர்கள்

இயற்கையான இயல்பாலேயே தீங்கானவர்கள், வேண்டும் என்றே தீய செயல்களைச் செய்பவர்கள் என்பது அல்ல. அவர்களுக்குள் அவர்கள் செய்வது சரி என்ற மன நிலையில் தான் செயல்படுகிறார்கள். உண்மையின் முழு வெளிச்சத்தில் தங்கள் செயல்களைக் கண்டால் தவறு என்று உணர்வார்கள். எல்லா மனிதர்களும் அவர்களின் இயற்கையான இயல்பால் நல்லவர்கள் தான். சிலர் மற்றவர்களை விட ஞானமும் மெய்யறிவு அனுபவமும் பெற்றவர்களாக இருக்கிறார்கள்.

D,E என்று பெயர் அளிக்கப்பட்டுள்ள இரு மனிதர்கள் இடையே சமீபத்தில் நடந்த உரையாடலின் சாரம்சம் இங்கே கீழே வழங்கப்பட்டுள்ளது. அவர்கள் குறிப்பிடும் X என்ற மனிதர் நாடறிந்த ஓர் அரசியல்வாதி.

E: ஒவ்வொரு மனிதனும் தன் எண்ணங்கள், செயல்களுக்கு

ஏற்றப் பயனை அறுவடை செய்கிறான். அவன் செய்த

தவறுகளுக்குத் தண்டனையை அனுபவிக்கிறான்.

அருள் பொழியும் நிழல் பாதைகள்

D: அது உண்மை என்றால், எந்த மனிதனும் தான் செய்த

தவறுகளிலிருந்து தப்ப முடியாது என்றால், எத்தகைய கொடிய

சூழ்நிலையை நம்மை ஆள்பவர்கள் தங்களுக்கு உருவாக்கிக்

கொண்டுள்ளார்கள்.

E: ஒரு மனிதன் பதவியில், ஆட்சி அதிகாரத்தில் இருக்கின்றானோ

இல்லையோ அவன் அறியாமையிலும் பாவத்திலும் உழலும்

வரை, அவன் துன்பத்தையும் துக்கத்தையும் அறுவடை

செய்யத் தான் வேண்டும் .

D: உதாரணத்திற்கு X யை எடுத்துக்கொள்ளுங்கள். அவர் தீமையே

உருவானவராக இருக்கிறார். முழுக்க முழுக்கச் சுயநலமும் பதவி

ஆசையும் கொண்டவராக இருக்கிறார். அத்தகைய கொள்கையற்ற மனிதருக்கு பெரும் தண்டனைக் காத்திருக்கிறது.

E: அவர் அந்த அளவு தீங்கே உருவானவர் என்று உங்களுக்கு எப்படித் தெரியும்?

D: அவரது செயல்களால், அந்தச் செயல்களின் விளைவுகளால். ஒருவன்

தீங்கு செய்வதைப் பார்க்கும் போது அவன் தீங்கானவன் என்று நான் அறிவேன். X யை போன்ற தகுதியற்றவர்களை நினைக்கும் போது என்னுள் வெறுப்பு பொங்கி எழுகிறது. பலருக்குத் தீங்கிழைக்கும் அவரைப் போன்றவர்கள் அதிகாரம் உள்ள பெரும்பதவியில் இருப்பதைப் பார்க்கும் போது நமக்கு மேல் இருப்பதாகக் கூறப்படும் அந்தச் சக்தியை நான் சந்தேகப்படுகிறேன்.

E: அப்படி என்ன அவர் தீங்கு செய்கிறார்?

அருள் பொழியும் நிழல் பாதைகள்

D: அவரது கொள்கைகள் எல்லாமே தீமை தான். அவர் பதவியில்

நீடித்தால் நாடே கெட்டு விடும்.

E: நீங்கள் நினைப்பது போலவே பெரும் எண்ணிக்கையாக உள்ள பலரும் நினைக்கிறார்கள் என்றாலும், அந்த எண்ணிக்கைக்குச் சற்றும் குறைவில்லாத பலர், அறிவில் உங்களுக்கு நிகரானவர்கள் தான், அவரை விரும்பி ஆதரிக்கிறார்கள். அவரை நல்லவராக, திறமையானவராகக் கருதுகிறார்கள். அவர் எடுக்கும் முடிவுகளால் நன்மை விளையும், நாடு முன்னேறும் என்று நினைக்கிறார்கள். அந்தப் பதவியை அவருக்கு அளித்துள்ள அந்த மக்களும் தீங்கானவர்களா?

D: அவர்கள் ஏமாற்றப்பட்டுத் தவறாக வழி நடத்தப்படுகிறார்கள். X ன்

தீங்கை இது இன்னும் பன் மடங்காக்குகிறது. தன் சுயநலத்திற்காகத் தன் திறமைகளை வெற்றிகரமாகப் பயன்படுத்தி இத்தனை பேரை ஏமாற்றும் திறன் கொண்டவர். அவரை நான் வெறுக்கிறேன்.

E: நீங்களும் ஏமாறி இருப்பதாக கருதலாமா?

D: எந்த வகையில்?

E: வெறுப்பு என்பது தெளிவாகக் காணவிடாத ஒரு சுயமாயை

நிலை தான். அன்பு என்பது தெளிவாகக் காணச் செய்யும் நிலை.

ஒருவன் வெறுப்பை நீக்கி அன்பை கடைப்பிடிக்காத வரை

அவனால் தன் நிலையையும் சரி, மற்றவர் நிலையையும்

சரி, தெளிவாகக் காணமுடியாது.

D: இது கேட்பதற்கு மிக அழகாக இருக்கிறது. ஆனால் நடைமுறைக்கு ஒத்துவராது. மற்றவர்களுக்குத் தீங்கிழைக்கும் ஒருவனை, மற்றவர்களை ஏமாற்றி வழி நடத்தும் ஒருவனைக் காணும் போது, நான் அவனை வெறுக்கத் தான் வேண்டும். அவ்வாறு வெறுப்பது தான் சரியும் கூட. X -ற்கு மனசாட்சி என்பது துளியும் இல்லை.

அருள் பொழியும் நிழல் பாதைகள்

E: நீங்கள் கூறுவது போலவே . X - இருக்கின்றானோ இல்லையோ, ஒரு பேச்சிற்கு, நீங்கள் கூறுவது போலவே அவன் இருப்பதாக வைத்துக் கொள்வோம். அப்படி என்றாலும், அவனைக் கண்டிப்பதற்கு பதில் அவன் மேல் அனுதாபம் தான் கொள்ள வேண்டும்.

D: ஏன் அவன் மேல் அனுதாபம் கொள்ள வேண்டும்?

E: நீங்கள் அவனுக்கு மனசாட்சி துளியுமில்லை என்கிறீர்கள்!

D: ஆமாம். அப்படித் தான் கூறினேன்.

E: அப்படி என்றால் அவன் மன அளவில் ஊனம் உடையவன். பார்வை அற்றவர்களைப் பார்க்க முடியாததால், வாய் பேச முடியாதவர்களை பேசாததால், செவி ஊனமடைந்தவர்களை கேட்க முடியாததால் வெறுப்பீர்களா? கப்பல் செல்லும் திசையை திருப்பும் துடுப்போ அல்லது திசைக் காட்டியோ தொலைந்து இருந்து, கப்பல் பாறைகளை மோதியதற்கு மாலுமியைக் குற்றம் சொல்வீர்களா? உயிரிழப்பிற்கு அவர் தான் காரணம் என்று சொல்வீர்களா? மனசாட்சி

சே.அருணாசலம்

இல்லாதவன் என்றால் அறநெறிகளை உணரும் உள்ளுணர்வு அற்றவன், அவனது சுயநலம் எல்லாம் அவனுக்கு நியாயமாகவே தோன்றும். X - உங்களைப் பொறுத்தவரை தீங்கானவன். ஆனால் அவனைப் பொறுத்தவரை அவன் தீங்கானவனா? அவன் தன் செயல்களை, நடவடிக்கைகளை தீங்கானவையாக நினைக்கின்றானா?

D: அவன் தன்னைத் தீங்கானவனாக நினைக்கின்றானோ, இல்லையோ?

அவன் தீங்கானவன் தான்.

E: நீங்கள் X ன் மீது கொண்டுள்ள வெறுப்பால் நான் உங்களை தீங்கானவன் என்று நினைத்தால் அது சரியா?

D: அது சரியில்லை.

E: நீங்கள் ஒருவனை வெறுப்பதை நான் ஏன் தீங்கானதாக கருதக் கூடாது?

D: ஏன் கருதக் கூடாது என்றால் தீமையை வெறுப்பது ஒரு நியாயமான செயல். அவன் மீது நான் கொள்ளும் வெறுப்பில் ஒரு நியாயம் இருக்கிறது.

அது ஒரு நியாயமான கோபம்.

E: நான் உங்களைத் தீங்கானவராகக் கருதினால் அது தவறு. காரணம் உங்களுக்கு எது சரி என்று படுகிறதோ அதைச் செய்கிறீர்கள். ஒரு மனிதனாக, ஒரு குடிமகனாக X -யை வெறுப்பதை உங்களின் ஒரு கடமையாகக் கருதுகிறீர்கள். இருந்தாலும் X - யை வெறுப்பதை விட ஒரு மேலான வழி இருக்கிறது. அந்த மேலான வழி பற்றிய அறிவு தான் உங்களைப் போல் நானும் X – ன் மீது வெறுப்பு கொள்வதைக் தடுக்கின்றது. அவனது செயல்கள் எவ்வளவு தான் தவறானவையாக எனக்குத் தோன்றினாலும் அவனுக்கு அவை தவறானவையாக இல்லை. அவனது ஆதரவாளர்களுக்கும் அவை தவறானவையாக இல்லை. மேலும் எல்லா மனிதர்களும் அவர்கள் விதைத்ததை அறுவடை செய்வார்கள்.

D: நீங்கள் குறிப்பிடும் அந்த மேலான வழி எது?

E: அதுதான் அன்பின் வழி? பிறரைத் தீமையானவர்கள் என்று கருதாமல் இருப்பது. அவ்வாறு கருதாமல் இருப்பது ஒரு அமைதியான உள்ளத்தின் பேரருள் நிலையாகும்.

D: பிறர் செய்யும் தீமையை அறிந்து கொண்ட பின்னும் அவர்கள் மேல் கோபம் கொள்ளாமல் இருக்கும் நிலையை மனிதன் அடைய முடியும் என்று சொல்கிறீர்களா?

E: நான் அவ்வாறு சொல்லவில்லை. ஒருவன் பிறரை தீங்கானவர்கள் என்று கருதும் வரை அவனுக்கு அவர்கள் மேல் கோபம் வரவே செய்யும். நான் கூறுவது என்னவென்றால் ஒரு சாந்தமான உள் உணர்வும் மாசில்லாத அன்பும் தவழும் ஒரு மனநிலையை ஒருவனால் கொள்ள முடியும். அந்த நிலையில் அவன் பிறர் மீது தீங்கைப் காணாமல் இருப்பதால் அவனுக்கு அவர்கள் மேல் கோபம் வராது. அவன் மக்களின் பல்வேறு இயல்புகளைப் புரிந்துக் கொள்வான். அதன் காரணமாகவே அவர்கள் அவ்வாறு செயல்படுகிறார்கள் என்று விளங்கிக் கொள்வான். தங்கள் எண்ணங்களுக்கும், செயல்களுக்கும் ஏற்ற விளைவுகளை அறுவடை செய்வார்கள். செய்த நன்மைக்காக மகிழ்ச்சியான கதிரை, செய்த தீமைக்காக துன்பமான புதரை அறுவடை

அருள் பொழியும் நிழல் பாதைகள்

செய்யப்போகிறார்கள் எனப் புரிந்துக் கொள்வான். அத்தகைய நிலையை அடைந்த மனிதன் எல்லோரையும் அன்போடும், இரக்கத்தோடும் காண்பான்.

D: நீங்கள் சித்தரிக்கும் இந்த நிலை மிக உயர்வான ஒன்று தான். அது மிகப் புனிதமான அழகான ஒன்று தான் என்பதில் துளியும் சந்தேகமில்லை. ஆனால் என்னால் இந்த நிலையை அடையமுடியாது. X-யை போன்ற ஒருவனை வெறுக்க முடியாத நிலையை அடைய வேண்டும் என்று நான் வேண்டவுமில்லை. அவனைப் போன்றவனை வெறுத்தே ஆகவேண்டும் என் நினைக்கிறேன்.

இந்த உரையாடலிருந்து D தன் வெறுப்புணர்வை நன்மையானதாகவே, தேவையானதாகவே கருதுகிறான். அது போன்று தான் எல்லா மனிதர்களும். தாங்கள் செய்வது, செய்யப் பட வேண்டிய ஒன்று தான் என்று கருதுகின்றனர். அவர்கள் நம்புவதைப் பழக்கமாகக் கடைபிடிப்பார்கள். நம்பிக்கை இழந்துவிட்டால் கடைப்பிடிக்க மாட்டார்கள். D - யை போன்றே எல்லாருக்கும் தனிப்பட்ட உரிமையிருக்கிறது. ஒருவனுக்கு இன்னொருவனை வெறுப்பதற்கு உரிமையிருக்கிறது. அந்த வெறுப்பினால் அவனுக்குத் துக்கமும் மன உறுத்தலும்

சே.அருணாசலம்

பெருகினால், தன் வெறுப்பு எவ்வளவு தவறானது, முட்டாள்தனமானது, கண்மூடித் தனமானது என்று புரிந்துக் கொள்வான். அந்த வெறுப்பை கடைபிடித்துத் தன்னைத் தானே எவ்வளவு காயப்படுத்திக் கொள்கிறான் என்று உணர்ந்துக் கொள்வான். அது வரை அந்த வெறுப்பை அவன் கைவிட மாட்டான்.

சிறந்த ஆசான் ஒருவரிடம் அவரது சீடன் ஒருவன், நன்மைக்கும் தீமைக்கும் இடையே உள்ள வேறுப்பாட்டை விளக்கும்படி வேண்டினான். ஆசான் தன் கைவிரல்கள் தரையைச் சுட்டிக் காட்டியபடி ,கேட்டார்.

"இப்பொழுது என் கை எந்தப் பக்கம் சுட்டிக் காட்டுகிறது?"

சீடன் கூறினான், அது கீழ் நோக்கி சுட்டிக் காட்டுகின்றது.

பின்பு மேல் நோக்கி கையைத் திருப்பி மீண்டும் அதே கேள்வியைக் கேட்டார்.

சீடன் அப்போது அது மேல் நோக்கி சுட்டிக் காட்டுவதாகக் கூறினான்.

அவர் அப்பொழுது, இது தான் நன்மைக்கும் தீமைக்கும் இடையே உள்ள வேறுபாடு என்றார்.

அருள் பொழியும் நிழல் பாதைகள்

இந்த எளிய விளக்கத்தின் வாயிலாகத் தீமை என்பது தவறான திசையில் செலுத்தப்படும் ஆற்றல். நன்மை என்பது சரியான திசையில் செல்லும் ஆற்றல். தீமையானவன் என்று கூறப்படுபவன் தன் செயல்களின் திசையை மட்டும் திருப்பிக் கொண்டால் நன்மையானவாக மாறி விடுவான் என்கிறார்.

தீங்கின் உண்மை இயல்புகளைப் புரிந்து கொள்ள ஒருவன் நன்மையைக் கடைப்பிடித்து வாழ்ந்து, பிறரிடம் தீமையைக் காண்பதிலிருந்து விடுபட வேண்டும். எவன் பிறரிடம் தீமையைக் காண்பதை விடுத்து தன் உள்ளத்தை இன்னும் பரிசுத்தப்படுத்திக் கொள்ள வேண்டும் என்று விழைகிறானோ அவன் பேரருள் பெற்றவன். அவனுக்கு தீமையே புலப்படாத அளவிற்கு அவனது இதய கண்கள் மிகத் தூயதாக ஒரு நாள் மாறிவிடும்.

தீமையின் இயல்புகளைப் புரிந்து கொண்ட பின், மனிதன் எதைச் செய்யவேண்டும்? எது நன்மையோ அதை மட்டும் செய்து வாழ வேண்டும். எனவே, ஒருவன் என்னைக் கண்டித்தால், நான் அவனைப் பதிலிற்குக் கண்டிக்கமாட்டேன். அவன் என்னைப் பழித்துக் கூறினால், நான் அவனுக்கு இரக்கத்தை வழங்குவேன். அவன் என்னை வெறுத்தால்

அவனுக்கு பெரிதும் தேவைப்படும், என் அன்பை, நிச்சயம் பெறுவான். பொறுமை அற்றவர்களிடம், பொறுமையாக இருப்பேன். எல்லாம் தனக்கே என்று இறுகப் பற்றிக் கொள்பவனிடம் நான் தாராளமாக இருப்பேன். சண்டை சச்சரவுகளிலும் வன்முறையிலும் ஈடுபடுபவர்களிடம் நான் அமைதியாக மென்மையாக நடந்துக் கொள்வேன். தீங்கை நான் காணாத போது, யாரை நான் வெறுப்பது? அல்லது யாரை நான் எதிரியாகக் கருதுவது?

மனிதர்களைத் தீமையானவர்கள் என்று காண்பவன் அந்தத் தீமையான, வஞ்சகமான செயல்கள் எனக் கூறப்படும் செயல்களுக்குப் பின் ஒரு திறமையான அமைப்பு ஒளிந்து கொண்டு இந்தத் தீங்குகளைத் தூண்டிவிட்டு அரங்கேற்றுவதாகக் கற்பனை செய்கிறான். ஆனால் களங்கமற்ற பார்வையுடையவன் அந்தச் செயல்களையே தீமையாகக் காண்கிறான். தீய சக்தி என்று எதுவுமில்லை என்று அவன் அறிவான். அந்தச் செயல்களுக்குப் பின் எந்தத் தீய உயிரின் சக்தியும் இல்லை. இந்தப் பிரபஞ்சம் நன்மையால் ஆனதே. தீமையால் அல்ல. நன்மையே நிரந்தரமானது. எந்தத் தீமையும் நிலைக்காது. எந்தத் தீமையும் நிரந்தரமாக இருக்காது.

சகோதர, சகோதரிகளாக ஒரு தாய் மக்களாக, ஒரே வீட்டில் வாழ்பவர்களாக ஒருவரிடம் ஒருவர்

எல்லாச் சூழ்நிலையிலும் அன்பு பாராட்டுங்கள், எந்தத் தீங்கையும் ஒருவரிடம் ஒருவர் பார்க்காதீர்கள். எல்லாத் தவறுகளையும் ஏற்றுக்கொண்டு குறை சொல்லாமல் பாருங்கள். வலிமையான பாசப் பிணைப்பில் கட்டப்பட்டு இருங்கள். நல் மனிதன், மனித இனத்தை ஒரே ஆன்மீக குடும்பமாகக் காண்கிறான். ஒரே தாய் - தந்தையர்க்கு பிறந்தவர்களாகக் காண்கிறான். அவர்களது மூலக்கூறு ஒன்று தான். அவர்களது இறுதி இலக்கு ஒன்று தான் என்று அறிகிறான். எல்லா ஆண்களையும், பெண்களையும், சகோதர-சகோதரிகளாகக் காண்கிறான். எந்தப் பாகுபாடும் வேற்றுமையும் பாராமல், யாரையும் தீங்கானவர்களாகப் பாராமல் எல்லோருடனும் நிம்மதியாக இருக்கிறான். இந்தப் பேரருள் நிலையைப் பெற்றவன் மகிழ்ச்சியை பெற்றவன் ஆவான்.

9. நிலையான மகிழ்ச்சி

தூசி படிந்த வீதிகளோ பளபளக்கும் பேரங்காடிகளோ,

வாழ்வின் கடமைகள் எங்கே அழைத்துச் சென்றாலும் அங்கெல்லாம்,

தங்கள் இதயத்தில் இசையைச் சுமந்து செல்பவர்கள் யார்?

அவர்கள் ஆன்மாவின் புனித ரகசியக் கட்டளையைத் தொடர்ந்து

நிறைவேற்றுகிறார்கள். --கெபில்.

அருள் பொழியும் நிழல் பாதைகள்

நம்முள் அன்பு ஒளிவீசும் போது

பேரானந்தம் சூழ்ந்து பாதுகாப்பு அரனாக காத்து நிற்கும் –

நம் குண இயல்புகள் மகிழ்ச்சியாக மலரும்

நாட்களும் நிம்மதியாக, பொலிவாகக் கடந்து செல்லும்.

--வெர்ட்ஸ்வர்த்

நிலையான மகிழ்ச்சி! அப்படி ஒன்று இருக்கிறதா? அது எங்கே இருக்கின்றது? யார் அதைப் பெற்று இருக்கிறார்கள்? ஆம். அது உண்மையில் இருக்கின்றது. எங்கே பாவங்கள் இல்லையோ அங்கே அது இருக்கின்றது. மனத்தகத்தில் மாசகற்றியவர்கள் அதைப் பெற்று இருக்கிறார்கள்.

வெளிச்சம் என்கிற நிலையான ஒன்றின் குறுக்கே வந்துள்ள ஒரு பொருளின் நிழலைப் போன்றதே இருள் என்கிற துக்கம். அது விரைவாகக் கடந்து சென்று விடும். ஆனால் மகிழ்ச்சியோ நிலைத்து நிற்கும். உண்மையான எந்த ஒன்றும் மறைந்தோ தொலைந்தோ போகாது. எந்தப் பொய்யான ஒன்றையும் நிலைத்து நிற்கச் செய்ய முடியாது. கட்டிக் காப்பாற்ற முடியாது. துக்கம் பொய்யானது,

சே.அருணாசலம்

அது வாழ முடியாது. மகிழ்ச்சி உண்மையானது. அது இறக்க முடியாது. மகிழ்ச்சி ஒரு காலத்திற்கு மறைந்து போகலாம். ஆனால் அதை எப்படியும் வெளிக் கொண்டு வந்து விடலாம். துக்கம் ஒரு காலத்திற்கு நிலைத்திருக்கும். ஆனால் அதைக் கடந்து விடலாம், சிதறடித்து விடலாம்.

உங்கள் துக்கம் நிரந்தரமாகத் தங்கிவிடுமோ என்று எண்ணாதீர்கள். அது மேகத்தைப் போலக் கடந்து சென்றுவிடும். பாவத்தினால் விளைந்த துன்பங்கள் உங்கள் வாழ்வின் ஒரு பகுதி என்று கருதாதீர்கள். பயத்தை ஏற்படுத்திய ஒரு திகில் இரவைப் போல அது மறைந்துவிடும். விழித்து எழுங்கள். புனிதமாகுங்கள். ஆனந்தம் கொள்ளுங்கள்.

உங்கள் நிழலை உருவாக்குபவர் நீங்கள் தான். நீங்கள் தான் ஆசைப்படுகிறீர்கள். பின்பு கவலைப் படுகிறீர்கள். எதிர்பார்ப்பை விட்டுத் தள்ளுங்கள். ஏமாற்றம் உங்கள் அருகில் வராது.

நீங்கள் துக்கத்தின் கட்டளைக்குக் கட்டுப்பட்டே ஆக வேண்டிய கையாலாகாத அடிமையல்ல. முடிவில்லாத பெருமகிழ்ச்சியும் பேரானந்தமும் உங்கள் வீடு வரக் காத்திருக்கின்றன. இருள் மிகுந்த சிறையில் பாவங்களைக் கனவு காண வேண்டிய வலிமையற்ற கைதியல்ல நீங்கள். இப்பொழுதும் தூங்கிக் கொண்டிருக்கும் உங்கள் கண் இமைகளின் மேல் புனிதத்தின் அழகு ஒளி

வீசிக்கொண்டு தான் இருக்கின்றது. நீங்கள் விழிப்புறும் அந்த நொடியே உங்களை வரவேற்க அது காத்திருக்கிறது.

பாவச்செயல்களாலும் தான் என்கிற அகம்பாவத்தாலும் உருவாகும் பாரம் மிகுந்த குழப்பமான உறக்கத்தின் போது- நிலையான மகிழ்ச்சி தொலைந்து போகிறது, மறக்கப்படுகிறது. இறவாத அதன் இசை, செவிகளில் செவிகளில் இனியும் கேட்பது இல்லை. காற்றில் நறுமணத்தைப் பரவும் அதன் அழகு ஒளிரும் வாடாத மலர்கள், அவ்வழி செல்வோரின் இதயங்களை இனிமேலும் பரவசப்படுத்தாது.

பாவச்செயல்களும், தான் என்கிற அகம்பாவமும் கைவிடப்படும் போது, சுயநலத்திற்காகப் பொருள்களைப் இறுகப் பற்றிக் கொள்ளும் ஆசைகளைத் துறக்கும் போது, துக்கத்தின் நிழல் மறையும். இதயம் தன் உடன் பிறந்த என்றும் நிலையான இன்பத்தின் துணையை மீண்டும் பெறும்.

"நான்" என்கிற எண்ணம் நீங்கிய இதயத்தில் மகிழ்ச்சி வந்து குடிக்கொள்ளும். எங்கே நிம்மதி இருக்கின்றதோ அங்கே தான் மகிழ்ச்சி தங்கும். கலங்கம் அற்றதையே மகிழ்ச்சி ஆளும்.

சுயநலம் மிக்கவர்களிடமிருந்து மகிழ்ச்சி விலகி ஓடும். சண்டை சச்சரவில் ஈடுபடுபவர்களைக் அது

சே.அருணாசலம்

கைப்பிடிக்காது. மனத்தூய்மையற்றவர்களுக்கு அது புலப்படாமல் மறைவாகவே இருக்கும்.

மகிழ்ச்சி என்பவள் பேரழகும், மென்மையும், தூய்மையும் நிறைந்த ஒரு தேவதை. அவளால் புனிதமானவற்றுடன் மட்டுமே இருக்க முடியும். அவளால் சுயநலத்தோடு உடன் வாழ முடியாது. அவள் அன்பையே விரும்பிக் கரம்பிடிப்பாள். ஒவ்வொரு மனிதனும் எந்த அளவிற்குச் சுயநலமில்லாமல் இருக்கின்றானோ அந்த அளவிற்கு உண்மையான மகிழ்ச்சியில் இருக்கிறான். எந்த அளவிற்குச் சுயநலமாக இருக்கிறானோ அந்த அளவிற்கு மகிழ்ச்சியில்லாமல் துக்கமாக இருக்கிறான். உண்மையான நல்லவர்கள் (நல்லவர்கள் என்றால் உள்ளத்தில் தான் என்கிற அகம்பாவ எண்ணத்துடன் வெற்றிகரமாகப் பேரிடுபவர்கள்) மகிழ்ச்சியுடனே இருக்கிறார்கள். புனிதமானவர்களின் வெற்றி எவ்வளவு கொண்டாடத்தக்கதாக இருக்கிறது. எந்த உண்மையான ஆசானும், வாழ்வு வெறும் துக்கமே என்று சத்தியம் செய்ததில்லை. அது ஆனந்தமானது என்றே உறுதி செய்கிறார்கள். பாவத்தினால் ஏற்பட்ட பின் விளைவைக் களைவதற்கே துக்கம் வருவதாகச் சுட்டிக் காட்டுகிறார்கள். எங்கே "நான், எனது" என்பது மறைகிறதோ, அங்கே கவலையும் மறைந்துவிடுகிறது. மகிழ்ச்சி என்பது நன்மையின் உற்ற துணையாகும். கண்ணீரும் கவலையும்

அருள் பொழியும் நிழல் பாதைகள்

அமர்கின்ற இடங்களில் இளகிய மனமும் இரக்கமும் அமரும் போது வாழ்வு தெய்வீக வாழ்வாகின்றது. சுயநலத்தைத் துறக்க எண்ணும் காலம் எளிதான ஒன்றல்ல. அதில் சில காலக் கட்டங்கள் மிகத் துக்கம் வாய்ந்தவை. மாசு அறுப்பது என்பது ஏற்றுக்கொள்ள வேண்டிய கடினமான வலி. எல்லா மாறுதல்களிலும், வளர்ச்சிகளிலும் கட்டாயம் வலி இருக்கும். ஆனால் முழு வளர்ச்சி நிலையில் மகிழ்ச்சி நிலைத்திருக்கும். அந்த நிலையில்

எல்லாமே அழகும் ஆற்றலும் அன்பும் ஆகவே இருக்கும்.

மனதின் எல்லாப் பெருந்தன்மையான குணங்களும் நிறைந்திருக்கும்.

அவரவர்கள் தங்களுடைய செயல்கள், உணர்வுகள், எண்ணங்கள், சூழ்நிலைகள், குணங்கள் ஆகியவற்றின் மீது முழுக்கட்டுப்பாட்டை வைத்திருப்பார்கள்.

எந்த அளவிற்குச் சுயநல ஆசைகள் ஒழிக்கப்படுகிறதோ அந்த அளவிற்கு மகிழ்ச்சியும் தன்னை வெளிப்படுத்திக் கொள்கிறது. மனதின் மாசை முற்றிலும் அகற்றியவர்களால் தான் நிலையான அதன் முழு இருப்பை நொடிக்கு நொடி தொடர்ந்து உணர முடியும் என்றாலும் அதன் இனிமையைச் சுயநலமின்றி உயர்வாகச்

செயல்படும் ஒவ்வொரு நொடியிலும், ஒவ்வொரு மணிப்பொழுதிலும் எல்லோராலும் உணர்ந்து கொள்ள முடியும். சுயநலமற்ற உண்மையான ஒவ்வொரு எண்ணத்தாலும், ஒவ்வொரு செயலாலும் (பரபரப்பாகக் கொண்டாடப்படும் பொய்யான மகிழ்ச்சியல்ல, காய்ச்சலைப் போல் தொற்றிக் கொள்ளும் பொய்யான இன்பமல்ல) துன்ப கண்ணீர் பின் தொடராத உண்மையான மகிழ்ச்சி வெளிப்படும்.

ஒரு பூ எவ்வாறு பூத்து மலர்கின்றது என்று நினைத்துப் பாருங்கள். முதலில் விதையானது புதைக்கப்பட்ட மண்ணின் இருட்டிலிருந்து மேல் இருக்கும் ஒளியை நோக்கி முளைக்கின்றது. பின்பு செடியாக மாறுகின்றது. பிறகு இலை இலையாக வளர்கின்றது. இறுதியில் எந்த முயற்சியும் இன்றிக் கைப்படாத அழகுடன் இனிய நறுமணத்துடன் பூ மலர்கின்றது.

மனித வாழ்வும் அதே போன்று தான். முதலில் அறியாமை மற்றும் சுயநலம் என்னும் மண்ணில் ஆழமாக, இருட்டில் புதையுண்டு, காண முடியாத வெளிச்சத்தை நோக்கி முன்னேறும் முயற்சி நடைபெறுகிறது. வெளிச்சத்திற்கு வந்த பின்பு, சுயநலத்தை விட்டொழிக்கும் செயல்பாடுகளின் போது வலியும், வேதனையும் கூடவே தொடர்கின்றன. இறுதியில் சுயநலமில்லாத தூய்மையான வாழ்வு மலர்ந்து, பின் எந்த

முயற்சியுமின்றித் தானாகவே புனித நறுமணத்தையும் மகிழ்ச்சி பேரழகையும் பரப்புகின்றது.

நல்லவர்கள், மன மாசற்றவர்கள், மகிழ்ச்சியின் உயர் நிலையிலேயே இருக்கிறார்கள். மனிதர்கள் தங்கள் விருப்பம் போல் வாதிட்டு இதை ஏற்றுக் கொண்டாலும் அல்லது மறுத்தாலும், மனிதக் குலம் தன் உள்உணர்வால் அவர்கள் மகிழ்ச்சியுடன் இருப்பது உண்மை என்று அறியும். உலகமெங்கிலும் மனிதர்கள் தேவதைகளை மகிழ்ச்சியின் உருவமாகத் தானே ஓவியப்படுத்துகிறார்கள். மகிழ்ச்சி தேவதைகள் இறைச்சி தோல் எலும்பினால் ஆன இந்த உடம்பின் உள்ளும் இலக்கமிட்டு இருக்கின்றன. அவர்களை நாம் சந்தித்தாலும் அதைக் கவனிக்காமல் கடந்து சென்று விடுகிறோம். அவ்வாறு கடந்து செல்லாமல் களிமண்ணினால் ஆன இந்த உடம்பில் குடி இருக்கும் களங்கப்படுத்த முடியாத அந்தத் தேவதையைக் கண்டு உணரும் உள்ளத்தூய்மை உடையவர்கள் எவ்வளவு பேர்?

பார்வையற்றவன் காதின் அருகில் சீவும் வாள் இருந்தாலும் அதை அவன் தடவிப் பார்த்தே அறியமுடியும். தன்னுள் தெளிவாக உள் நோக்கிக் காணும் பார்வை உடையவனுக்கு வெளியே அவற்றைக் குறிக்கும் வடிவம் மறையும்.

சே.அருணாசலம்

ஆம், மன மாசற்றவர்கள் ஆனந்தக் களிப்பில் இருக்கிறார்கள்.

இயேசுவின் வார்த்தைகளில் ஏதாவது துக்கம் வெளிப்படுகிறதா என்று நாம் முயன்று தேடினாலும் காண முடியாது. "துக்கத்தால் ஆன மனிதன்" "ஆனந்தத்தால் ஆன மனிதன்" ஆக முழுமை பெறுகிறான்.

உலகளவு துன்பத்தால் இதயம் நொறுங்கிய என் சகோதரர்களுக்குப் புத்தனாகிய நான் கண்ணீர் வடித்தேன்.

அவர்களுக்கு மீள்வதற்கு வழி இருப்பதை எண்ணி ஆறுதல் அடைந்து

இப்போது நான் சிரித்து மகிழ்கிறேன்.

பாவத்திலும், பாவத்திலிருந்து மீண்டு எழும் போராட்டத்திலும், களைப்பு மற்றும் துன்பம் ஏற்படும். ஆனால் மெய்யறிவைப் பெறும் போது, நன்மையின் பாதையில் செல்லும் போது, மகிழ்ச்சி நிலைத்திருக்கும்.

"நன்மையின் பாதைக்குள் நுழையுங்கள்.

அருள் பொழியும் நிழல் பாதைகள்

காயங்களை ஆற்றி குணமாக்கும் நீர்ச் சுனைகள் எல்லா வித தாகங்களையும் தவிப்புக்களையும் தீர்க்க அங்கே பரவிக் கிடக்கின்றன.

வழி எங்கும் என்றும் வாடாத மலர்கள் பாயாக விரிக்கப்பட்டு இருக்கின்றன.

விரைந்து செயலாற்றும் இனிமையான காலங்கள் ஏராளமாக இருக்கின்றன."

துன்பம் எதுவரை நீடிக்கும் என்றால் "நான்" என்கிற அகம்பாவ உணர்வு நீடிக்கும் வரை மட்டுமே. அரிசியிலிருந்து உமி நீங்கிய பின்பு கதிரடிக்கும் இயந்திரம் தன் வேலையை நிறுத்திக் கொண்டு விடும். இறுதி மனமாசுகள் உள்ளத்திலிருந்து நீங்கிய உடன் துன்பங்கள் நின்றுவிடும். அது மேலும் வாட்டுவதற்கு மனதில் எந்த அழுக்கும் இனி இல்லை. நிலையான மகிழ்ச்சி உணரப்பட்டுவிடும்.

எல்லாப் புனிதர்களும் இறை தூதர்களும் மனிதக் குலத்தின் இரட்சகர்களும் மகிழ்வோடு நற்செய்தியை அறிவித்து இருக்கிறார்கள். நற்செய்தி என்றால் என்ன என்று எல்லா மனிதர்களும் அறிவார்கள். தவிர்க்கப்பட்ட பேராபத்து, நோய் தீர்ந்து குணமாவது, நண்பர்கள் பாதுகாப்பாக வந்து சேர்வது அல்லது

சே.அருணாசலம்

பாதுகாப்பாக ஊர் திரும்புவது, பிரச்சினையை முறியடித்து மீண்டு வருவது, தொழிலில் வெற்றி வாய்ப்பு உறுதியாவது, போன்றவையே. ஆனால் புனிதர்களின் நற்செய்தி என்றால் அது என்ன? குழப்பமானவர்களுக்கு அமைதி இருக்கின்றது. துன்பப்படுபவர்களுக்கு ஆறுதல் இருக்கின்றது. கவலைப்படுபவர்கள் ஆனந்தப்படுவார்கள், பாவத்தை வெல்ல முடியும். வழி தவறியவன் வீடு வந்து சேர்வான். மனம் உடைந்தவர்களும், துக்கப்படுபவர்களும் மகிழ்ச்சியுறுவார்கள். இந்த அழகிய உண்மைகளை எதிர்கால உலகில் அல்ல; இங்கே, இப்பொழுதே உணரமுடியும். அனுபவிக்க முடியும். தான் என்ற குறுகிய எல்லையை உடைத்து தன்னலமற்ற அன்பு என்னும் எல்லையற்ற பெரு வெளிக்குள் நுழையும் யாவரும் உணரமுடியும், அனுபவிக்க முடியும் என்று புனிதர்கள் அறிவிக்கிறார்கள்.

மிக உயர்ந்த நன்மையை முயன்று தேடுங்கள். தேடிக் கண்டவுடன், அதை நடைமுறைப்படுத்திப் பார்த்தவுடன், அதை உணர்ந்தவுடன் மிக ஆழமான, இனிமையான ஆனந்தத்தின் சுவையைப் பருகுவீர்கள். மற்றவர்கள் நலத்தைக் கவனத்தில் கொள்ளுங்கள். மற்றவர்களை அன்போடும், கனிவோடும் எண்ணுங்கள். தேவையானவர்களுக்கு முடிந்த உதவிகளைச் செய்யுங்கள், இவ்வாறு செய்து உங்கள் சுயநல ஆசைகளை வெற்றிகரமாக

அருள் பொழியும் நிழல் பாதைகள்

மறக்கடியுங்கள். அந்த இடத்திலேயே (இன்னும் சிறிது தூரம் கூடக் கடந்து செல்லத் தேவையின்றி) வாழ்வின் நிலையான மகிழ்ச்சியை நீங்கள் கண்டு உணர்வீர்கள்.

சுயநலமின்மை என்னும் வாயில் கதவின் உள் சுவர்க்கத்திலிருக்கும் நிலையான மகிழ்ச்சி இருக்கின்றது. யாரும் அந்தக் கதவைத் திறந்து சென்று நிலையான மகிழ்ச்சியை அனுபவிக்கலாம். யாருக்கு இதில் சந்தேகமோ அவர்களும் வந்து கதவைத் திறந்து பார்த்துத் தங்கள் சந்தேகத்தைத் தீர்த்துக் கொள்ளலாம்.

எனவே, சுயநலம் என்பது துக்கத்திற்கு அழைத்துச் செல்லும், சுயநலம் துறப்பதே மகிழ்ச்சிக்கு அழைத்துச் செல்லும் என்று தெரிந்து கொள்ளும் போது – இது நம் ஒருவர் மகிழ்ச்சிக்கு ஆக மட்டும் அல்ல- அவ்வாறு என்றால் நாம் பெருமுயற்சியை மேற்கொள்வதற்கான எண்ணம் எவ்வளவு தாழ்வானது! ஆனால் முழு உலகத்தின் மகிழ்ச்சிக்காகவும். காரணம், நம்மோடு வாழும் நம்முடன் தொடர்பு கொள்ளும் யாவரும் நாம் நம் சுயநலத்தைத் துறந்ததற்காக உண்மையாகவும் மகிழ்ச்சியாகவும் இருப்பார்கள். காரணம் மனிதக் குலம் என்பது ஒன்றே, ஒருவனின் ஆனந்தம் என்பது எல்லோரின் ஆனந்தமே. இதை உணர்ந்த பின், வாழ்வின் பாதைகளில் மலர்களைத் தூவலாம், முட்களை அல்ல. ஏன், நம் எதிரிகளின்

பாதைகளிலும் தன்னலமற்ற அன்பின் நறுமண மலர்களைத் தூவலாம். அவர்களின் கால் அடி அதன் மேல் பதிய அந்த அழுத்தத்தில் புனிதத்தின் நறுமணச் சாந்து காற்றில் தெளிக்கப்படட்டும். உலகம் அந்த நறுமணத்தில் மகிழ்ச்சியுறட்டும்.

10. அமைதியுடன் இருப்பது

சலனமற்று இரு!

வாழ்வின் மணிமகுடம் அமைதியே.

ஒவ்வொரு நீண்ட நாளிலும் உங்களுக்கென்று சிறிது நேரத்தை வழங்கிக் கொள்ளுங்கள்.

மிக அதிக நேரம் தேவையற்ற வீண் பேச்சுகளில் ஈடுபடுகிறோம்.

மிகக் குறைந்த அளவு தான் நாம் கூற வேண்டியதைக் கூறுகிறோம்.

சே.அருணாசலம்

உங்கள் அறிவையும் ஞானத்தையும் நல்ல முறையில் வெளிப்படுத்த வேண்டும் என்றால்,

உங்கள் வார்த்தைக்கு மதிப்புடன் செயல் பிறக்க வேண்டும் என்றால்,

வெற்றுக் கதைகளையும், வீண் பேச்சுகளையும் விட்டுத் தள்ளி

அமைதியின் பொன்னான வார்த்தைகளில் ஈடுபடுங்கள்.

---ஏ.எல்.சாலமோன்.

என் உள்ளமே, கலங்காமல் சலனமற்று இரு.

ஓய்வில்லாமல் பரபரப்பான நடவடிக்கைகளில் ஈடுபடுவதிலிருந்து

சற்று நேரம் விலகி நில்.

சிறிது நேரம் தனிமையைத் தேர்ந்து எடுத்து

வாழ்வதற்கு அச்சம் கொள்ளாதே.

---எர்னால்ட் கிராஸ்பை

அருள் பொழியும் நிழல் பாதைகள்

மெய்யறிவு பெற்ற மனிதனின் வார்த்தைகளில் ஆற்றல் புதைந்துள்ளது. ஆனால் அவனது அமைதியிலும் மௌனத்திலும் அதைவிட அதிக ஆற்றல் புதைந்துள்ளது. உயர் மனிதர்கள் சில சமயங்கள் அமைதியை வேண்டும் என்றே கடைபிடிப்பிடித்து மிக நுட்பமாக நம்மைக் கற்பிக்கிறார்கள். அறிவும், ஞானமும் கொண்ட பெரும் ஞானிகளின் அமைதியான பண்பு நலன்களை நேரில் கவனிக்க முடிந்தவர்களாக அவரது சீடர்கள் ஓர் இருவர் இருக்கலாம். ஆனால் அவை காலம் கடந்தும் தொடர்ந்து போற்றிப் பாதுகாக்கப்படுகிறது. கெட்டிகாரத்தனமாக வார்த்தைகளைப் புகுத்தும் புத்திசாலி பேச்சாளனின் வார்த்தைகள் பல ஆயிரம் பேர்களால் கேட்கப்பட்டு எங்கும் பரவி எல்லோரும் அறிந்த வார்த்தைகளாக ஒரு காலத்திற்குப் புகழ் பெற்று விளங்கினாலும் சில தலைமுறைகளில் அவை மறக்கப்பட்டு விடுகின்றன. "உண்மை என்றால் என்ன? அதை விளக்கு" என்ற பிலோத் கேட்ட கேள்விக்கு இயேசுவின் பதில் அமைதியே. அந்த ஆழமான அமைதியில் ஞானம் பொதிந்து இருந்தது. பணிவும் உறுதியும் உள் அடங்கி இருந்தது. "தேவதைகள் உள்ளேவர அச்சப்படும் இடங்களுக்கும் முட்டாள்கள் விரைந்து செல்வார்கள்" என்னும் கூற்றை மெய்ப்பிக்கும் வண்ணம் அவர் ஆழமற்ற வார்த்தைகளை வெளிப்படுத்தவில்லை. வார்த்தைகளால் விளக்கம் அளித்து ஒரு

சே.அருணாசலம்

வரையறைக்குள் அடைக்க முடியாத ஒன்றிற்கு விளக்கம் அளிக்க அவர் முன் வரவில்லை. சாஸ்திரங்கள், வேதாந்தங்களை அவர் முன்வைக்கவில்லை. பிரம்மத்தைப் (கடவுளைப்) பற்றிய கேள்விகளை வாக்குவாதம் புரிய பிராமணர்கள் தொடுத்த போது புத்தர் அமைதியாக இருந்தார். அவர் அமைதியாக இருந்து அவர்கள் அறிந்து இருந்ததை விட மேலானதை அவர்களுக்குப் போதித்தார். மேலோட்டமான பதில்களை எதிர்பார்க்கும் முட்டாள்களை அவரது அமைதி திருப்திப்படுத்தவில்லை. ஆனால் உண்மை ஞானம் தேடுபவர்களுக்கு ஆழமாக உணர்த்தியது. கடவுளைப் பற்றிய எதிர் கருத்தை சகித்துக் கொள்ளும் மனமில்லாமல் கடவுளைப் பற்றி முடிவில்லாமல் ஏன் இவ்வளவு பேச்சு? அதற்குப் பதில் சிறிதளவு அன்பையும், நல்லெண்ணங்களையும் வாழ்வில் நடைமுறைப்படுத்தி, அவற்றின் முக்கியத்துவத்தை உணர்ந்து கொள்ளட்டும். ஏன் கடவுளைப் பற்றி ஊகத்தின் அடிப்படையில் இவ்வளவு வாக்குவாதங்கள்? நம்மைப் பற்றி நாம் சிறிதளவு உணர்ந்து கொள்வோம். ஆராய்வதற்கு இடமில்லாத ஒரு கருத்தை வைத்துக் கொண்டு தரக்குறைவாக, அவமரியாதையாகப் பேசுவதை விடப் பெரிய முட்டாள்தனமும் இல்லை. பக்குவமற்ற நிலையும் இல்லை. மரியாதையையும் பணிவையும் விட ஞானத்தை அடையாளம் காட்டும்

சிறந்த வேறு ஒன்று இல்லை. வார்த்தைகள் இல்லாமல் மெய்யறிவு கொண்டவன் போதிப்பான் என்று லாஓட்சு தன வாழ்வில் வாழ்ந்து காட்டினார். சக்தி சேகரிக்கப்பட்டிருந்தால் அதன் கூடவே ஆற்றல் இருக்கும் என்பதைப் போல எப்போதும் அவரிடம் இருந்து வெளிப்படும் ஆற்றலால் சீடர்கள் அவரை நோக்கி ஈர்க்கப்பட்டனர். போதிப்பதற்காக வெளியே செல்லாமல், மக்களின் செவிகளைத் தேடாமல் அவர்களின் பார்வையிலிருந்து விலகி அமைதியாக வாழ்ந்த அவரை மக்கள் தேடி சென்று அவரிடமிருந்து ஞானம் பெற்றனர்.

மெய்யறிவு பெற்றவர்களின் அமைதியான செயல்கள், மெய்யறிவைத் தேடுகின்றவர்களின் பாதைகளில் ஒளிவெள்ளத்தைப் பாய்ச்சும் விளக்குகளாக விளங்குகின்றன. மெய்யறிவையும் அறநெறிகளையும் செயல்படுத்தி வாழ நினைப்பவன் எதைப் பேச வேண்டும், எப்போது பேச வேண்டும் என்று மட்டும் தெரிந்து கொள்வது போதாது. எதைப் பேசக் கூடாது, எப்போது பேசக் கூடாது என்றும் தெரிந்து கொள்ள வேண்டும். நாவடக்கமே மெய்யறிவின் ஆரம்பமாகும். மனம் அடங்கிச் செயல்படுவது மெய்யறிவின் வழிகாட்டுதல் ஆகும். ஒருவன் தன் நாவை அடக்கும் போது அவன் மனதின் மீது அவனுக்கு ஒரு கட்டுப்பாடு ஏற்படுகின்றது. ஒருவனுக்கு மனதின் மீது முழுக் கட்டுப்பாடு இருக்கிறதென்றால்

அவன் அமைதியை ஆளும் திறம் பெற்றவனாக இருக்க வேண்டும்.

முட்டாள் பிதற்றுகிறான். வம்பு பேசுகிறான், வாதம் புரிகிறான். வார்த்தைகளை வாரி இறைக்கிறான். மற்றவர்களின் வாயை அடைத்ததாகப் பெருமை கொள்கிறான். தன்னுடைய முட்டாள் தனத்தில் (அதை முட்டாள்தனம் என்று அறியாமல்) பெருமிதம் கொள்கிறான். தன்னை எப்போதும் தற்காத்த வண்ணம் இருக்கிறான். தன்னுடைய ஆற்றல்களைப் பயன் இல்லாமல் வீணாக்குகிறான். எதுவும் விளையாத நிலத்தைத் தோண்டி செடிகளை நட்டு வளர்க்க என்னும் தோட்டக்காரனைப் போலத் தொடர்ந்து செயல்படுகிறான்.

மெய்யறிவு பெற்றவன் பயனில்லாத வார்த்தைகளை, வம்பு பேச்சுக்களை, வீண் வாக்குவாதங்களை, தன்னைத் தற்காத்துக் கொள்ளும் வார்த்தைகளைத் தவிர்க்கிறான். தோல்வியடைந்தவன் போல் தோற்றம் ஏற்பட்டால் மகிழ்ச்சி கொள்கிறான். உண்மையிலயே தோல்வியடைந்தால் இன்னும் பெரு மகிழ்ச்சி கொள்கிறான். தன்னுடைய தவறை, குறையை அறிந்துக் கொண்டதற்காக, அதை இப்பொழுது நீக்க முடியும் என்று பெரு மகிழ்ச்சி கொண்டு மெய்யறிவில் மேலும் ஒரு படி முன்னேறுகிறான். இறுதியான வார்த்தை தனனுடையதாகவே இருக்க

அருள் பொழியும் நிழல் பாதைகள்

வேண்டும் என்று விருப்பம் கொள்ளாதவன் பேரருள் பெற்றவனாவான்.

நான் என் கடந்த கால நாட்களைத் திரும்பிப் பார்க்கிறேன்.

வார்த்தை ஜாலத்தில் கெட்டிக்காரர்களுடன் நான் போட்டியிட்டுக் களைப்படைந்தேன்.

இப்பொழுது எள்ளி நகையாடுதல்களுக்கும், வாக்குவாதங்களுக்கும் எந்தப் பதிலும் அளிக்காமல் காத்திருப்பதைத் தவிர நான் வேறு எதுவும் செய்வதில்லை.

கோபம் ஏற்படவேண்டும் என்று தூண்டிவிடப்படும் பொழுது அமைதியாக இருப்பது என்பது ஒரு பண்பு நிறைந்த இரக்கமான இதயத்தின் அடையாளமாகும். கவனமற்றவர்கள், இரக்கமற்றவர்கள் ஒவ்வொரு சிறு தூண்டுதலிலும் தங்கள் நிலையில் தடுமாறுவார்கள். தான் என்ற எண்ணத்திற்கு ஏதாவது ஆபத்து நேரும் என்னும் தோற்றம் ஏற்பட்டாலும் மனம் கலங்கி நிலை குலைந்துப் போய்விடுவார்கள். இயேசுவின் ஒருமை நிலை என்பது ஒரு அற்புதம் அல்ல. அது அவரது நெஞ்சில் குடிகொண்டிருந்த பண்புகளின் மலர்ந்த நிலை. ஞானத்தின் வெளிப்பாடு. "இயேசு ஒரு வார்த்தையையும் பதில் அளிக்கவில்லை", "புத்தர் அமைதியாக இருந்தார்" என்று படிக்கும் போது அமைதியின் பேராற்றலை, வலிமையை,

சே.அருணாசலம்

ஆரவாரமில்லாத கம்பீரத்தை, பெரு மழையின் ஒரு துளி மழையைப் பார்த்தது போல் உணர்கிறோம்.

அமைதியான மனிதனே ஆற்றல் வாய்ந்த மனிதன். அதிகமாகப் பேசும் மனிதன் பிறரை ஈர்க்கமாட்டான். எந்தத் தாக்கத்தையும் ஏற்படுத்த மாட்டான். எந்த ஒரு ஆற்றலையோ சக்தியையோ வீணடிக்காமல் சேகரித்து வைத்துக் கொண்ட பின்பே, வேண்டிய திசையில் செலுத்திப் பயன்படுத்த முடியும் என்பதை இயந்திரங்களை இயக்கும் (மெக்கானிக்குகள்) ஒவ்வொருவரும் அறிவார்கள். மெய்யறிவு படைத்தவன் மனதின் ஆற்றலை சேகரித்து வீணாகாமல் தடுத்து தேவை ஏற்படும் போது துளியும் தாமதமின்றித் துல்லியமாக வேண்டும் திசையில் செலுத்துகிறான் என்ற வகையில் அவன் மனம் என்னும் ஆன்மீக இயந்திரத்தை இயக்குபவனே.

அமைதி தான் உண்மையான வலிமை. "குரைக்கின்ற நாய் கடிக்காது" என்ற பேச்சு வழக்கு சரியானது தான். புல்டாக் எனப்படும் நாயைப் பார்த்து எல்லோரும் அச்சப்படுவதற்குக் காரணம் – அது பார்வையை மிகக் கடுமையாக வைத்துக் கொள்ளும். மிக அரிதாக எப்போதோ தான் குரைக்கும். நடப்பவற்றைக் கூர்ந்து கவனித்துச் செயல்படுவதற்கு அதற்கு அந்த அமைதி தேவைப்படுகிறது. ஆம். இது ஒரு தாழ்ந்த வகை அமைதியின் ஆற்றல் தான். ஆனால் அடிப்படை

தத்துவம் இது தான். தற்பெருமை பேசுபவன் தோல்வி அடைவான். அவன் மனம் செய்ய வேண்டிய செயலை விட்டு விலகிச் சென்றுவிட்டது. அவன் தன் ஆற்றலை எல்லாம் தன்னைப் பற்றிப் புகழ்ச்சியாகப் பேசுவதிலேயே செலவு செய்கிறான். அவனது சக்தி, செய்ய வேண்டிய பணிக்கும் அதைச் செய்தால் கிடைக்கப் போகிற பலனையும் எண்ணி இரண்டாகப் பிரிகிறது. அதில் பெரும் பகுதி அந்தப் பலனை எதிர்பார்க்கும் ஆசைக்கே செல்கின்றது. தன் படைகளைப் பிரித்துத் தேவையற்ற இடங்களில் நிற்க வைத்துவிட்டு போருக்குச் சென்று ஒரு முகமாகத் தாக்குதலை தொடுக்க முடியாமல் தோல்வி அடையும் திறமையற்ற படைத் தளபதியைப் போல் செயல்படுகிறான் அல்லது இயந்திரத்தின் தடுப்பிதழை கவனமின்றித் திறந்து விட்டு நீராவியை வெளியே செல்ல அனுமதிக்கும் கவனக் குறைவான பொறியாளரைப் போலச் செயல்படுகிறான். தன்னடக்கமான, அமைதியான, உள்ஆர்வம் மிக்கவன் வெற்றி பெறுகிறான். தற்புகழ்ச்சியைத் தவிர்த்து, வீண் ஆரவாரங்களை விட்டு விலகி அவனது சக்தி அனைத்தையும் ஏற்றுக்கொண்ட பணியை நிறைவேற்ற ஒருமுகப்படுத்துகிறான். தற்புகழ்ச்சி கொள்பவன் தன் ஆற்றல்களைப் பறைசாற்றிக் கொண்டிருக்கும் வேளையில் இவன் செய்து முடிக்க வேண்டிய வேலையில் இறங்கி செயல்பட்டுக்

கொண்டிருக்கிறான். மற்றவன் எந்த அளவு பேசிக்கொண்டு இருக்கிறானோ இவன் அந்த அளவு அவனை விட அந்த வேலையை முடிக்க முன்னேறிக் கொண்டிருக்கிறான். பல முனைகளில் சிதறடிக்கப்படும் ஆற்றலை விட ஒருமுகப்படுத்தப்படும் ஆற்றலே பலன் தரும் என்பது எங்கும், எப்போதும் செயல்படும் இயற்கை விதியாகும். இரைச்சல் இட்டுத் தற்பெருமை கொள்ளும் "சார்லஸ்" -ஐ எப்போதும் தன்னடக்கமான, அமைதியான "ஓர்லாண்டோ" வீழ்த்திவிடுவான்.

அமைதி தான் வலிமை என்பது புவி எங்கும் செயல்படும் இயற்கை விதியாகும். வெற்றிகரமாக இயங்கிக் கொண்டிருக்கும் வியாபாரி தன் திட்டங்களை, செயல்முறைகளை, நிகழ்வுகளைப் பற்றிப் பேசிக்கொண்டு இருக்கமாட்டான். வெற்றி பெற்றுள்ள காரணத்தால் பெருமிதம் கொண்டு பேசத் தொடங்கினால் தோல்வியைத் தழுவ ஆரம்பித்து விடுவான். நல் ஒழுக்க முறையில் வாழ்ந்து பிறரை ஈர்க்கும் தன்மையுடையவன் தன்னைப் பற்றி ஒரு போதும் பேச மாட்டான். தன்னுடைய ஆன்மீக முயற்சிகளில் கிடைத்துள்ள வெற்றியைப் பற்றியும் பேசமாட்டான். அவ்வாறு பேசினால், பேசிய அந்தக் கனமே காந்தம் போன்று அவனோடு இருந்த ஆற்றல் எல்லாம் அவனை விட்டு நீங்கிச் சென்று விடும். சாம்சன்னைப்

அருள் பொழியும் நிழல் பாதைகள்

போன்று (ஆங்கில வழக்கில் வழங்கப்படும் ஒரு கதையின் பாத்திரம்) அவன் தன் ஆற்றல்கள் எல்லாம் நீங்கித் தவிப்பான். உலக வாழ்வின் வெற்றியோ! ஆன்மீக வாழ்வின் வெற்றியோ! வெற்றி என்பது குறிக்கோளை மனம் தளராமல் வலிமையாக, அமைதியாக அடைய முயற்சிப்பவர்களுக்கு மனம் உவந்து உதவும் ஒரு பணிவான வேலைக்காரன் ஆகும். அதிக ஆற்றல் வாய்ந்த சக்திகள் இரைச்சலின்றி வேலை செய்யும். பலவற்றைக் கடந்து கவரும் மனம் அமைதியாகவே வேலை செய்யும்.

நீங்கள் வலிமையானவர்களாக, பயனுள்ளவர்களாக, தன்னம்பிக்கை உடையவர்களாக இருக்க வேண்டும் என்று விரும்பினால் அமைதியின் ஆற்றலை, மதிப்பை உணர்ந்து கொள்ளுங்கள். உங்களைப் பற்றிப் பேசாதீர்கள். வீண் பேச்சு பேசுபவன் செயலில் பலவீனமானவன் என்று உலகம் தன்னியல்பாகவே உணர்ந்து கொண்டு அவனை அவன் தற்புகழ்ச்சி பாதைக்குள் செல்ல அனுமதித்து ஒதுங்கி விடும். என்ன செய்யப் போகிறீர்கள் என்பதையும் பேசாதீர்கள். ஆனால் செய்யுங்கள். செய்து முடிக்கப்பட்ட பணி தன் அங்கீகாரத்தைத் தானே தேடிக் கொள்ளும். மற்றவர்கள் செய்யும் வேலைகளில் குறை கூறி தவறை கண்டுபிடித்து உங்கள் ஆற்றலை வீணாக்காதீர்கள். ஆனால்

உங்கள் கடமையை நன்றாக முழுமையாகச் செய்யுங்கள். உண்மையோடும் இனிமையோடும் செய்யப்படும் மிகச் சாதரண வேலை, மற்றவர்களைப் பார்த்து குரைப்பதை விட மேலானதாகும். மற்றவர்களின் வேலையைக் குறைக் கூறும்போது உங்கள் வேலைகளில் நீங்கள் கவனத்தை இழக்கிறீர்கள். மற்றவர்கள் தவறாகச் செய்கிறார்கள் என்றால் நீங்கள் சரியாகச் செய்து எடுத்துக்காட்டாக விளங்கி அவர்களுக்கு அறிவுறுத்துங்கள். மற்றவர்களை மட்டம் தட்டாதீர்கள். உங்களை யாராவது மட்டம் தட்டினால் அதற்கு எந்த மதிப்பையும் அளித்து வருந்தாதீர்கள். உங்கள் மீது தாக்குதல் தொடுக்கப்பட்டால் அமைதியாக இருங்கள். இவ்வாறு இருந்து நீங்கள் மனக்கட்டுப்பாடை வளர்த்துக் கொள்ளுங்கள். வார்த்தைகளை, சொற்களை நீஙகள் பயன்படுத்தவில்லை என்றாலும் பிறர் உங்களிடம் கற்றுக் கொள்வார்கள்.

ஆனால் உண்மையான அமைதி என்பது 'நா'வானது மட்டும் பேசாமல் அமைதியாக இருப்பதல்ல, மனம் அமைதியாக இருப்பதே. மனமானது குழம்பி அலைபாய்ந்து கொண்டிருக்க நாவை மட்டும் கட்டுப்படுத்தி அமைதியாக வைத்திருப்பது எந்தப் பலவீனத்தையும் போக்காது. எந்த ஆற்றலையும் வழங்காது. அமைதியானது சக்தி வாய்ந்ததாக இருக்க வேண்டும் என்றால் அது

முழு மனதையும் தழுவிய அமைதியாக இருக்க வேண்டும். மனதின் ஒவ்வொரு பாகத்தையும் ஊடுருவி இருக்க வேண்டும். ஒரு நிம்மதியான அமைதியாக இருக்க வேண்டும். இந்தப் பரந்த, ஆழமான, நிலையான அமைதியை;- எந்த அளவிற்கு ஒருவனுக்கு அவன் மீது கட்டுப்பாடு இருக்கிறதோ அந்த அளவிற்குத் தான் அவன் பெற முடியும். தீவிர கோப உணர்வுகளும், இச்சைகளும், துன்பங்களும் மனதில் சுழலும் போது புனிதமான, ஆழமான அமைதியின் ஓசைகளைக் கேட்க முடியாது. மற்றவர்களின் வார்த்தைகளும் செயல்களும் உங்களைச் சூடேற்றி விடும் என்றால் மனமாசு நீங்காமல், மனக் கட்டுப்பாடு இல்லாமல் நீங்கள் இன்னும் பலவீனமாகத் தான் இருக்கிறீர்கள். ஆனவ செருக்கும் வெற்று ஆரவார அகம்பாவமும் உங்கள் உள்ளத்தை ஆட்டுவிக்காமல் பார்த்துக் கொள்ளுங்கள். சுயநலத்தின் காரணமாக எந்த வெறுப்போ வன்ம விரோத உணர்வோ உங்களை அண்டாமல் இருக்கட்டும். எந்தப் பழி கூறும் அபாண்ட வார்த்தையோ, பொய்யுரைகளோ, அவதூறோ உங்கள் சாந்த நிலையை குலைக்க அனுமதிக்காதீர்கள். புயல் காற்று வெளியே வேகமாக வீசிக் கொண்டிருக்கும் போது உறுதியாகக் கட்டப்பட்டு இருக்கும் வீட்டின் உள்ளே இருப்பவர்கள் எந்தக் கலக்கத்திற்கும் ஆளாகாமல் அச்சமின்றி உள் அறையில் தீ மூட்டிக் குளிர்

காய்கிறார்களோ அதுபோல உள்ளத்தில் மெய்யறிவு கொண்டு இருப்பவனை அவன் உள்ளத்திற்கு வெளியே இருக்கும் எந்தத் தீமையாலும் அவனைத் தீண்டவோ கலக்கமடையவோ செய்ய முடியாது. தன்னை ஆளும் திறன் கொண்டு அமைதியாக இருப்பவன் இதயத்தில் அமைதி நிலவுகிறது. இந்தப் பேரமைதியை ஒருவன் தன்னை முழுமையாக ஆளும் போது பெறுகிறான்.

பகை, பொறாமை, பொய் குற்றச்சாட்டு, வெறுப்பு, வன்மம் என மனதின் எல்லாவகையான ஓய்வற்ற நிலையை, விறுவிறுப்பான போராட்டம் என்று மக்கள் தவறாகப் பெயரிட்டு அழைக்கும் ஒன்று, மெய்யறிவு கொண்ட ஒருவன் அருகில் நெருங்க முடியாது. அவனை மீண்டும் துன்புறத்த முடியாது.

அதிகமாகப் பேசியும் சத்தமும் போட்டுக் கொண்டிருந்தால் தான் ஒன்றை சாதிக்க முடியும் என்னும் ஒரு தவறான கருத்து பொதுவாக மக்களிடம் நிலவுகிறது. ஆழமற்ற அனுபவத்தில் இல்லாத வாய் வார்த்தைகளை ஓயாது பேசிக்கொண்டு இருப்பவன் ஆழ்ந்து சிந்திப்பவனையோ அல்லது அமைதியாகச் செயலாற்றுபவனைப் பயனற்றவன் என்று கருதுகிறான். அவனைப் பொறுத்தவரை அமைதியாக இருப்பது என்றால் எதுவும் செய்யாமல் சும்மா இருப்பது. பரபரப்பாக ஓயாமல்

பேசிக் கொண்டு இருந்தால் சுறுசுறுப்பாக இயங்குவது. பிரபலமாக விளங்குவதை, பலர் கவனத்தைக் கவருவதை ஆற்றல் என்று தவறாக விளங்கிக் கொள்கிறான். ஆனால் சிந்திப்பவனும் செயல்படுபவனும் தான் பயன் தரும் வகையில் உண்மையில் பணியாற்றுகிறான். அவனது செயல்பாடு, பணியின் ஆணி வேரை, மையத்தை, உயிர்த்துடிப்பை இயக்குகின்றது. மண்ணிலும் காற்றிலும் கலந்திருக்கும் கடினமான பொருட்களை இயற்கை அன்னை மறைவிலிருந்து அமைதியாக அற்புத இரசவாதத்துடன் (மட்ட உலோகங்களைப் பொன்னாக மாற்றும் செயல்) மென்மையான இலைகளாக, அழகிய மலர்களாக, சுவையான கனிகளாக அளவிட முடியாத பலவகை அழகு வடிவங்களாக மாற்றுகிறாள். அது போல, பயனுள்ள வகைகளில் அமைதியாகச் செயல்படுபவன் தன் செயல்களின் எடுத்துக் காட்டின் மூலமாக மக்கள் வாழ்கின்ற வழி முறைகளைத் திருத்துகிறான். குறித்த திசையில் அமைதியாகச் செலுத்தப்படும் துன்னுடைய ஆற்றலின் வலிமையாலும் விளக்க முடியாத மாய சக்தியாலும் உலகத்தின முகத்தையே அழகாக மாற்றி அமைக்கிறான். தொடர்ந்து மாறிக் கொண்டே இருக்கும் செயற்கையான மேற்பரப்பில் பூசி மெழுகும் வேலைகளைச் செய்து தன் நேரத்தையும் ஆற்றலையும் அவன் வீணாக்குவது இல்லை. ஆனால் அவன் உயிரின் மையப்

பகுதியை நாடிச் செல்கிறான். அங்கிருந்தே தன் வேலையைத் தொடங்குகிறான். காலம் கனியும் பொழுது, ஒரு வேளை அப்பொழுது அவன் நிலையில்லாத உடலை இழந்து உலகை விட்டு மறைந்து கூட இருக்கலாம். ஆனால் அவன் அமைதியாகச் செய்த அழிக்க முடியாத பணிகள், கனிகளை ஈன்று உலகை உய்விக்கின்றது. ஆனால் வெறும் பேச்சில் மட்டும் கெட்டிக்காரனது வார்த்தைகள் மறைந்துவிடுகின்றன. ஓசையை விதைத்து உலகில் எதையும் அறுவடை செய்ய முடியாது.

எவன் தன் மனதின் ஆற்றல்களைக் கட்டுப்பாட்டில் வைத்திருக்கின்றானோ அவன் தன் உடலின் ஆற்றல்களையும் கட்டுப்பாட்டில் வைத்திருக்கின்றான். வலிமையோடு சாந்தமாகவும் அமைதியாகவும் வாழும் மனிதன் எப்போதும் அவசரமாக, பரபரப்பாக இயங்கிக் கொண்டிருக்கும் மனிதனை விடச் சிறந்த உடல் நலத்தைப் பெற்று இருப்பான். அமைதியாக, கட்டுப்பட்டு இசைந்து செயல்படும் மனம், உடலும் நோயின்றி இசைந்து செயல்பட வழிவகைச் செய்யும். ஜார்ஜ் ஃபாக்ஸின் வழியைப் பின்பற்றுபவர்கள் தான் பிரிட்டிஷ் சமுகத்தில் இன்று* (இன்று* - 1900 காலகட்டம்) வெற்றிகரமாக, ஆரோக்கியமாக வாழ்பவர்களாக இருக்கிறார்கள். அவர்கள் வீண் பரபரப்பையும் தேவையற்ற வார்த்தைகளையும் தவிர்த்து,

அருள் பொழியும் நிழல் பாதைகள்

அமைதியாக ஆரவாரமின்றிக் குறிக்கோளுடன் கூடிய வாழ்வை வாழ்கிறார்கள். அவர்கள் அமைதியான மக்கள். அமைதியே ஆற்றல் என்னும் அடிப்படையில் தான் அவர்களது சந்திப்புகள் நடைபெறுகின்றன.

அமைதி ஆற்றல் வாய்ந்தது, காரணம் அது ஒருவன் தன்னை அடக்கி ஆள்வதன் வெளிப்பாடு. எந்த அளவிற்கு ஒருவன் தன்னை வெற்றிகரமாக அடக்கி ஆள்கிறானோ அந்த அளவிற்கு அவன் இன்னும் அமைதியானவனாக மாறுகிறான். தன் மனதின் கேளிக்கை கொண்டாட்டங்களுக்கு வாழ்வதை விடுத்து ஒரு குறிக்கோளுடன் செயல்படும் போது வெளி உலகின் பேரிரைச்சலில் இருந்து விலகி தன் உள்ளத்தின் நிம்மதியான இசையைக் கேட்கிறான். அவன் பேசினால் அதற்கு ஒரு காரணம் இருக்கும். அவன் பேசும் வார்த்தைக்குப் பின் ஒரு சக்தி இருக்கும். அவன் அமைதியோ மவுனமோ காத்தால் அதற்கும் அவன் வார்த்தைக்கு ஈடான சக்தியுடன் இருக்கும் அல்லது அதற்கும் அதிகமான சக்தியுடன் இருக்கும். அவன் உதிர்க்கும் வார்த்தைகளை வலியும், கண்ணீரும் பின் தொடர்வது இல்லை. வேதனையையும், மனவுறுத்தலையும் ஏற்படுத்தும் செயல்களை அவன் செய்வது இல்லை. ஆனால் அவன் சொல்லிலும், செயலிலும் கனிவும் கவனமும்

சே.அருணாசலம்

இருக்கும். அவன் உள்ளம் அமைதியாக இருக்கும், அவனது நாட்களும் பேரருளோடு விளங்கும்.

11. தனிமையை நாடுவது

உள்ளத்தில் விடை இருக்கும் போது ஏன் புறப் பொருட்களில் அந்த விடையை வீணாகத் தேட வேண்டும்?

சுவர்கத்தின் காட்சி அருகிலேயே கிடைக்கும் போது, தொலைவில் இருக்கும் மலையின் மேல் ஏன் வலியோடு ஏற வேண்டும்?

உள்ளம் என்னும் பள்ளத்தாக்கின் அடி ஆழத்தில் ஆழ்ந்த சிந்தனை என்னும் துறவி வாழ்கிறான். அவன் பார்வை சுவர்கத்தைத் துளைக்கும். இரவை ஒளி மயமாக்கும் நட்சத்திரங்கள் பகலிலேயே அவன் கண்களுக்குத் தெளிவாகத் தெரியும்.

---விட்டியர்.

சே. அருணாசலம்

தீவிர உணர்வுகள் ஓய்வு எடுக்கும் நிசப்தமான வேளையில்

நெஞ்சம் என்னும் பெட்டகத்தில் ஞானத்தைச் சேகரித்துக் கொள்ளுங்கள்.

--வெர்ட்ஸ்வர்த்

மனிதனின் உண்மையான இருப்பு கண்களால் காண முடியாத அவன் உள்ளத்தின் ஆன்மீக இருப்பே. அது தன் உயிர்சக்தியை, வலிமையை உள்ளிருந்தே பெற்றுக் கொள்ளும், வெளியிருந்து அல்ல. வெளிப்புறம் என்பது அந்தச் சக்தி செலவிடப்படும் இடமாகும். அந்த சக்தியை பெறுவதற்கும், புதுப்பித்துக் கொள்வதற்கும் அது உள்ளத்தின் அமைதியை நாடியே செல்ல வேண்டும்.

எதிலிருந்து தான் சக்தியைப் பெற்றுக் கொள்ள வேண்டுமோ, அந்த உள்ளத்தின் அமைதியை எந்த அளவிற்கு புலன்களின் ஆசைகள் என்னும் இரைச்சலில் மனிதன் மூழ்கடிக்கிறானோ, எந்த அளவிற்கு இந்த அமைதியைப் புற உலகப்

அருள் பொழியும் நிழல் பாதைகள்

பொருட்களின் தேடலோடு மோதிக் கொள்ள அனுமதிக்கின்றானோ, அந்த அளவிற்கு அவன் வலியையும், வேதனையையும் அனுபவிப்பான். அந்த வலியும் வேதனையும் பொறுத்துக் கொள்ள முடியாத அளவு துன்பத்தைத் தரும் போது அவன் ஆறுதல் பெற அவனுள் இருக்கும் நிம்மதியான தனிமை என்னும் புனித தளத்தை நாடிச் செல்வான்.

அரிசியில்லாத நெல்லின் வெறும் உமியை உண்டு எப்படி உடலால் தாக்கு பிடிக்க முடியாதோ அது போலவே மனிதனின் உண்மையான தன்மையும் வெற்றுக் கொண்டாட்டங்களினால் தன்னை நிலை நிறுத்திக் கொள்ள முடியாது. அவ்வப்போது தகுந்த வேளைகளில் உணவு ஊட்டப்படவில்லை என்றால் உடலானது தன் வலிமையையும் பொலிவையும் இழந்து பசியாலும் தாகத்தாலும் வாடி உணவிற்காகவும், நீருக்காகவும் கண்ணீர் விடும். மனிதனின் உண்மையான உள் இருப்பும் இந்த உடம்பைப் போன்றது தான். அது தகுந்த கால இடைவெளிகளில் தூய்மையான, புனிதமான எண்ணங்களை உணவாக, நீராகத் தனிமையை நாடிக் கொள்ள வேண்டும். இல்லையென்றால் அது தன் பொலிவையும், வலிமையையும் இழந்து பசியாலும், தாகத்தாலும் வாடி வேதனையில் கண்ணீர் விடும். தூய்மையான புனித எண்ணங்கள் என்னும் உணவைக் கொள்ள முடியாமல் உள்ளிருக்கும் ஜீவன் துக்கம் மேலிட வேதனையில்

சே.அருணாசலம்

அழுகின்றது. ஒளிமயமான வாழ்வுக்காகவும் ஆறுதலுக்காகவும் ஏங்கும் அந்த ஜீவனின் ஏக்கம் தான் அந்த அழுகுரல். எல்லா துன்பமும் துக்கமும் ஆன்மீக உணவின் பஞ்சமே. அந்தப் பஞ்சத்தை நீக்குவதற்கான ஜீவனின் கூக்குரலே உயர் எண்ணங்கள். பசியால் வாடி மனம் திருந்திய பின்பு தான், மகன் தன் தந்தையின் இல்லத்தை நோக்கி ஏக்கத்தோடு திரும்புவான்.

புலன் இன்ப ஆசைகளின் கொண்டாட்டத்தால் ஆன்மீக உள் இருப்பின் தூய்மையான உயிர் துடிப்புத் தொலைந்து விடுகிறது. கீழ்நிலை ஆசைகளுக்கு இடம் கொடுக்கும் போது அவை மேலும் மேலும் இடத்தைப் பிடித்துக் கொள்ள ஆர்ப்பரித்து அலைக்கழிக்கும். தினமும் பயன்படுத்தப்படும் பொருட்கள் தேய்மானம் ஆகி பழுதாகி உடையும். அணிந்து கொள்ளும் ஆடைகள் தேய்ந்து, கிழியும். இரைச்சலான தினசரி வாழ்வின் தவிர்க்க முடியாத இன்றியமையாத செயல்பாடுகளினால் உள் இருப்பும் அது போலத் தேய்கிறது, கிழிகிறது. அந்தச் செயல்பாடுகளினால் நேர்ந்த உள்ளிருப்பின் இழப்பை ஈடுகட்ட தனிமையால் மட்டுமே உதவ முடியும். தினசரி நடவடிக்கைகளுக்குப் பின் மீண்டும் செயல்பட உடம்பிற்கு எப்படி ஓய்வு தேவைப்படுகிறதோ அது போல ஆன்மீக உள் உணர்விற்கும் அதன் இருப்பு செலவான பின்பு மீண்டும் இருப்பைப்

அருள் பொழியும் நிழல் பாதைகள்

பெறுவதற்கும், புதுப்பித்துக் கொள்வதற்கும் தனிமை தேவைப்படுகிறது. உடல் நலத்திற்கு எப்படி உறக்கம் தேவையோ அது போல ஆன்மீக நலத்திற்குத் தனிமை தேவை. புற உலக நடவடிக்கைகளில் ஈடுபடவேண்டியது எப்படி உடலின் தேவையோ அது போலத் தனிமையில் ஈடுபடும் போது உதிக்கும் புனித எண்ணங்களும் மனசலனமற்ற தியான நிலையும் உள்ளத்தின் தேவை. உடம்பிற்குத் தேவையான ஓய்வும் உறக்கமும் கிடைக்காத போது அது சோர்வாகி விடுவது போலத் தனிமையும் அமைதியும் கிடைக்காத போது உள் உணர்வுகளும் சோர்வடைகிறது. ஆன்மீகத் தன்மையே மனிதனின் அடித்தளமாகும். எனவே அவன் தன்னை வலிமையுடன், நிம்மதியுடன், தலைகுனிவற்ற நிமிர்வுடன் தன்னை நிலைநிறுத்திக் கொள்ள வேண்டும் என்றால் நிலை மாறிக் கொண்டே இருக்கும் புற உலகு வாழ்விலிருந்து தன்னை அவ்வப்போது விடுவித்துக் கொண்டு நிலையான அழியாத உண்மைகளை நோக்க உளமுகமாகத் திரும்ப வேண்டும். சமயக் கோட்பாடுகள் ஆறுதல் அளிக்கின்றன என்றால் அதற்குக் காரணம் அச்சமயக் கோட்பாடுகள் உள்ளம் தனிமையில் திளைக்க ஒரு வழிவகையை ஏற்படுத்துகின்றன. அந்தத் தனிமையிலிருந்து தான் ஆறுதல் பிறக்கிறது. மனதை அவ்வப்போது ஆழ்ந்த அமைதியில் நிலைக்கச் செய்து உயர்ந்த புனித

எண்ணங்களை உள்ளத்தில் எண்ணுவது, தியானிப்பது போன்றவற்றை மனிதன் அவனாகச் செய்ய மறப்பதால் மதங்கள் அவன் மேல் கடமைகள் என்று சடங்குகளை விதிக்கின்றன. உலக வாழ்வின் திசை திருப்பும் விஷயங்களிலிருந்து விலகி மனம் ஒன்றிய அமைதியுடன் அச்சடங்குகளில் ஈடுபடும் போது அவனது மனம் உள்ளத்தின் ஆழ்ந்த அமைதியில் நிலைக்கின்றது. தன் மனதை கட்டுப்டுத்தி பரிசுத்தப்படுத்திக் கொள்ள அறியாதவனுக்கு, ஆனால் அவன் தற்போதைய நிலையை விட உயர்ந்து புனித எண்ணங்களைச் செயல்படுத்த வேண்டும் என்னும் விருப்பமுள்ளவனுக்கு, சமயங்கள் கட்டாயமாக்கும் சடங்குகள் துணை புரியலாம். ஆனால் எவன் தன் மேல் பொறுப்பை ஏற்றுக்கொண்டு தன்னைக் கட்டுப்படுத்திக் கொள்கிறானோ, தன்னுடைய இழிநிலை எண்ணங்களை விலக்க தனிமையைத் தேர்ந்தெடுக்கின்றானோ, புனித திசைகளில் தன் முழுமனதை செலுத்த முனைகிறானோ;- அவனுக்குப் புத்தகங்களின், போதகர்களின், ஆலயங்களின் உதவிகள் தேவையில்லை. ஆலயங்கள் புனிதர்களின் கொண்டாட்டத்திற்காக இல்லை, பாவிகளை மீட்கவே இருக்கின்றன.

தனிமையில் தன்னை ஈடுபடுத்திக் கொள்ளும் போது ஒருவனுக்கு கிடைக்கும் வலிமையானது, வாழ்வின் பிரச்சினைகளையும் இச்சைகளின் தூண்டுதல்களையும் எதிர் கொண்டு சந்தித்து அவற்றின் பலம், பலவீனத்தை அறிந்து அவற்றை முறியடிக்கும் ஆற்றலை, மீண்டு வருவதற்கான வழியைக் காண்பிக்கின்றது. ஒரு கட்டிடம் உறுதியாக நிலைத்து நிற்பதற்குக் காரணம் கண்களுக்குப் புலப்படாமல் அடியில் மறைந்து நிற்கும் அடித்தளமே ஆகும். தனிமையில் ஈடுபடும் நேரத்தில் எவருக்கும் புலப்பட இயலாத வகையில் அவனுள் எழும் உயர் எண்ணங்களின் ஆற்றலே அவனை வலிமையோடும் நிம்மதியோடும் இருக்கச் செய்யும் அடித்தளமாகும்.

தனிமையில் இருக்கும் போது தான், மனிதனுக்குத் தனது உண்மையான முகம், உண்மையான குணம் என்ன என்று அவன் அறிந்து கொள்ள முடியும். தனது ஆற்றல்கள், தனக்குத் திறந்திருக்கும் வாய்ப்புகளைக் குறித்து அவன் அறிய முடியும். உலக வாழ்வின் பரபரப்பிற்கு இடையிலும் தனது முரன்பாடான ஆசைகள் ஒன்றுடன் ஒன்று மோதிக் கொள்ளும் ஓசைக்கு நடுவிலும் ஒலிக்கும் உள்இருப்பின் மெல்லிய குரலை அவனால் கேட்க முடியாது. தனிமையை நாடாமல் ஆன்மீக வளர்ச்சி என்பது இல்லை.

சே.அருணாசலம்

தனிமை பொழுதில் தங்கள் உண்மை இயல்பை முழுதாகக் காண நேரும், தங்கள் மனத்திரையில் விரியும் எண்ணங்களையும் ஆசைகளையும் கட்டுப்படுத்த முடியாது, தனிமையில் தங்கள் சொந்த எண்ணங்களுடன் தனியே போராட வேண்டி இருக்கும், எனத் தனிமையைச் சிலர் ஏற்க மறுக்கிறார்கள். எனவே அவர்கள் உண்மையின் கடிந்துரைக்கும் குரலை மூழ்கடிக்கும் ஓசை மிகுந்த மேலோட்டமான கொண்டாட்டங்களை நோக்கி ஓடுகிறார்கள். ஆனால் உண்மையை விரும்புபவன், மெய்யறிவை தேடி பெற முயல்பவன், தனிமையில் தான் அதிகம் காணப்படுவான். தன் குண இயல்புகள் முழுதாக, தெளிவாக வெளிப்படுவதைக் காண்பான். மேலோட்டமான விஷயங்களும், பேரிரைச்சல்களும் தன்னைப் பின் தொடராமல் பார்த்துக் கொள்வான். தன்னுள் பேசும் உண்மையின் இனிமையான, மென்மையான குரலை கவனித்துக் கேட்பான்.

மக்கள் துணைக்குப் பலரை அழைத்துக் கொண்டு புதுபுது கேளிக்கைகளைத் தேடுகிறார்கள். ஆனால் அவர்கள் நிம்மதியைப் பெறுவது இல்லை. பல்வேறு வகையான கொண்டாட்டங்களில் மகிழ்ச்சியைத் தேடிக் கிடைக்காமல் களைத்துப் போகிறார்கள். சிரிப்பலைகளில், களியாட்டங்களில் மூழ்கி மகிழ்ச்சி பொங்கும் வாழ்வை தேடி அலைகிறார்கள். ஆனால் அவர்கள் கண்ணீரில்

வாடுகிறார்கள். இறப்பு அவர்களை விடுவது இல்லை.

வாழ்வு என்னும் கடலுக்குள் சென்று மனிதர்கள் சுயநல தன்முனைப்பு கொண்டாட்டங்களை அனுபவிக்க வலையை வீசுகிறார்கள். ஆனால் அங்கு வீசும் புயலிலும் சூறைக்காற்றிலும் சிக்கி நிலைகுலைந்து பின்பு தங்கள் உள்ளத்தின் அமைதியில் வீற்றிருக்கும் அடைக்கலம் என்னும் பாறையை நோக்கிப் பறந்து செல்கிறார்கள்.

மனிதன் புற உலக நடவடிக்கைகளில் ஈடுபடும்பொழுது தனது ஆற்றல்களைத் தொடர்ந்து செலவிட்ட வண்ணம் இருக்கிறான். ஆன்மீக பலத்தை இழந்தவாறு இருக்கிறான். அறநெறிப் பாதையில் தன்னை நிலை நிறுத்திக் கொள்ள அவன் தனிமையில் தியானத்தை நாட வேண்டும். இது மிக இன்றியமையாதது. இதைக் கடைப்பிடிக்காமல் மறப்பவன் வாழ்வைக் குறித்த சரியான அறிவைப் பெற மாட்டான். அதைப் பெற்றிருந்தால் இழந்துவிடுவான். நல் குணங்களைப் போலத் தோற்ற மளித்து ஏமாற்றும் நுட்பமான பாவங்களை அவனால் இனம் கண்டு புரிந்து கொள்ள முடியாது. அவை அவனுள் ஆழமாக வேர் பிடித்துக் கொள்ளும். எல்லோரும் அவ்வகைப் பாவத்தில் உழல மெய்யறிவு பெற்றவர்கள் மட்டுமே மீள முடியும்.

சே.அருணாசலம்

அமைதியான பொழுதில் எண்ணங்கள் உள்நோக்கி திரும்பும்போது

தன்னுள் சந்தேகம் கொள்பவன் எவனோ,

(தீய குணங்களை உறைகின்றனவா என்று சந்தேகம் கொள்பவன் எவனோ,)

பணிவான இதயத்தோடு தன்னுள் உறையும் நல் குணங்களுக்கு நன்றி செலுத்துபவன் எவனோ

அவனிடம் மட்டுமே என்றும் உண்மையான மதிப்பு வீற்றிருக்கும்.

புற உலகக் கொண்டாட்டங்களில் தொடர்ந்து ஈடுபடுபவன் பெரும்பாலும் ஏமாற்றத்துக்கும் வருத்தத்திற்கும் ஆளாகிறான். கேளிக்கை ஆட்டங்களின் சத்தம் எங்கே அதிகமாக இருக்கிறதோ, இதயமும் அங்கே ஆழமான வெறுமையுடன் இருக்கும். எவனது முழு வாழ்வானது, அது இச்சைகளுக்கு இணங்காத வாழ்வாக இருப்பதாகவே ஏற்றுக் கொண்டாலும் கூட ; -

அருள் பொழியும் நிழல் பாதைகள்

அந்த வாழ்வானது புற உலகை சார்ந்தே இருக்கின்றது என்றால்,

நிலைமாறிக் கொண்டே இருக்கும் வாழ்வின் மேலோட்டமான காட்சிகளைச் சார்ந்தே இருக்கின்றது என்றால்,

தனிமையைத் தேர்ந்தெடுத்து;- தன் உள்ளத்தில் இருந்து வழிக்காட்டும் நிலையான இருப்பை நாடாமல் இருக்கின்றது என்றால்,

அத்தகைய மனிதன் அறிவையும் ஞானத்தையும் பெறாமல் பயன்பாடற்று இருப்பான். அவனால் உலகத்திற்கு உதவி செய்ய முடியாது. உலகை உயர் எண்ண உணர்வுகளால் வலிமை படுத்த முடியாது. காரணம் அவனிடம் உலகிற்கு வழங்க எந்த உயர்வு எண்ணமான உணர்வும் இல்லை. அவனது உள்ளப் பெட்டகம் வெறுமையாக இருக்கிறது. ஆனால் வாழ்வின் உண்மைகளைக் குறித்து அறிய தனிமையை நாடுபவன், தன் புலன்களைக் கட்டுப்படுத்தி ஆசைகளை அடக்குபவன், அத்தகைய மனிதன் ஒவ்வொரு நாளும் அறிவையும் ஞானத்தையும் பெற்றவாறு இருக்கிறான். அவனது உள் இருப்பு உண்மையால் நிறைந்து இருக்கிறது. அவனால் உலகத்திற்கு உதவ முடியும். அவனது உள்ளப் பெட்டகம் நிரம்பி

இருக்கிறது. அதன் இருப்புக் குறையும் போது மீண்டும் நிரப்பப்படுகிறது.

ஒருவனது உள்ளத்தில் உறையும் உண்மை ஒளி முழுப் பிரபஞ்சத்திற்கும் பொதுவான உண்மையின் ஒளியாகும். மனிதன் ஆழ்ந்த மெய்யுணர்வுடன் உள்ளத்தில் உறையும் உண்மை ஒளியில் மூழ்கி ஆழ்ந்து சிந்திக்கும் போது அறிவையும் ஆற்றலையும் பெறுகிறான். பூ மொட்டவிழ்ந்து மடல்களைத் திறப்பது போல உண்மை ஒளியின் முன்பு மனிதனும் மலர்ந்து வாழ்வை சுரக்கச் செய்யும் அதன் ஒளிக்கீற்றைப் பருகுகிறான். ஞானம் வற்றாமல் சுரக்கும் அதன் ஊற்றுக் கண்ணுக்கே சென்று உயர் எண்ணங்களுக்கு நீர் வார்க்கும் அந்த ஜீவ ஊற்றிலிருந்து தாகத்தைத் தீர்த்துக் கொள்கிறான். அத்தகைய ஒரு மணிநேர குவிந்த மன நிலையில் ஒரு மனிதன் பெறுகின்ற அறிவை ஒரு வருட புத்தகப் படிப்பாலும் அவனுக்கு வழங்க முடியாது. உயிர் சக்தி எல்லையற்றது. ஞானம் அளவிட முடியாதது. அதன் ஊற்றுக் கண் என்றும் வற்றாது சுரப்பது. தன் உயிர் சக்தியின் ஆழத்திலிருந்து என்றும் வற்றாமல் சுரக்கும் உயர் ஞானம் என்னும் கிணற்றிலிருந்து இரைத்த நீரைப் பருகுபவன் நிலையான வாழ்வு என்னும் அந்த நீரில் கரைகிறான்.

அருள் பொழியும் நிழல் பாதைகள்

உள்ளிருப்பின் ஆழமான உண்மைகளுடன் தொடர்பில் இருக்கும் பழக்கமும் வாழ்வு என்னும் நீரை என்றும் வற்றாது சுரக்கும் அதன் ஊற்றுக் கண்ணிலிருந்து பருகுவதும் தான் மேதைகளின் சிறப்பாகும். அவர்களின் கையிருப்பு என்றும் குறையாது. காரணம் எல்லாவற்றுக்கும் காரணமான மூலவட்டத்திலிருந்து தங்கள் தேவையை நிறைவு செய்துக் கொள்கிறார்கள். அதனால் தான் அவர்களது செயல்களும் என்றும் புத்தம் புதியதாகப் பொலிவாக இருக்கின்றன. அவன் கொடுக்கக் கொடுக்க அவன் மென்மேலும் முழுமை பெறுகிறான். செய்து முடிக்கும் ஒவ்வொரு செயலாலும் அவன் மனம் பரந்து விரிந்து குறுகிய எல்லையைக் கடந்து அளவில்லாத ஆற்றலை காண்கிறது. மேதை உள் உணர்வால் உந்தப்படுகிறான். ஒரு எல்லைக்கு உட்பட்டதற்கும் எல்லையில்லாததற்கும் இடையில் இருக்கும் இடைவெளியில் ஒரு பாலத்தை ஏற்படுத்துகிறான். ஒவ்வொரு சிறந்த பணிக்கும் ஆதாரமான பிரபஞ்ச ஊற்றிலிருந்தே அவன் வேண்டியதைப் பெறுவதால் இரண்டாம் கட்ட நிலையின் உதவிகள் அவனுக்குத் தேவைப்படுவது இல்லை. சாதாரண மனிதனுக்கும் மேதைக்கும் உள்ள வேறுப்பாடு இதுதான், ஒருவன் உள் இருக்கும் உண்மைகளைப் பார்க்கிறான். மற்றவன் வெளி இருக்கும் தோற்றங்களைப் பார்க்கிறான். ஒருவன் கொண்டாட்டங்களை நோக்கி ஓடுகிறான். மற்றவன் மெய்யறிவைத் தேடி

சே. அருணாசலம்

ஓடுகிறான். ஒருவன் புத்தகத்தை நம்புகிறான். மற்றவன் உள் உணர்வின் வழிகாட்டுதல்களை நம்புகிறான். புத்தகங்கள் எந்த அளவு வரை பயன்படும் என்று அறிந்து கொண்டவனுக்குப் புத்தகங்கள் நன்மையளிக்கும். புத்தகங்கள் ஞானத்தின் ஊற்று அல்ல. ஞானத்தின் ஊற்று வாழ்வில் தான் இருக்கிறது. முயற்சியாலும், பயிற்சியாலும், அனுபவத்தாலும் அதை அறியலாம். புத்தகங்கள் தகவல்களை அளிக்கலாம். அறிவை அளிக்க முடியாது. அவை உங்களைத் தட்டி, எழுப்ப முடியும். ஆனால் உங்களைச் சாதிக்கச் செய்ய முடியாது. நீங்கள் தான் முயற்சி செய்து அடைய வேண்டும். தன்னுள் உறையும் அமைதியின் இருப்பிலிருந்து அறிவைத் தேடாமல் புத்தக அறிவை முழுதும் சார்ந்து இருப்பவனது ஆற்றல் மேலோட்டமானதாகும். விரைவில் தீர்ந்து விடக்கூடிய ஒன்றாகும். அவன் மிகக் கெட்டிக்காரனாக இருக்கலாம். ஆனால் உள் உணர்வால் உந்தப்படாதவன், அவன் சேர்த்து வைத்துள்ள தகவல் களஞ்சியம் விரைவில் முடிவை எட்டும். பின்பு அதே தகவல்களை மீண்டும் ஒப்பிக்கக் கூடியவனாகத் தள்ளப்படுவான். "நிகழும் இந்தக் கனத்திற்கு ஏற்றவாறு செயல்படுவது தான்" வாழ்வின் இனிமையான உயிரோட்டம். அவனது செயல்களில் அந்த இனிமையான உயிரோட்டம் இருக்காது. அவன் உள் உணர்வால் உந்தப்படாததால் அவன்

செயல்களில் புதிய ஒன்றின் பொலிவை காண முடியாது. தேவைகளை ஒரு எல்லை வகுக்காமல் ஈடு செய்யக்கூடிய மூலவட்டத்திலிருந்து அவன் தன்னைத் துண்டித்துக் கொண்டுள்ளான். அவன் வாழ்வுடன் தொடர்பு கொள்ளவில்லை. இறந்து விட்ட, இறந்து கொண்டிருக்கும் தோற்றங்களுடன் தொடர்பு கொள்கிறான். தகவல்கள் ஒரு வரையறைக்கு உட்பட்டது. அறிவோ எல்லையில்லாதது.

மேதைகளின் உள் உணர்வுகளையும், பேராற்றல்களையும் தனிமை தான் அடைகாத்து, காப்பாற்றி வளர்த்து, முழுமை பெற செய்கின்றது. மிகச் சாதாரண மனிதனும் உயர்ந்த குறிக்கோளை தன்னுள் கொண்டு, தன்னுடைய எல்லா ஆற்றல்களையும் உள்ள உறுதியையும் வரவழைத்து அந்தக் குறிக்கோளில் மூழ்கி, தனிமையில் சிந்தித்து செயல்படும் போது அவன் குறித்து வைத்த இலக்கை சாதித்து மேதையாவான். மனிதக் குலம் ஒரு உயர்வு நிலையை அடைய வேண்டும் என்று எண்ணி, எவன் உலகின் கொண்டாட்டங்களைத் துறந்து, பேருக்கும் புகழுக்கும் ஆசைப்படாமல், அந்த உயர்நிலையை நனவாக்க தன்னை வெளிப்படுத்திக் கொள்ளாமல் முயற்சிக்கின்றவன், தனிமையில் சிந்திக்கின்றவன்;- ஞானியாக, தீர்க்கதரிசியாக மாறுகிறான். எவன் அமைதியாகத் தன் உள்ளம் இனிமையில்

தவழும்படி செய்கிறானோ; தன் மனம் தூய்மையானதை, அழகானதை, நன்மையானதை நாடும்படி செய்கிறானோ; என்றும் மாறாத பேருண்மையின் மையத்தை நீண்ட தனிமை பொழுதுகளில் தியானிக்கின்றானோ; தன் உள் உணர்வின் மெல்லிய இசையைக் கேட்டு அசைகிறானோ; அவன் பிரபஞ்சத்தின் பாடலைப் பெற தகுதி பெறுகிறான். அவன் இறுதியில் உலகின் பாடகனாகவும் கவிஞனாகவும் ஆகிறான்.

எல்லா மேதைகுணங்களும் இப்படித் தான் உருவாகின்றன. மேதை குணம் என்பது தனிமை ஈன்றெடுத்த எளிய உள்ளம் கொண்ட குழந்தை- கண்கள் அகல ஆர்வத்துடன் அது கவனிக்கும் அழகானது- தான் பலமாகப் பாதுகாக்கப்பட்டுள்ள அமைதியின் கோட்டை அரன்களைக் கடந்து தனிமையை நாடும் இந்தக் குழந்தையிடம் மட்டும் அவ்வப்போது காட்சியளித்துச் செல்வது இரைச்சலின் படை அணிகள் சூழப்பட்டுள்ள உலகிற்கு புரியாத புதிராகவே இருக்கும்.

வாழ்வின் ஒரு மெல்லிய வெளிச்சம்

மனிதனின் உயர் எண்ணங்களுக்கு வழிக்காட்டும் விதமாக

எப்போதும் அவனுக்கு முன் செல்லும்.

கொடிய கொலைகாரனாக, கண்மூடி பாவங்களைச் செய்பவனாக விளங்கிய ஒருவனே மூன்று வருட பாலைவன தனிமைக்குப் பின்பு அன்பான உபதேசம் செய்பவனாக மாறி புனித பவுல் ஆகிறார். உலக வாழவில் சுக போகங்களைக் குறைவின்றி அனுபவித்தவன் கவுதம சித்தார்த்தன். அவன் தன் வாழ்வின் புரியாத புதிருக்கான விடையை தேடி, ஆசைகளின் தன்மையை அறிய தனிமையைத் தேர்ந்தெடுத்துக் காட்டில் ஆறு வருடங்கள் தியானத்தில் ஈடுபட்டு சாந்தமும் ஞானமும் ஒளிவீசும் மெய்யறிவும் பெற்ற புத்தனாக மாறுகிறார். அவரின் போதனைகளைத் தன் இதய தாகம் தீர உலகம் பருகுகின்றது. சாதாரண குடிமகனாக உலக வாழ்வின் கடமைகளைச் செய்து கொண்டிருந்த லா-ஒட்ஸ் தனிமையைத் தேர்ந்தெடுத்து மெய்யறிவை தேடி தாவோ எனப்பட்ட எல்லாவற்றுக்கும் காரணமான ஒன்றை அறிகிறார். உலகிற்கு ஆசானாக மாறுகிறார். எழுத்தறிவில்லாத தச்சன் ஆன இயேசுவே பல வருடத் தனிமையை மலைகளில் கழித்த பின்பு நீங்காத அன்போடும் ஞானத்தோடும் திரும்பி மனிதக் குலத்தை மீட்கும் அருள் பெற்ற மீட்பராகிறார்.

ஞானம் பெற்ற பின்பும், தெய்வீக மெய்யறிவைப் பெற்ற பின்பும் இப் பேரான்மாக்கள் பெரிதும் தனித்தே காணப்பட்டன. அவ்வப்போது உலக வாழ்விலிருந்து விலகி தனிமையில் சிறிது காலம் கழித்தவாறே வாழ்ந்தனர். அறநெறிகளைக் கடைப்பிடிக்கும் உயர் மனிதனும் அவ்வறநெறிகளின் சாரத்தைத் தன் நெஞ்சில் மீண்டும் மீண்டும் பதிய வைத்துக் கொள்ள மறந்தால் அல்லது புறக்கணித்தால் பல படிகள் கீழே இறங்கி விடுவான். அவனது ஈர்க்கும் ஆற்றலும் அவனை விட்டு விலகும். நெஞ்சில் மீண்டும் பதிவது என்பது தனிமையில் மட்டுமே முடியும். தங்களது எண்ணங்களையும் வாழ்வையும் விழிப்புணர்வுடன் தங்களுக்குள் இருக்கும் படைப்பின் ஆற்றலுடன் ஒத்து இசையும்படி இப்பேராசான்கள் வாழ்ந்தார்கள். தங்களது தனித் தன்மையை விட்டு மேல் எழுந்து தங்களது ஆசைகளுக்கும் விருப்பங்களுக்கும் அடிபணியாமல் பிரபஞ்ச கட்டளைகளுக்கு மட்டுமே அடிபணிந்தார்கள். புதிய உலகை உருவாக்கும் எண்ணங்களுக்கு வித்திட்ட பேராசான்கள் ஆனார்கள்.

இவ்வாறு நிகழ்வது ஒரு அற்புதமல்ல. விதியின் படி இவ்வாறு தான் அது நடக்கும். விதியின் படி நிகழ்வதை அற்புதம் என்று கூறினால் இதையும் அற்புதம் என்று கூறலாம். பிரபஞ்ச

அருள் பொழியும் நிழல் பாதைகள்

பெருநன்மைக்கும் பேருண்மைக்கும் ஒவ்வொரு மனிதனும் இசைந்து பணியும் போது படைப்பாற்றல் அவனுள் ஊற்றெடுக்கும். என்றும் நிலையான ஒன்றின் குரலை வெளிப்படுத்துபவர்களே கவிஞர்களும், ஓவியர்களும், புனிதர்களும், ஞானிகளும். அவர்களது தான் என்ற அகம்பாவம் எந்த அளவு குறுக்கிடாமல் இருக்கிறதோ அந்த அளவுக்கு அவர்களது பணியும் செய்தியும் தெளிவாக இருக்கும். அவர்களது தான் என்ற அகம்பாவம் குறுக்கிடும் போது அவர்களது பணியும் செய்தியும் அதற்குத் தகுந்த பின்னடைவை சந்திக்கும். தான் என்ற அகம்பாவம் அறவே அற்ற நிலையில் பயன்படுத்தப்படும் ஆற்றலே மேதைகளின் அடையாளமாகும்.

இந்தத் "தன்னை மறுக்கும்" நிலையை, தனிமையை ஆரம்பித்து, தொடர்ந்து பின்பற்றும் போது தான் அடைய முடியும். மனிதன் புற உலக நடவடிக்கைகளில் ஈடுபடும் போது அவனது ஆன்மீக ஆற்றல்களும் செலவாகிக் கொண்டே இருக்கும். அதே வேளையில் அவன் தன் ஆன்மீக ஆற்றல்களை எல்லாம் ஒரு சேர அழைத்து அவற்றை ஒருமுகப்படுத்துவது என்பது மிகக் கடினம். அவ்வாறு ஒருமுகப்படுத்தும் ஆற்றல், எந்த இக்கட்டான சூழ்நிலையிலும் சம நிலை இழக்காமல் இருப்பது போன்றவைகள் முடியாத விஷயங்கள் இல்லை என்றாலும் அந்த நிலையை எட்டுவது

சே.அருணாசலம்

என்பது தனிமையை ஒரு பழக்கமாகத் தினசரி வாழ்வில் பல ஆண்டுகளாகக் கொண்டவர்களுக்கே முடியும்.

மனிதனின் உண்மையான இருப்பிடம் பேரமைதியில் தான் இருக்கிறது. அவனுள் உறையும் எல்லா உண்மையானவற்றுக்கும் நிலையானவற்றுக்கும் இந்தப் பேரமைதி தான் காரணமாகும். எனினும் அவனது நிகழ் கால வாழ்வு இரு முகத் தன்மை கொண்டது. புற உலக வாழ்வின் கடமைகளை அவன் ஏற்றுத் தான் ஆக வேண்டும். முழுக்க முழுக்கத் தனிமையோ அல்லது முழுக்க முழுக்கப் புற உலக வாழ்வோ உண்மையான உலக வாழ்வாகாது. வலிமையையும் மெய்யறிவையும் தனிமையில் ஈடுபட்டு தேடி அடைந்து அவற்றைக் கொண்டு புற உலக வாழ்வின் கடமைகளை நிறைவேற்றுவதே சரியான வாழ்வாகும். நாள் முழுதும் உழைத்துக் களைப்பாகி மாலையில் வீடு திரும்பி இனிய ஓய்வை மனிதன் நாடுவான். அது அவனைப் புத்துணர்ச்சி பெற செய்து அடுத்த நாள் மீண்டும் உழைப்பதற்குத் தயார்படுத்தும். அது போல உலக வாழ்வு என்னும் பயிற்சி கூடத்தில் பயிலும் போது அதன் சுமைகளால் மனம் உடைந்து போக விரும்பாதவன் அவ்வப்போது தன்னுடைய நிலையான வீடாகிய பேரமைதியில் சிறிது நேரம் தங்கி ஓய்வு எடுத்துக் கொள்ள வேண்டும்.

அருள் பொழியும் நிழல் பாதைகள்

ஒவ்வொரு நாளும் சிறிது நேரம் தனிமையில் ஈடுபட்டு புனிதமான வகையில் பயனுள்ளவாறு செலவிடுபவன், வலிமை நிறைந்தவனாக, பயனுள்ளவனாகப் பேரருள் மிக்கவனாக உருவாகிறான்.

தனிமை என்பது வலிமையானவர்களுக்கும் அல்லது வலிமையாக மாற விரும்புபவர்களுக்குமே. ஒருவன் உயர்மனிதனாகிக் கொண்டிருக்கும் போது அவன் தனிமையை நாடுபவனாகிறான். அவன் தனிமையில் தேடியதை கண்டு அடைகிறான். தேடிக் கண்டு அடைந்ததற்குக் காரணம் எல்லா வகையான அறிவையும், ஞானத்தையும், உண்மையையும், ஆற்றல்களையும் அடைய ஒரு வழி இருக்கின்றது. அந்த வழிகள் எப்போதும் திறந்தே இருக்கின்றன. ஆனால் அவை மனிதனுக்குள் உறையும் அதிகம் கண்டு உணரப்படாத பேரமைதியிலும் சத்தமில்லாத தனிமையிலும் தான் இருக்கின்றன.

சே.அருணாசலம்

12.தனித்து இரு

எல்லா வழிவகைகளிலும் நீங்கள் நீங்களாகவே இருங்கள்.

உங்களுக்கு மதிப்பு அளித்துக் கொள்ளுங்கள்.

உங்கள் உள்ளம் எவற்றை எல்லாம்

அணிந்து கொள்ள முடியும் என்று பாருங்கள்.

..ஜார்ஜ் ஹெர்பர்ட்

அருள் பொழியும் நிழல் பாதைகள்

எவன் உள்ளத்தில் ஒளியை வைத்து இருக்கின்றானோ

அவனது நாள் ஒளிமயமாக இருக்கும்.

....மில்டன்

பேரருள் நிறைந்த வாழ்விற்குத் தன்னம்பிக்கை என்பது மிக முக்கியமான ஒன்றாகும். நிம்மதி இருக்க வேண்டும் என்றால் அங்கே வலிமை இருக்க வேண்டும். பாதுகாப்பு இருக்க வேண்டும் என்றால் அங்கே உறுதி இருக்க வேண்டும். மகிழ்ச்சி எப்போதும் தொடர வேண்டும் என்றால் எந்த நேரமும் நீங்கி விடக்கூடிய அல்லது பறிக்கப்பட்டு விடக் கூடியவற்றின் மீது சாய்ந்து இருக்கக் கூடாது.

தன்னுள் உறையும் நிலையான ஒன்றையே மனிதன் சார்ந்து இருக்க வேண்டும். அதன் வாயிலாகத் தன் வாழ்வை ஒழுங்குப்படுத்திக் கொள்ள வேண்டும். தன் நிம்மதியை அதிலிருந்தே பெற்றுக் கொள்ள வேண்டும். அந்த நிலையான ஒன்றை அவன் தன்னுள் காணும் வரை அவன் உண்மையாக வாழ ஆரம்பிக்கவில்லை. நிலையில்லாமல் அலை பாய்ந்து ஊசலாடிக் கொண்டிருக்கும் ஒன்றைப்

சே.அருணாசலம்

பற்றும் போது அவனது நிலையும் ஊசலாடிக் கொண்டேயிருக்கும். உடைந்து விடக்கூடிய, பறிக்கப்பட்டு விடக்கூடிய ஒன்றின் மேல் சாய்ந்து இருக்கிறான் என்றால் அவன் கட்டாயம் விழுந்துவிடுவான். விரைவில் அழியக்கூடிய நிலையில்லாத பொருட்களில் மன நிறைவைத் தேடி அவற்றைச் சேர்த்துக் கொண்டிருந்தால், அவை ஏராளமாகக் கொட்டிக் கிடந்தாலும் அவற்றுக்கு நடுவே அவன் மகிழ்ச்சியின்றித் தவிப்பான்.

யாருடைய ஆதரவுமின்றி ஒருவன் தனித்து நிற்க கற்றுக் கொள்ள வேண்டும். தனக்குச் சிறப்புச் சலுகைகளை எதிர்பார்க்காமல், தனிப்பட்ட முன் உரிமைகளுக்கு ஆசைப்படாமல், தன் நிலை குறித்துப் பிறரிடம் கெஞ்சாமல், முணுமுணுக்காமல், ஏக்கமோ வருத்தமோ கொள்ளாமல் தன்னுள் உறையும் உண்மைகளை மட்டுமே அவன் நம்பி இருக்கட்டும். அவன் மன நிறைவை நிம்மதியை தன் நேர்மையான உள்ளத்திலிருந்தே பெற்றுக் கொள்ளட்டும்.

மனிதன் தனக்குள் நிம்மதியைக் காணமுடியாத போது அதை வேறு எங்குக் காண்பான்? தன் துணையையே அவன் விரும்பாத போது பிறரது துணையில் அவனுக்கு என்ன நம்பிக்கை இருக்கும். தன் எண்ணங்களோடு உறவாடுவதில் மகிழ்ச்சியைக் காண முடியாத போது பலரைக் காணும் சூழ்நிலையில் கவலையிலிருந்து எப்படி

அருள் பொழியும் நிழல் பாதைகள்

விடுபடுவான்? மனிதன் தனக்குள் இருக்கும் ஏதோ ஒன்றையே சார்ந்து நிற்க வேண்டும். அவ்வாறு நிற்பதற்குத் தன்னுள் எதையும் காணாமல் இருக்கும் வரை அவன் வேறு எங்குச் சென்றாலும் ஓய்வாக இருக்க முடியாது.

உலகெங்கும் மக்கள், தங்கள் மகிழ்ச்சி என்பது பிறரிடம் இருந்து பெறப்படவேண்டிய ஒன்று, வெளிப் பொருட்களில் இருந்து பெறப்பட வேண்டிய ஒன்று என்னும் தவறான நம்பிக்கை கொண்டு அதன் விளைவாக ஏமாற்றத்திற்கும், வருத்தத்திற்கும், கவலைக்கும் ஆளாகிறார்கள். எவன் தன் மகிழ்ச்சியைப் பிற மனிதர்களிடமிருந்தும் பிற பொருட்களிலிருந்தும் தேடாமல் தன்னுள்ளேயே அதன் என்றும் குறையாத இருப்பைக் காண்கின்றானோ அவன் எல்லா சூழ்நிலையிலும் மன அமைதியுடன் நிம்மதியாக இருப்பான். துக்கமும் கவலையும் அவனைத் தொற்றிக் கொள்ள முடியாது. எவன் பிறர் தயவை எதிர்பார்த்திருக்கின்றானோ, தன் மகிழ்ச்சியின் அளவை தன்னுடைய நடத்தை விதிகளால் அளந்து பார்க்காமல் பிறர் தன்னிடம் நடந்து கொள்ளும் விதத்தை வைத்து அளந்து பார்க்கின்றானோ, தன்னுடைய மன நிம்மதிக்கு அவர்களுடைய ஒத்துழைப்பை நம்பி இருக்கின்றானோ, அவன் ஆன்மீகத்தில் இன்னும் தடம் பதிக்கவில்லை. அவன் மனம் அவனைச் சுற்றி தொடர்ந்து நிகழும்

சே.அருணாசலம்

மாற்றங்களால் ஊசலாடிக் கொண்டேயிருக்கும். கொப்புளித்துக் கொண்டேயிருக்கும் திராவகங்களைப் போல அவன் மனமும் ஓய்வின்றித் துக்கத்தில் உழல்கிறது. அவன் ஆன்மீக பாதையில் செல்வதற்கான கால்கள் இல்லாதவன், தன் மனதின் மையப் பகுதியை எவ்வாறு பாதுகாக்க வேண்டும் என்று அறியாதவன். பிறரது ஆதரவு என்னும் ஊன்றுகோலின் உதவி இல்லாமல் அவனால் எங்கும் செல்ல முடியாது.

சிறு குழந்தை ஒரு இடத்திலிருந்து மற்றொரு இடத்திற்கு எப்படி எதையும் பிடித்துக் கொள்ளாமல் தன் வலிமையில் கீழே விழுந்தாலும் பரவாயில்லை, சரி என்று நடை பழகுகிறதோ, அது போல மனிதனும் தனித்து நிற்கப் பழக வேண்டும். அவன் தன் அறிவை பயன்படுத்தி சிந்தித்துச் செயல்பட வேண்டும். தான் செல்ல நினைக்கும் பாதையைத் தன் மனதின் வலிமையில் அவனே தேர்ந்தெடுக்க வேண்டும்.

புற உலகில் மாற்றங்களும், பாதுகாப்பின்மையும் தொடர்ந்த வண்ணம் இருக்கின்றன. அக உலகில் நிலை தன்மையும் பேரருளும் இருக்கின்றன. உயிரின் மூலம் (ஆன்மா) தன்னிறைவு பெற்றே இருக்கின்றது. எங்கே தேவை ஏற்படுகிறதோ அங்கே பொருட்கள் அதிகமாகச் செல்லும். உங்கள் நிலையான இருப்பிடம் உங்கள் உள்ளம் தான்,

அருள் பொழியும் நிழல் பாதைகள்

அதை ஆளுங்கள். அங்கே நீங்கள் தான் அரசன். வேறு எங்குச் சென்றாலும் நீங்கள் கப்பம் கட்டத் தான் வேண்டும். மற்றவர்கள் தங்கள் உள்ளம் என்னும் பிரதேசத்தில் நல்லாட்சி செலுத்துகிறார்களா இல்லையா என்று கவலை கொள்ளாதீர்கள். நீங்கள் உங்கள் உள்ளத்தை வலிமையாக ஆள்கிறீர்களா என்று பாருங்கள். உங்களது முழு நல்வாழ்வும், உலகத்தின் நல்வாழ்வும் அதில் தான் அடங்கி இருக்கிறது. உங்களிடம் மனசாட்சி இருக்கிறது. அதைக் கேளுங்கள். உங்களிடம் மனம் இருக்கிறது. அதைத் தெளிவு படுத்துங்கள். உங்களிடம் முடிவு செய்யும் திறனிருக்கிறது. அதைப் பயன்படுத்துங்கள்! வளர்த்துக் கொள்ளுங்கள். உங்களிடம் மன உறுதி இருக்கிறது. அதைச் செயல்படுத்துங்கள். வலிமையாக்குங்கள், உங்களிடம் அறிவு இருக்கிறது. அதை வளர்த்துக் கொள்ளுங்கள். உங்களுள் ஒளி சுடர் விடுகின்றது. அதைக் கவனியுங்கள். தூண்டிவிடுங்கள். இன்னும் ஒளி வீசச் செய்யுங்கள். தீய உணர்வுகளின் காற்று அதை அணைக்காமல், மங்காத ஒளிவெளிச்சத்தை அது வழங்கும்படி பார்த்துக் கொள்ளுங்கள். உலகத்தை விட்டு விட்டு உங்களுக்குள் திரும்புங்கள். மனிதனாகச் சிந்தியுங்கள். மனிதனாகச் செயல்படுங்கள். மனிதனாக வாழுங்கள். உங்களுக்குள் வளமாக இருங்கள். உங்களுக்குள் தன்னிறைவு பெற்றிருங்கள்.

சே. அருணாசலம்

உங்களுக்குள் இருக்கும் நிலையான மையத்தைக் காணுங்கள். அதற்குக் கீழ்ப்படியுங்கள். பூமி சூரியனை மையமாக வைத்து அதற்குக் கீழ்ப்படிவதால் தான் அதன் பாதையில் சுழல்கிறது. உங்களுக்குள் இருக்கும் அந்த ஒளியின் மையத்திற்குக் கீழ்ப்படியுங்கள். மற்றவர்கள் அதை இருள் என்று கூறினால் கூறிக் கொள்ளட்டும் என்று விட்டு விடுங்கள். உங்களுக்கு நீங்கள் தான் பொறுப்பு ஏற்றுக் கொள்ள வேண்டும். விளைவுகளை நீங்கள் தான் சந்திக்க வேண்டும். எனவே உங்கள் மேல் நம்பிக்கை கொள்ளுங்கள். நீங்கள் உங்கள் மேல் நம்பிக்கை வைக்கத் தயங்கினால் வேறு யார் உங்கள் மேல் நம்பிக்கை வைப்பார்கள்? உங்களுக்கு நீங்கள் உண்மையாக இல்லையென்றால், உண்மையின் இனிமையான மனநிறைவை எப்படி உணர்வீர்கள்?

உயர் மனிதன், யாரையும் சாராமல் தன் எளிமையான கவுரவத்தோடும், கண்ணியத்தோடும் தனித்து நிற்கிறான். தான் தேர்ந்தெடுத்த பாதையில் அச்சமின்றிப் பயணம் செய்கிறான். அவன் யாரிடமும் கெஞ்சுவதோ மன்றாடுவதோ இல்லை. கடுமையான விமர்சனங்களையும், கரவொலியுடன் கூடிய பாராட்டுகளையும் அவன் சட்டையின் மேல் படியும் தூசை போல உடனே தட்டி விடுவான். மக்களின் மாறிக் கொண்டேயிருக்கும் கருத்துக்களை வழிகாட்டியாகக் கொள்ளாமல்

அருள் பொழியும் நிழல் பாதைகள்

தன்னுடைய உள் ஒளியையே வழிகாட்டியாகக் கொள்கிறான். உயர்குணமில்லாதவர்கள் பிற மனிதர்களின் புகழ்ச்சிக்கும் மின்னி மறையும் நிகழ்வுகளுக்கும் வளைந்துக் கொடுத்துத் தங்கள் கவுரவத்தை இழக்கின்றனர்.

நீங்கள் உங்களுக்கு வேண்டிய வழிகாட்டுதலை மாயையான சக்திகளிடமிருந்தோ, தெய்வங்களிடம் இருந்தோ, பிற மனிதர்களிடம் இருந்தோ பெறாமல் தனியே நின்று உங்கள் உள்ளிருக்கும் உண்மையின் ஒளியில் வழிகாட்டுதலை பெறும் வரை, நீங்கள் எந்தச் சங்கிலியாலோ பிணைக்கப்பட்டு இருக்கிறீர்கள். பேரருளைப் பெற்று இருக்கவில்லை. ஆனால் ஆணவமாக இருப்பதை யாரையும் சாராத தன்னம்பிக்கை என்று தவறாக எண்ணிவிடாதீர்கள். ஆணவம் என்பது எந்த நேரமும் இடியக் கூடிய அடித்தளம். அதன் மேல் ஏற நினைப்பது நீங்கள் ஏறும் முன்பே விழுந்து விட்டீர்கள் என்பதைக் காட்டுகின்றது. ஆணவம் மிக்க மனிதன் தான் மற்றவர்களை மிக அதிக அளவு சார்ந்து இருப்பான். மற்றவர்களின் ஆமோதிப்பிலே வாழ்கிறான். எதிர்ப்பில் ஆர்ப்பரிக்கிறான். வீண் புகழ்ச்சியை உண்மையான வார்த்தை என்று மயங்குகிறான். பிறரது கருத்துகளால் மிக எளிதில் காயப்படுகிறான் அல்லது பூரிப்படைக்கிறான். அவனது மகிழ்ச்சி முழுக்க முழுக்கப் பிறர் கைகளிலேயே இருக்கிறது.

சே.அருணாசலம்

ஆனால் தன்னம்பிக்கை மிக்கவன் தன் ஆணவத்தின் மேல் நிற்கவில்லை. நிலையான விதியின் மேல், கொள்கையின் மேல், இலட்சியத்தின் மேல், தன்னுள் உறையும் உண்மையின் மேல் நிற்கிறான். தனது உணர்ச்சி என்னும் அலைகளால் இழுத்துச் செல்லப்படாமல் பிறரது கருத்து என்னும் சூரைக்காற்றால் தூக்கி எறியப்படாமல் தன் கால்களை உறுதியாகப் பதித்து நிற்கிறான். சில வேளைகளில் சம நிலை இழந்து கீழே விழ நேர்ந்தாலும் மீண்டு எழுந்து தன்னை நிலை நிறுத்திக் கொள்கிறான். அவனது மகிழ்ச்சி அவன் கைகளிலேயே இருக்கிறது.

நீங்கள் சம நிலையில் இருக்க உதவும் உங்கள் உள் மையத்தைக் கண்டு வெற்றிகரமாகத் தனித்து நில்லுங்கள். வாழ்வில் உங்கள் பணி எதுவாக வேண்டுமானாலும் இருக்கட்டும். நீங்கள் அதில் வெற்றி பெறுவீர்கள். நீங்கள் மனதில் எண்ணியதைச் சாதிப்பீர்கள். காரணம் உண்மையான தன்னம்பிக்கை உடையவனை யாரும் வெல்ல முடியாது. ஆனால் நீங்கள் மற்றவர்களைச் சார்ந்து இருக்கவில்லை என்றாலும் மற்றவர்களிடம் இருந்து கற்றுக் கொள்ளுங்கள். அறிவை வளர்த்துக் கொள்ளும் எண்ணத்தைக் கைவிட்டு விடாதீர்கள். நன்மையானதை, பயனுள்ளதை பெற்றுக் கொள்ளக் காத்திருங்கள். தாழ்ந்து இருக்காதீர்கள். தன்னடக்கமாக இருங்கள்.

எந்தச் சக்கரவர்த்தியும், மாளிகையின் ஆடம்பர வசதிகளுடன் பிறந்துள்ள இளவரசனும், துறவியின் தன்மானத்தை மிஞ்ச முடியாது. துறவியால் எப்படி அவ்வளவு பணிவாக இருக்க முடிகிறது? அவன் அவ்வளவு பணிவை எல்லோரிடமும் தாராளமாக வழங்க முடிவதற்குக் காரணம் அவன் தனக்குள் உள்ள கடவுள் தன்மையின் மேல் தன்னை நிலை நிறுத்திக் கொள்கிறான். எல்லா மனிதர்களிடமும் கற்றுக்கொள்ளுங்கள். குறிப்பாக மெய்யறிவை உணர்ந்தவர்களிடம், ஆனால் உங்களுடைய இறுதியான வழிகாட்டி உங்களுக்குள் தான் இருக்கிறது என்ற உண்மையை மறந்துவிடாதீர்கள். ஒரு மெய்ஞானி "இது தான் பாதை" என்று சுட்டிகாட்ட முடியும். ஆனால் உங்களைக் கட்டாயப்படுத்தி நடக்க வைக்க முடியாது. உங்களுக்குப் பதிலாக அவரும் நடக்க முடியாது. நீங்கள் முயற்சியில் ஈடுபட வேண்டும். உங்கள் சொந்த வலிமையினால் சாதிக்க வேண்டும். அவர் உணர்ந்த உண்மையை நீங்களும் உணர, யார் உதவியையும் தேடாமல் உங்களை நம்பி முயற்சியில் இறங்க வேண்டும்.

சே.அருணாசலம்

கடவுள் என்பது இதுதான்...

உங்களால் எந்த அளவு முடியுமோ
அந்த அளவு மனிதனாக இருங்கள்
வலிமையான உறுதியை வளர்த்துக் கொள்ளுங்கள்
வாழ்வை ஒளியாக வாழுங்கள்.

உங்களுக்கு நீங்கள் தான் தலைவன், உங்களை நீங்கள் தான் ஆள வேண்டும். இன்னொருவரை பார்த்துப் போலியாக நீங்கள் நடிக்கக் கூடாது. இந்தப் பிரபஞ்சத்தின் முக்கியமான ஒரு கூறாக, உயிரோட்டம் உள்ள ஒரு பாகமாக உங்கள் வேலையைச் செய்யுங்கள். அன்பைத் தாருங்கள். ஆனால் திரும்ப எதிர்பார்க்காதீர்கள். இரக்கத்தை வழங்குங்கள். ஆனால் உங்கள் மேல் இரக்கத்திற்கு ஏங்காதீர்கள். கொடுங்கள், ஆனால் அதை நம்பி இருக்காதீர்கள். மக்கள் நீங்கள் செய்த வேலையைப் பழி தூற்றினால் அது பற்றி வருந்தாதீர்கள். நீங்கள் செய்த வேலையின் உண்மையே உங்களைப் பாதுகாக்கும். "நான் செய்கின்ற வேலை மற்றவர்களுக்குப் பிடிக்குமா? என்று கேட்காதீர்கள். ஆனால் "அந்த வேலை உண்மையானதா? என்று கேட்டுக் கொள்ளுங்கள். நீங்கள் செய்த வேலை உண்மையாக இருந்தால் மக்களின் கருத்துக்கள் அதை பாதிக்க முடியாது.

அருள் பொழியும் நிழல் பாதைகள்

அது பொய்யாக இருந்தால், மக்கள் நிராகரிப்பதற்கு முன்பே அது தன்னாலேயே இறந்துவிடும். உண்மையான வார்த்தைகளும், உண்மையான செயல்களும் சாதிக்க வேண்டியவற்றைச் சாதிக்கும் வரை மறைந்து போகாது. பொய்யான வார்த்தைகளும், பொய்யான செயல்களும் வாழ்ந்து நிறைவேற்ற எந்தப் பணியும் இல்லை, எனவே அவை வாழ முடியாது. அவற்றைக் கண்டிப்பதும், விமர்சிப்பதும் மிக மேலோட்டமான ஒன்று.

பிறரை, பிறவற்றைச் சார்ந்திருக்கும் அடிமைத்தனத்தை விட்டு வெளியே வாருங்கள். அது கொடுங்கோன்மை தனமாக உங்கள் மீது நீங்களே சாற்றிக் கொண்டது. அதை விட்டு வந்து தனித்து நில்லுங்கள், எல்லோரையும் ஒதுக்கியவராக அல்ல. ஆனால் எதையும், எவரையும் ஒதுக்காமல் அரவணைத்து இரக்கம் கொள்ளும் முழுமையின் ஒரு பகுதியாகத் தனித்து நில்லுங்கள். நீங்கள் பாடுபட்டு ஈட்டியுள்ள இந்த அருமை சுதந்திரத்தினால் விளையும் மகிழ்ச்சியைப் பாருங்கள். உங்கள் சுயக்கட்டுப்பாடால் பொங்கும் நிம்மதியைப் பாருங்கள். உங்களை என்றும் விட்டுப் பிரியாத வலிமையில் ஒளிந்திருக்கும் பேரருளை பாருங்கள்.

சே.அருணாசலம்

தன் கல்லறைக்குச் செல்லும் வழியை

தானே அமைத்துக் கொண்டு

அவ்வாறு செல்லும்போது

மக்கள் சொல்வதையும், நினைப்பதையும்

பற்றிக் கவலைப்படாமல்

செல்லும் வழியில் சந்தேகம் ஏற்பட்டால்

தன் உள் ஒளியையே வழி கேட்பவன்

தன்னிறைவானவன்.

மதிப்பு என்றும் அவனிடம் தங்கி இருக்கும்.

13.வாழ்வின் எளிய விதிகளைச் சரியாகப் புரிந்து கொள்வது

உண்மை வெளிப்படுவதை, அது எவ்வாறு பிறக்கின்றது என்பதை

கூர்ந்து கவனியுங்கள்

அது உதித்ததற்கான மூலவட்டம்

நம் உள் தான் இருந்தது என்று உணர்வீர்கள்.

...ப்ரௌனிங்

சே.அருணாசலம்

நீதி, நெறிகளைப் பற்றிய தெளிவு

இரத்தினக் கற்கள் நிறைந்த புதையலை விட உயர்ந்தது

தேனடையை விட இனிமையானது -

அது வழங்கும் இன்பத்தை வேறு எந்த இன்பத்தோடும் ஒப்பிட முடியாது.

..லைட் ஆஃப் ஏசியா

ஆசிய ஜோதி- எட்வின் ஆர்னல்ட்

வாழ்வின் நீண்ட நெடிய பயணத்தை மேற்கொள்ளும் பயணி, இங்கே இதுவரை சுட்டிக் கட்டப்பட்டிருந்த நிழல் பாதைகளில் நடக்கும் போது அவற்றின் அழகை வியந்து அவை பொழியும் பேரருளைப் பருகி தனது இறுதி பாரம் தன்னை விட்டு நீங்கும் மற்றொரு அருள் பொழியும் பாதையைக் காலப் போக்கில் அடைவான். அந்த அருள் பாதையில் அவனது சோர்வும், களைப்பும் நீங்கும். கனமில்லாத இதயம் சிறகடிக்கும். நீங்காத நிம்மதியான ஓய்வை அனுபவிப்பான். மிக மிக

அருள் பொழியும் நிழல் பாதைகள்

வலிமையும் ஆறுதலும் அளிக்கக் கூடிய இந்த நிழல் பாதையின் பெயர் "வாழ்வின் எளிய விதிகளைச் சரியாகப் புரிந்து கொள்வது". அந்தப் பாதைக்குள் அடி எடுத்து வைப்பவன் எல்லாக் குறைகளையும், ஏக்கங்களையும், எல்லாச் சந்தேகங்களையும், குழப்பங்களையும் எல்லா கவலைகளையும் நிராசைகளையும் அகற்றி விடுவான். அறிவின் வெளிச்சத்தில், உறுதியோடும் நம்பிக்கையோடும் முழு மன நிறைவில் வாழ்வான். வாழ்வின் எளிய விதிகளை உணர்ந்து கொண்டு அதற்கு விரும்பி கீழ்படிபவனை, அதன் கட்டுப்பாட்டு விதிகளை மீறி சிக்கலும் குழப்பமும் நிறைந்த சுயநல ஆசைகள் என்னும் இருண்ட பாதைக்குள் அடி எடுத்து வைக்காதவனை, எந்த ஆபத்தும் நெருங்க முடியாது. எந்த எதிரியும் வீழ்த்த முடியாது. அவனிடம் எந்தக் குழப்பங்களோ, ஏக்கங்களோ, துக்கங்களோ இல்லை. உண்மை தொடங்குமிடம் குழப்பங்கள் முடிவுறும். ஆனந்தம் மாறாமல் முழுமையாக இருக்கும் போது வேதனை ஊட்டும் ஆசைகள் அறுந்து விடும். என்றும் தோற்காத நிலையான நன்மையை உணர்ந்த பின் துக்கத்திற்கு இடமேது?

மனித வாழ்வு சரியாக வாழப்படும் போது மிக அழகுடன் எளிமையாக இருக்கும். ஆனால் அது சரியாக வாழப்படாத போது பல்வேறு சிக்கலான இச்சைகளும், ஆசைகளும், தேவைகளும்

சே.அருணாசலம்

நிறைந்ததாக இருக்கும். அது உண்மையான வாழ்வு என்று கூற முடியாது. மெய்யறிவும் ஞானமும் இல்லாத மனதிலிருந்து எழும் கொதிக்கும் காய்ச்சலுடன் கூடிய வேதனையான நோய் என்று கூற வேண்டும். ஆசைகளை அடக்குவது என்பது மெய்யறிவின் முதல்படி, அவற்றை முழுக் கட்டுப்பாட்டில் வைத்திருப்பது மெய்யறிவின் உயர்நிலை. வாழ்வு நீதி, நெறிகளுக்கு உட்பட்டு அதிலிருந்து பிரிய முடியாதது. வாழ்விற்குத் தேவைப்படும் அனைத்தும் வழங்கப்பட்டே இருக்கின்றன. இந்த இச்சைகளும், வீண் ஆசைகளும் வாழ்வின் இன்றியமையாத தேவைகள் அல்ல. மேலோட்டமான கிளர்ச்சிகளே. இழப்பிற்கும் துக்கத்திற்கும் அழைத்துச் செல்பவையே. ஊதாரி மகன், தன் தந்தையின் வீட்டில் இருந்தவரை அவனது தேவைகளுக்கும் மிஞ்சிய ஆடம்பர வசதிகளால் சூழப்பட்டு இருந்தான். அவன் ஆசைப்பட அவசியமில்லாமல் எல்லாமே அவனிடம் இருந்தன. ஆனால் ஆசை அவனுள் புகுந்த பின் அவன் "தொலை தூர பிரதேசத்திற்கு" சென்று "தன் தேவைகள் நிறைவேறாமல் தவிக்க ஆரம்பித்தான்". அவன் பஞ்சத்தாலும் பசியாலும் வாடுகின்ற அளவு துன்ப நிலையை எட்டிய பின்பு தான் தன் தந்தை வீட்டின் அருமையை உணர்ந்து ஏக்கத்தோடு திரும்பினான். இந்த உருவகக் கதை தனி மனிதனுக்கும், மனித இனத்திற்கும் அவர்களது

பயணத்தை நினைவூட்டுகின்றது. மனிதன் தொடர்ந்து மனநிறைவின்றி, திருப்தியின்றி, நிறைவேறா தேவைகளோடு, வேதனையோடு வாழ்வதைத் தவிர வேறு வழியில்லை என்று கூறுமளவு அவனது ஆசைகளின், ஏக்கங்களின் அளவு சிக்கலான நிலையைத் தொட்டுவிட்டன. அவனுக்கு இருக்கும் ஒரே தீர்வு தன் தந்தையின் இல்லத்திற்குத் திரும்புவதே. அந்தத் தந்தையின் இல்லம் எது என்றால் – வீண் ஆசைகளிலிருந்த மாறுபட்ட உண்மையான வாழ்வும் உண்மையான இருப்புமே ஆகும். ஆனால் மனிதன் ஆன்மீக பசியாலும் பஞ்சத்தாலும் அடிப்பட்டு அவதிப்படும் வரை அந்தத் திசையை நோக்கித் திரும்ப மாட்டான். தன் ஆசைகளால் விளைந்த வலியையும் வேதனையையும் அவன் அது வரை அனுபவிப்பான். பின்பு நிறைவான, நிம்மதியான, உண்மையான வாழ்வை நோக்கி ஏக்கத்தோடு திரும்புவான். தன் இல்லத்தை நோக்கிய கடினமான நெடிய பயணத்தைத் தொடங்குவான். ஆசைகளால் அலைக்கழிக்கப்படாமல் அவற்றின் கொடூர பசிக்கு இரையாகாமல் அவற்றின் கொதிக்கும் காய்ச்சலுக்குப் பணிந்து விடாமல் தன்னை விடுவிக்கும் உண்மை வாழ்வை வாழ பிரயாசையுடன் திரும்புகிறான். இது வெறும் ஆசையல்ல. பேரார்வத்தோடு, பெரு விருப்பத்தோடு முயற்சிப்பதாகும். பொருள்களுக்காக ஏங்குவது வெறும் ஆசை.

சே.அருணாசலம்

நிம்மதிக்காக ஏங்கும் இதயத்தின் பசி என்பது வெறும் ஆசையல்ல. அது மன எழுச்சி நிலை. பொருள்களின் மேல் கொள்ளும் ஆசை, நிம்மதியிலிருந்து வெகு தூரத்திற்கு அழைத்துச் சென்று பேரிழப்பில் முடிவது மட்டுமல்ல, அதன் இயல்பான நிலையே எப்போதும் இல்லாத எதையாவது ஒன்றை வேண்டும் வேண்டும் என்று துடிப்பது தான். அந்தப் பொருளாசை ஒரு முடிவுக்கு வரும் வரை நிம்மதியான ஓய்வோ, மன நிறைவோ கொள்ள முடியாது. பொருள்களின் மீது கொள்ளும் ஆசை என்னும் பசியைத் தணிக்க முடியாது. ஆனால் நிம்மதிக்கான பசியைத் தணிக்க முடியும். எல்லா சுயநல ஆசைகளையும் விட்டொழிக்கும் போது மனம் நிறையும் நிம்மதியைக் காண முடியும். முழுமையாகப் பெற முடியும். அப்பொழுது ஆனந்தம் ததும்பி வழிய, வேண்டியவைகள் செழிப்பாக, தாராளமாக கிடைக்க பேரருள் முழுமையாக இருக்கின்றது. இந்தப் பேரருள் நிலையில் வாழ்வு எளிமையான செவ்வொழுங்குடன் ஆற்றலின் பிறப்பிடமாய்ப் பயனுள்ளதாய் விளங்குகிறது. அப்போது நிம்மதிக்கான தேடலும் இருக்காது. நிம்மதியுடன் இருப்பது இயல்பான நிலையாகி விடும். அது மாறிக்கொண்டேயிராமல், நிலையாக முழுமையாக இருக்கும். ஆசைகளில் மூழ்கித் திளைத்துள்ள மனிதர்கள் எங்கே தங்கள் ஆசைகளை அடக்கினால், செயலற்றவர்களாக

அருள் பொழியும் நிழல் பாதைகள்

ஆற்றலில்லாதவர்களாக ஆகிவிடுவோமோ, வாழ்வு உயிரோட்டமில்லாததாக ஆகிவிடுமோ என அறியாமையில் கற்பனை செய்கிறார்கள். ஆனால் ஒருவன் தன் ஆசைகளை அடக்கும் போது முழுக் கவனத்துடன் செயல் புரிய முடியும். தன் முழு ஆற்றலையும் பயன்படுத்த முடியும். அவனது வாழ்வு செழிப்புடன், வளமுடன் பேரருளாக விளங்கும். சுயநல கொண்டாட்டங்களுக்கும் பொருட்களை உடைமையாக்கிக் கொள்ளவும் பேராசை கொள்பவர்களால் அந்த வாழ்வைப் புரிந்து கொள்ள முடியாது. அந்த உயர் வாழ்வை இப்படிக் கூறலாம்.

இரைச்சலின் எந்தப் பேரொலியும் இங்கில்லை

உயர்வுடன் நிந்திக்கும் தாழ்வுடன் புரளும் வார்த்தைகளுக்கு இடமில்லை

உளியின் பாடல்களும் பேனாவின் பாடல்களும், தூரிகையின் ஓவியங்களும்,

தங்கள் உழைப்பை இசைந்து உள்ளங்களின் தெய்வீக இசையுமே இருக்கும்.

சே.அருணாசலம்

எந்த நாளிலும் எந்தப் பொருளிலும் துக்கம் தன் சுவடைப் பதிக்காது

காலத்திற்கு விலை மதிப்பு இட முடியாது

அந்தக் காலத்தின் அருமை உணர்ந்து

தான் என்ற நிலை முழுதும் துறக்கப்படுகிறது.

தான் என்று யாரும் இல்லாததால்

கண்ணீரும் வானவில் ஆகின்றது.

அந்த நிலமே பேரழகாகின்றது.

அங்கு எல்லாமே சரியாக நடக்கின்றது.

சுயநல ஆசைகளின் பிடியிலிருந்து மனிதன் மீட்டெடுக்கப்படும் போது அவன் மனம் எந்தச் சுமையுமின்றி இருக்கின்றது. அவன் மனிதக்குலத்திற்கு உழைக்கத் தயாராக இருக்கிறான். எவ்வளவு அனுபவித்தாலும் இறுதி வரை பசி அடங்காத ஆசைகளை இனியும் பின் தொடரக் கூடாது என்று அவன் கொண்ட முடிவால் அவனது வலிமைகள் அவன் கட்டுப்பாட்டில் இருக்கின்றன. எந்தப் பரிசுகளையும் பாராட்டுகளையும் நாடாமல் இருப்பதால் அவனது

அருள் பொழியும் நிழல் பாதைகள்

ஆற்றல்கள் எல்லாம் சிதறாமல் இருக்கின்றன. அவற்றை முழுக் கவனத்துடன் பயன்படுத்தித் தன் எல்லாக் கடமைகளையும் ஒழுங்காக நிறைவேற்றி நன்மையை முழுமை ஆக்குகிறான்.

மெய்யறிவும் பேரருளும் உடையவன் ஆசைகளின் தூண்டுதல்களால் செயல்படுவதில்லை. அறிவின் கட்டளையில் செயல்படுகிறான். ஆசைகளினால் தள்ளப்படும் மனிதன் பரிசின் உத்திரவாதம் இருந்தால் தான் செயல்படுவான். அவன் விளையாட்டு பொம்மைக்காகச் செயல்படும் குழந்தையைப் போன்றவன். ஆனால் மெய்யறிவு உள்ள மனிதன், வாழ்வை உயிரோட்டமாக ஆற்றலுடன் வாழ்பவன், எந்தக் கனமும் தன்னை ஈடுபடுத்தி எதைச் செய்ய வேண்டுமோ அதைச் செய்து முடிப்பான். அவன் ஆன்மீகத்தில் வளர்ச்சி அடைந்த மனிதன். பரிசுகளின் மேல் எந்தப் பற்றையும் அவன் வைக்கவில்லை. நடப்பவை எல்லாம் நன்மைக்கே என்று அவன் எண்ணுகிறான். அவன் முழு மனநிறைவுடன் வாழ்கிறான். அவனது அகமகிழ்வு (இனிமையான, என்றும் தொடர்கின்ற, என்றும் தோற்றுவிடாத மகிழ்ச்சி) வாழ்வின் நிலையான எளிய விதிகளுக்குக் கட்டுப்பட்டு நடப்பதில் இருக்கின்றது.

சே.அருணாசலம்

வாழ்வில் இந்த மிகப் பெரும் பேரருள் நிலை என்பது சென்று சேர வேண்டிய இடங்களில் ஒன்றாகும். அதற்காக ஒருவன் மேற்கொள்ளும் புனித பயணமானது, மனம் திருந்திய மகன் மீண்டும் தன் தந்தையின் இல்லம் திரும்ப மேற்கொண்ட கடினமான பயணத்திற்கு ஒப்பாகும். அந்தக் கடினமான பயணத்திற்குத் தகுந்த ஏற்பாடுகளைச் செய்து தன்னை முழுமையாகத் தயார்படுத்திக் கொண்டு செல்ல வேண்டும். தன்னுள் உறையும் கீழ் நிலை ஆசைகள் என்னும் நாட்டை அவன் கடந்து செல்ல வேண்டும். தான் அகப்பட்டுள்ள வலைகளிலிருந்து தன்னை விடுவித்துக் கொண்டு, அந்த வலைகளின் பின்னல்களை அறிந்து எந்த வலையிலும் மீண்டும் சிக்காமல் நாட்டைக் கடந்து வர வேண்டும். இந்தப் பயணத்தைத் தடுக்கும் எதிரிகள் வெளியில் இல்லை, அவன் உள் இருந்தே எழுவார்கள். முதலில் இந்தப் பயணம் மிகக் கடினமாகத் தோன்றுகிறது. காரணம், ஆசைகள் அவன் கண்களை மறைக்கின்றன. அவன் இன்னும் வாழ்வின் எளிய விதிகளைப் புரிந்துக் கொள்ளவில்லை. வாழ்வின் நியதிகள் அவன் கண்களுக்குத் தெரியாமல் மறைந்து இருக்கின்றன. தன் மனதை எளிமைப் படுத்திக் கொள்ளும் போது, வாழ்வின் நேர் விதிகள் அவனது ஆன்மீக அறிவிற்கு வெளிப்படும். அந்த விதிகளைப் புரிந்து கொண்டு ஏற்றுக் கொண்ட மறு கனமே அவன்

பாதை மிக எளிதாகச் சிக்கலின்றி மாறிவிடுகின்றது. அவன் பாதையில் இனி எந்தக் குழப்பமும் இருளும் இல்லை. எல்லாம் அறிவின் வெளிச்சத்தில் தெளிவாகக் காணப்படுகிறது.

எத்தனைப் பேர் எண்ணினாலும் எட்டும் இரண்டும் பத்து தான் என்பது கணிதவிதி. அந்தக் கணித விதிகளைப் போலத் துல்லியமாகச் செயல்படும் சில எளிய விதிகள் இங்கே ஆராயப்படுகின்றன. உண்மையான வாழ்வை, பேரருள் நிறைந்த வாழ்வைத் தேடுபவன் அதை வேகமாக அடைய அவனுக்கு இது உதவும்.

"அடிப்படை விதிகள் என்றும் தவறிழைத்து மன்னிப்பு கோருவதில்லை"

எல்லா உயிரும் ஒன்று தான். அந்த உயிர் பல்வேறு விதமாக வடிவமெடுக்கின்றது. எல்லா விதியும் ஒன்று தான். அது பல்வேறு வழிகளில் செயல்பட்டுப் பயன்படுகின்றது. பொருட்களுக்கு ஒரு விதி, மனதிற்கு இன்னொரு விதி என்று இல்லை. பொருட்களுக்கும் கண்களால் புலப்படுபவற்றுக்கு ஒரு விதியும், ஆன்மீக விஷயங்களுக்கும் கண்களுக்குப் புலப்படாதவற்றுக்கும் இன்னொரு விதி என்றில்லை. எங்கும் ஒரே விதி தான். பொருள் சார்ந்த உலகத்திற்கு ஒரு நியதி, மனம் சார்ந்த ஆன்மீக உலகத்திற்கு இன்னொரு நியதி அல்ல,

சே.அருணாசலம்

இரண்டிற்கும் ஒரே நியதி தான். பொருள் சார்ந்த உலகம் என்று வரும்போது மனிதர்கள் அந்த உலகின் சில விதிகளை மிக்க அறிவோடு உணர்ந்து எந்தக் குழப்பமும் இன்றிப் புரிந்து கொண்டு மாறுபாடின்றி மனமார கடைப்பிடித்துச் செயல்படுகின்றனர். அவற்றைப் புறக்கணித்தால் அல்லது மீறினால் அது தங்களின் பெரும் அறியாமை என்று வருந்துவார்கள். அது தங்களுக்கும் சமூகத்திற்கும் பேராபத்தாகும் என்று கருதுவார்கள். ஆனால் மனம் சார்ந்த ஆன்மீக உலகில் இந்த விதி இதே போன்று எந்த அத்துமீறலையும் அனுமதிக்காது என்று நம்புவதில்லை. நம்பாததால் அதை மீறி பின்பு துன்பப்படுகிறார்கள்.

புற உலகின் விதிகளுள் ஒன்று, மனிதன் தனது சொந்த உழைப்பில் நின்று தன்னைக் காப்பாற்றிக் கொள்ள வேண்டும். அவன் வாழ்வின் தேவைகளுக்கு அவனே பொறுப்பு ஏற்றுச் சம்பாதித்துக் கொள்ள வேண்டும். எவன் உழைக்க மறுக்கிறானோ அவனால் கவுரவமாக உண்ணவும் முடியாது. மனிதர்கள் இந்த விதியை மதிக்கின்றனர். இதில் உள்ள நியாயத்தையும் நன்மையையும் புரிந்துக் கொள்கின்றனர். எனவே தங்களுக்குத் தேவையான பொருட்களைப் பெறுவதற்கு உழைக்கிறார்கள். ஆனால் ஆன்மீக உலகில் மனிதர்கள் (பொதுவாக, பெரும்பாலானவர்கள்)

இந்த விதியின் செயல்பாட்டை மறுத்துப் புறக்கணிக்கிறார்கள். தனக்கு வேண்டிய (பொருள்) உணவைத் தான் தான் சம்பாதிக்கவேண்டும். அவ்வாறு சம்பாதிக்க மறுத்தால் தன் தேவைகளுக்கு பிறரிடம் கெஞ்ச வேண்டிய இழிநிலைக்கு, கிழிந்த ஆடைகளுடன் திரிய வேண்டிய நிலைக்கும், ஆளாகலாம் என்று உலக விஷயங்களில் இந்த விதியை சரியாகப் புரிந்துக் கொள்கிறார்கள். ஆனால் ஆன்மீக விஷயங்களில் அந்த(ஆன்மீக) உணவை பிச்சையாகப் பெற்றுக் கொள்ளும் உரிமை இருக்கிறது; உழைக்காமல் உழைக்க முயற்சி செய்யாமல் பெற்றுக் கொள்ளலாம் என்று நினைக்கின்றனர். இந்த விதி மீறலின் காரணமாகப் பெரும்பாலானவர்கள் ஆன்மீக பிச்சைக்காரர்களாக, மகிழ்ச்சி, நிம்மதி, மெய்யறிவு என்னும் ஆன்மீக செல்வம் இல்லாதவர்களாக – துக்கத்தோடும், துன்பத்தோடும் இருக்கிறார்கள்.

இவ்வுலகின் பொருட்கள் ஏதேனும் தேவை என்றால் - உணவு, உடை, மேசை, நாற்காலி அல்லது எதுவாகவோ இருக்கட்டும்- நீங்கள் கடைக்காரரிடம் அதைத் தருமாறு கையேந்துவது இல்லை. அதன் விலையைக் கேட்டு, பணத்தை வழங்கி உங்கள் உடைமையாக்கிக் கொள்கிறீர்கள். அந்தப் பொருளின் மதிப்பிற்குரிய பணத்தை வழங்குவதில் உள்ள நியாயத்தைப் புரிந்துக் கொள்கிறீர்கள்.

சே.அருணாசலம்

வேறு விதமாகப் பெற நீங்கள் விரும்புவது இல்லை. இதே விதிதான் ஆன்மீக பொருட்களிலும் செயல்படுகிறது. உங்களுக்கு ஆன்மீக பொருள் ஏதேனும் வேண்டும் என்றால் - மகிழ்ச்சி, நம்பிக்கை, நிம்மதி அல்லது எதுவோ அதைப் பெற்றுக் கொள்ளும் முன் அதற்கு ஈடான ஒன்றைக் கொடுக்க வேண்டும். அதற்குரிய விலையை நீங்கள் கொடுக்க வேண்டும். நீங்கள் உலகில் ஈட்டிய பொருட் செல்வத்தில் ஒரு பகுதியை கொடுத்து உலகின் பொருட்களை வாங்குவது போல் ஆன்மீக பொருளைப் பெற அதற்கு ஈடான அளவு உங்கள் மனதிலிருந்து ஒன்றை வழங்க வேண்டும். நீங்கள் விரும்பும் அந்த ஆன்மீக செல்வத்தைப் பெற உங்களுடைய இச்சைகளையோ, வீண் தற்பெருமையையோ தன்முனைப்பையோ அல்லது வேறு வெறி உணர்வையோ இழக்க வேண்டி இருக்கும். பணத்தை இறுகப் பற்றிக்கொள்ளும் கருமி அந்தப் பணம் தன்னிடம் இருப்பதால் ஏற்படும் இன்பங்களை எண்ணி பணத்தைச் செலவிடமாட்டான். அவ்வாறு செலவிடாததால், அந்தப் பணத்தினால் கிடைக்கக் கூடிய வசதிகளையும் அனுபவிக்க மாட்டான். அவன் செல்வந்தனாக இருந்தாலும் பல தேவைகளுடன் வசதிகள் இன்றி வாழ்கிறான். வெறி உணர்வுகளைக் கைவிடாதவன், கோபம், இரக்கமின்மை, புலனின்பம், ஆணவம், தற்பெருமை, தன்முனைப்பு போன்றவற்றை, அவை வழங்கும் கன நேர

அருள் பொழியும் நிழல் பாதைகள்

இன்பத்திற்காக பற்றிக் கொள்பவன் ஆன்மீக பொருட்களில் கருமியாவான். அவனால் எந்த ஆன்மீக வசதிகளையும் அனுபவிக்க முடியாது. உலக இன்பங்களை அவன் விரும்பித் தழுவி கொண்டு, கைவிட மறுத்து, ஆன்மீக இன்பங்கள் ஏதுமின்றி வாழ்கிறான்.

உலக விஷயங்களில் நேர் வழியைப் பின்பற்றும் ஞானம் மிக்கவன் கெஞ்சுவதும் இல்லை, திருடுவதும் இல்லை. அவன் உலகில் உழைத்து வேண்டியதை விலை கொடுத்து வாங்குகிறான். அவனது நேர்மைக்காக உலகம் அவனை மதிக்கின்றது. ஆன்மீக விஷயங்களில் நேர் வழியைப் பின்பற்றும் ஞானம் மிக்கவனும் கெஞ்சுவதும் இல்லை, திருடுவதும் இல்லை. தன் உள் உலகில் உழைக்கிறான். தன் ஆன்மீக தேவையை, அதற்கான விலையைக் கொடுத்து வாங்குகிறான். உலகமும் அவனது நன்னடத்தையைப் பாராட்டுகிறது.

மற்றொருவனிடம் வேலை செய்ய ஒப்புக் கொண்டு அதற்கான கூலியையும் பேசி முடிவு செய்த பின் ஒருவன் அந்தத் தொகை உடன்பாட்டை மதித்து ஏற்றுக் கொள்ள வேண்டும் என்பது உலகில் வழங்கப்படும் இன்னொரு விதி. வார இறுதி நாளில் கூலியைப் பெற்றுக் கொள்ளும் போது, பேசியதை விட அதிகம் கேட்டால், அவ்வாறு கேட்டதற்கு ஒரு நியாயமான காரணத்தைக் கூற முடியாமல்

சே.அருணாசலம்

இருந்தால், அவனுக்கு அவன் கேட்ட அதிகத் தொகை கிடைக்காதது மட்டுமல்ல, அவன் அந்த வேலையில் இருந்து நீக்கவும் படுவான். ஆனால் மனிதர்கள் ஆன்மீக விஷயங்களில் இதைத் தான் செய்கிறார்கள். அந்த ஆன்மீக கூலியைப் பெற்றுக் கொள்வதற்கு ஈடான உழைப்பை வழங்காமல், அவர்களுக்கு வழங்கப்படும் என்று கூறப்படாத கூலியைக் கேட்பதை அவர்கள் முட்டாள்தனம் என்றோ சுயநலம் என்றோ கருதவில்லை. ஒவ்வொரு மனிதனும் இந்தப் பிரபஞ்ச விதியிடமிருந்து தான் ஒப்புக் கொண்டதை, தன் உழைப்பிற்கு ஈடானதை அதிகமாகவும் அல்ல, குறைவாகவும் அல்ல, துல்லியமாகப் பெற்றுக் கொள்கிறான். பிரபஞ்சத்தில் எல்லாவற்றையும் கட்டுப்படுத்தும் அந்தத் தலையாய விதியோடு தொடர்ந்து உடன்படிக்கைகளை ஏற்படுத்திக் கொள்கிறான். அது எப்படி என்றால் அவன் ஒவ்வொரு எண்ணமும் ஒவ்வொரு செயலும் அதற்குரிய பலனை பெறும். அவன் செய்த எல்லாச் செயல்களுக்குமான கூலியை அவன் பெற்றுக் கொள்கிறான். இதை உணர்ந்து மெய்யறிவு பெற்றவன் எப்போதும் நிறைவாகத் திருப்தியாக நிம்மதியாக இருக்கிறான். அவனை நாடி வருபவை எதுவாக இருந்தாலும் (அது நன்மையோ அல்லது தீமையோ) அது அவன் ஈட்டியதே என்று இருக்கிறான். அந்தத் தலையாய பிரபஞ்ச விதி எந்த மனிதனையும் அவன் பெற தகுதியானதை

அவனுக்கு வழங்காமல் ஏமாற்றுவது இல்லை. அந்த விதியிடம் முனுமுனுப்பவனிடம் அது கூறுகிறது. "நண்பனே இதற்கு ஒப்புக்கொண்டு நீ உழைத்தாயா இல்லையா?"

ஒரு மனிதன் புற உலக வாழ்வில் செல்வந்தனாக வேண்டும் என்றால் அவன் தன்னிடம் இருக்கும் செல்வத்தை வீணடிக்காமல் இருக்க வேண்டும். முறையாக நிர்வகிக்க வேண்டும். அவ்வாறு நிர்வகித்து ஒரு போதுமான தொகையைத் தொழில் ஒன்றில் முதலீடு செய்ய வேண்டும். அவ்வாறு செய்யும் போது மிக இறுகவும் தன் பணத்தைப் பற்றிக் கொள்ளக் கூடாது. கவனமின்றி வாரி இறைக்கவும் கூடாது. அவன் இவ்வாறு தன் உலக அறிவையும், உலக வாழ்வில் செழிப்பையும் வளர்த்துக் கொள்ளாமல், வெறும் செலவு மட்டும் செய்து கொண்டிருப்பவன் செல்வந்தனாக முடியாது. அவன் ஆரவாரமாக வீணாக்குகிறான். அது போல ஆன்மீக பொருட்களில் செல்வந்தனாக விரும்புபவன் தன் மனஆற்றல்களை வீணாக்காமல் சரியாக நிர்வகிக்க வேண்டும். தன் நாவை, தன்னை உடனடி இழிநிலைக்குத் தூண்டும் உணர்வுகளைக் கட்டுப்படுத்த வேண்டும். தன் ஆற்றல்களையும் நேரத்தையும் வீணாக்கும் புரளி பேச்சுகளிலும், தேவையற்ற விவாதங்களிலும், கோப உணர்வுகளிலும் ஈடுபட்டு வீணாக்கக் கூடாது. இவ்வாறு அவன் சேர்த்துக் கொள்ளும் ஆற்றலே

சே.அருணாசலம்

அவனது ஆன்மீக முதலீடாகும். இந்த ஆன்மீக முதலீட்டை பிறரின் நன்மைக்காக அவன் உலகில் பயன்படுத்த வேண்டும். அவன் அதை அதிகமாகப் பயன்படுத்த இன்னும் அதிகமாகப் பெறுவான். அவன் அருள்செல்வத்தையும் பேரருள் குறித்த ஞானத்தையும் பெறுவான். தன்னை இழிநிலைக்கு அழைத்துச் செல்லும் தூண்டுதல்களையும் ஆசைகளையும் கண்மூடித்தனமாகப் பின் தொடர்பவன் தன் மனதை ஆளும் ஆற்றல் இல்லாத ஆன்மீக ஊதாரியாவான். அவனால் அருட் செல்வங்களைப் பெற முடியாது.

ஒருவன் மலையின் சிகரத்தை அடைய வேண்டும் என்றால் தன்னை வலிமையாகத் தயார்படுத்திக் கொண்டு அந்தப் பயணத்தைத் தொடங்க வேண்டும். பாதையைத் தேர்ந்தெடுத்துக் கவனமாகச் செல்ல வேண்டும். இன்னும் கடந்து செல்ல வேண்டிய பாதையில் நிகழக் கூடிய கடின நிலைகளையோ அல்லது அதற்காக மேற்கொள்ள வேண்டிய உழைப்பையோ அல்லது தன் உடல் சோர்வையோ நினைத்து அஞ்சி பாதியில் அவன் திரும்ப நினைத்தால் அவனால் அவன் குறிக்கோளை எட்ட முடியாது. புற உலகைச் சார்ந்த இந்த விதி ஆன்மீக உலகிற்கும் பொருந்தும். எவன் அறநெறிகளைக் கடைப்பிடிப்பதில், தன் குணம், தன் மன இயல்புகள் சிகரத்தை அடையவேண்டும் என்று விழைகிறானோ அவன் தன்முயற்சியைத்

அருள் பொழியும் நிழல் பாதைகள்

தொடங்கவேண்டும். பாதையைத் தேர்ந்தெடுத்து முழு மனதுடன் தொடர வேண்டும். பாதியில் கைவிட்டுப் பின் திரும்பாமல் ஏற்படும் எல்லாப் பிரச்சினைகளை முறியடித்து, தன் இச்சைகளின் தூண்டுதல்களை, உள்ளத்தின் வலிகளை, சோதனைகளைக் குறிப்பிட்ட காலங்களில் தாங்கி, அவற்றிலிருந்து மீண்டு இறுதியில் அவன் தன் குணத்தை உயர் சிகரத்திற்கு அழைத்துச் செல்ல வேண்டும். அவ்வாறு சென்று அடையும் போது தீய வெறி உணர்வுகளும், இச்சைகளின் தூண்டுதல்களும், துக்கங்களும் அவன் காலடிக்குக் கீழ் விழுந்துக் கிடக்க அருள் வாழ்வின் எல்லையில்லாத பேரழகுகள் அவன் பார்வைக்கு அமைதியாக விரிந்திருப்பதைக் அவன் காண முடியும்.

ஒரு மனிதன் தொலை தூரத்தில் இருக்கும் ஒரு ஊரை அடைய வேண்டும் என்றால் அதற்கு அவன் பயணம் செய்யவேண்டும். மந்திரத்தைப் போல் திடீரென்று அந்த ஊருக்குச் சென்று விட எந்த வழியும் இல்லை. அதற்கான முயற்சிகளில் அவன் ஈடுபட வேண்டும். அவன் கால்களால் நடந்து சென்றால் பெரு முயற்சியும், நேரமும் செலவாகும். வேறு வகையான போக்குவரத்துகளில் செல்லலாம். அதற்காகக் கட்டணத்தை அவன் செலுத்த வேண்டும். ஒரு ஊரை அடைவதற்கு முயற்சியின் வாயிலாகவோ அல்லது கட்டணத்தின்

வாயிலாகவோ ஒரு விலையைக் கொடுத்தே ஆக வேண்டும். இதைத் தவிர்க்க முடியாது. இந்தப் புற உலக விதி ஆன்மீக உலகிற்கும் செயல்படும். ஆன்மீக ஊர்களான மனத்தூய்மை, இரக்கம், ஞானம், நிம்மதி போன்ற ஊர்களை அடைய நினைக்கின்றவன், அந்த ஆன்மீக சேரிடத்தை அடைய அவன் பயணத்திற்கான முயற்சிகளில் ஈடுபடவேண்டும். அந்த அழகான ஊர்களுக்கு அவனைத் திடீரென்று கொண்டு சேர்க்க முடியாது. அங்குச் செல்ல வேண்டிய நேர் வழியை, கண்டறிந்து முயற்சியில் ஈடுபட்டு பயண இறுதியில் அவன் இலக்கை அடைவான்.

கண்களுக்குப் புலப்படாத உள்ளத்தின் உலகில் செயல்படும் எத்தனையோ விதிகளில் சில இங்கே உதாரணமாக விளக்கப்பட்டன. ஆனால் இந்த எல்லா விதிகளும் அந்தப் பெருவிதியின் வெவ்வேறு வெளிப்பாடுகளே. இந்த விதிகளைப் புரிந்து, அதற்குப் பணிந்து அதன் கட்டளைகளைச் செயல்படுத்த வேண்டும். அப்போது தான் மனிதனாகத் தலை நிமிர்ந்து ஆன்மீக பக்குவத்தைப் பேருளை பெற முடியும். புற உலகில் செயல்படும் விதிகள் எந்த மாறுபாடும் துளியுமின்றி அதே வித துல்லியத்தோடு அக உலகிலும் செயல்படுகின்றன. உள்ளத்திலிருக்கும் உண்மையின் நிழல் பிம்பங்களே புற உலகில் வெளிப்படும் வடிவங்களும் வகைகளும். அது போல ஆன்மீக

அருள் பொழியும் நிழல் பாதைகள்

விதியின் நிழல் பிம்பமே புற உலக விதிகள். மனித வாழ்வு குறித்த உலக விதிகளின் எளிய செயல்பாடுகளை மக்கள் எந்தக் கேள்வியும் கேட்காமல் ஏற்றுக் கொண்டு அது தெளிவாகச் சிக்கலின்றி இருப்பதால் அதைக் கடைப்பிடிக்கின்றனர். அக உலகிலும் துல்லியமாக இந்த விதிகள் செயல்படும் என்று மனிதன் உணர்ந்து கடைப்பிடிக்கும் போது, மனிதன் அவன் உறுதியாக நிற்பதற்குரிய அறிவினால் கட்டப்பட்டுள்ள இடத்தைத் தேர்ந்தெடுத்து விட்டான். அவனது துன்பங்கள் ஒரு முடிவுக்கு வரப்போகின்றது. இனி அவனுக்கு எந்தக் குழப்பங்களும் நேரப் போவது இல்லை.

வாழ்வு என்பது எதையும் சாராத நடு நிலைமையும் எதற்கும் அடிபணியாத, வளைந்துக் கொடுக்காத நியாமும் நேர்மையும் கொண்டது. அது மிக எளிதாகவே செயல்படும். ஆனால் அதை வெல்ல முடியாது. நீதி என்றும் ஆளும். அந்த நீதியின் இதயம் அன்பு. நீதி மற்றும் அன்பு ஆகியவற்றை பின்னுக்கு இழுக்கும் சக்திகளே பாகுபாடுகள் மற்றும் பொய்மையாகும் பிரபஞ்சத்திற்கு எந்தப் பாகுபாடும் கிடையாது. அது தலையாய நீதி வழங்கக் கூடியது. ஒவ்வொரு மனிதனுக்கும் அவனுக்கு உரியதை அவன் ஈட்டியதைக் கொடுத்து விடும். எல்லாம் அந்த பெருநீதி, நியாயத்திற்குக் கட்டுப்பட்டுத் தான் நடக்கின்றன. எனவே மனிதன்

சே.அருணாசலம்

சரியான வழியைக் கண்டு, அதில் சென்று கலங்காமல், மகிழ்ச்சி அடைய அவனுக்கு நம்பிக்கை இருக்கிறது. இந்த விதியின் மூலமாகச் செயல்படும் - தோல்வியே அறியாத நன்மையை - உலகம் இயேசுவின் தந்தை என்றும், கடவுள் என்றும் கூறுகிறது. எந்தத் தீங்கும் ஒரு நல் மனிதனுக்கு அவன் வாழ்விலும் சாவிலும் ஏற்படாது. இயேசு தனது விதியில் புதைந்துக் கிடந்த நன்மையை உணர்ந்தார். தன்னைச் சிலுவையில் அறைவதற்குக் காரணமான எல்லோரையும் பழி கூறாமல் விடுவித்தார். "எந்த மனிதனும் என் உயிரைப் பறிக்கவில்லை. நானே அதை அர்ப்பணிக்கிறேன்" என்றார். அவர் தன் முடிவைத் தானே வரவழைத்துக் கொண்டார்.

எவன் தன் வாழ்வை எளிமைப்படுத்திக் கொள்கிறானோ, மனதை தூய்மைப்படுத்திக் கொள்கிறானோ, அவன் தன் இருப்பிற்கான அழகான எளிய காரணத்தை உணர்வான். எல்லாவற்றையும் செயல்படுத்தும் விதியை உணர்வான். தன் எண்ணங்களும், செயல்களும் தன் மீதும் உலகத்தின் மீதும் ஏற்படுத்தும் விளைவுகளை அறிவான். மனதில் விழுந்த எண்ண விதை முளைத்தெழுவதால் ஏற்படக்கூடிய மாற்றங்களை அறிவான். பேரருளின் துணையோடு உதித்து, மலர்ந்து, முழுமையடையும் எண்ணங்களையும் செயல்களையும் மட்டுமே அவன் எண்ணி

செயல்படுவான். அறியாமல் செய்த செயல்களுக்கான விளைவை அவன் அடிபணிந்து ஏற்றுக்கொள்வான். பழியை யார் மீதும் சுமத்தி முறையிடாமல், அச்சப்படாமல், கேள்வி எழுப்பாமல் அந்த நன்மையான நியதியின் செயல்பாட்டில் எந்தத் தவறும் இருக்க முடியாது என்ற பேரருளான அறிவோடு கட்டுப்பட்டு நிம்மதியாக இருப்பான்.

நம் வாழ்வு என்னும் மெல்லிய துணியை நாமே நெய்கிறோம்.

விரும்பிய வண்ணங்களைத் தெளிக்கிறோம்.

விதி என்னும் நிலத்தில் விதைத்ததையே அறுவடை செய்கிறோம்.

விதைத்ததையே அறுவடை செய்கிறோம் என்றால்

அதற்கான பொறுப்புகளும், செயல்பாடுகளும் நம்முடையதே என்றால்,

வேதனை அளிக்கும் விதியின் நோக்கம் அன்பு மட்டுமே.

காயங்கள் புண் ஆறுவதற்கே ஏற்படுகின்றன.

சே.அருணாசலம்

14.மகிழ்ச்சியான முடிவுகள்

நீதியை நிலைநாட்ட இயற்கை நியதி எப்படியும் சென்று விடும்.

அதை எவரும் தடுத்துத் திசை திருப்ப முடியாது.

அந்த இயற்கை நியதியின் இதயம் அன்பு.

அது அளிக்கும் முடிவு நிம்மதி.

அதைக் கடைப்பிடிப்பது இனிமையான அனுபவம்.

அதன் கட்டளையைச் செயல்படுத்துங்கள்.

..லைட் ஆஃப் ஏசியா

(ஆசிய ஜோதி – எட்வின் ஆர்னல்ட்)

உங்கள் பணி முடியும் போது மகிழ்ச்சி கொள்ளுங்கள்

தவறுகள் தம் வலிமையிழந்து சரியானவற்றிடம் சரனடைகின்றன.

வழிப்பாட்டு நாளின் ஒளி

பெருவெளியின் ஒளியோடு கலந்து விடும்

..விட்டியர்

வாழ்வு பல மகிழ்ச்சியான முடிவுகளைக் கொண்டுள்ளது. காரணம் அது பல மேன்மையான, தூய்மையான, அழகானவற்றைத் தன்னகத்தே கொண்டுள்ளது. உலகில் பல வகையான பாவங்களும், அறியாமையும் இருக்கின்றன. கண்ணீரும் வலிகளும் வேதனைகளும் இருக்கின்றன. ஆனால் அதை சீரமைக்க அறநெறிகளும் மெய்யறிவும் இருக்கின்றது. புன்னகைகளும், ஆறுதல்களும், பேரின்பங்களும், பேரானந்தங்களும் கூட இருக்கின்றன. எந்தக் களங்கமற்ற எண்ணமும், எந்தத் தன்னலம் கருதாத செயலும் முழு வெற்றியைப் பெற்றே தீரும். அவ்வாறு பெறும் முழு வெற்றி மகிழ்ச்சியான கொண்டாட்டமாகும்.

ஒரு மன மகிழ்ச்சியான வீடு இனிமையான முடிவாகும். ஒரு வெற்றிகரமான வாழ்வு மகிழ்ச்சியான முடிவாகும். நம்பிக்கையுடன் முழுமையாக நிறைவேற்றப்பட்ட பணி ஒரு மகிழ்ச்சியான முடிவாகும். அன்பான நண்பர்களால் சூழப்பட்டு இருப்பது ஒரு மகிழ்ச்சியான முடிவாகும். ஒரு சண்டை சச்சரவைக் கைவிடுவது, மனதில் குடிக்கொண்டிருந்த வெறுப்பைத் துடைத்து எறிவது, கொடிய வார்த்தைகளுக்கு வருந்துவதும் மன்னிக்கப்படுவதும், பிரிந்த நண்பர்கள் மீண்டும் இணைவது போன்றவை எல்லாம் மகிழ்ச்சியான முடிவுகளாகும். நெடுநாள் கனவு நீண்ட விடா முயற்சியால் நனவாவது, கண்ணீர் புன்னகையாக மாறுவது, பாவம் என்னும் துன்ப இரவு விடிந்து இன்பம் ஒளி சிந்தும் புதிய நாளில் விழித்து எழுவது., மிக்கத் தேடுலுக்குப் பின் கண்டு உணர்ந்த உயர் நெறிகளை வாழ்வில் பின் பற்றுவது – இவை எல்லாம் பேரருளின் கொடையாகும்.

இங்கே இதுவரை சுட்டிக்காட்டப்பட்டுள்ள நல்வழிப் பாதைகளில் பயணம் செய்பவன் மற்றுமொரு நல்வழிப் பாதையான மகிழ்ச்சியான முடிவு என்னும் நல்வழிப் பாதையை அவன் தேடாமலே வந்து அடைவான். அவன் முழு வாழ்விலும் மகிழ்ச்சியான முடிவுகள் நிறைந்து காணப்படும். எவன் சரியானவற்றை ஆரம்பித்துத் தொடர்கிறானோ

அவன் வெற்றிகளை ஆசைப்படத் தேவையில்லை. அவன் கைகளுக்கு அருகிலேயே அவை தவழ்கின்றன. அவை ஒன்றன் பின் ஒன்றாக விளைவுகளாகத் தொடர்கின்றன. அது வாழ்வின் நிச்சய உண்மை.

புற உலகிற்கு மட்டுமே பொருந்தக்கூடிய பல மகிழ்ச்சியான முடிவுகள் இருக்கின்றன. அவை நிலை இல்லாமல் மறைந்து விடக் கூடியவை. உள் மன உலகிற்கு அல்லது ஆன்மீக உலகிற்குப் பொருந்த கூடிய மகிழ்ச்சியான முடிவுகள் இருக்கின்றன. இவை நிலையானவை, என்றும் மறையாது. சுற்றம் சூழ இருப்பதும், வசதிகளும் கொண்டாட்டங்களும் இனிமையானவையே, ஆனால் அவை விரைவில் மாறிவிடும். அழிந்துவிடும். இவற்றை விட இன்னும் இனிமையானது மனமாசற்று இருப்பதும், ஞானமும், மெய்யறிவும். இவை என்றும் மாறாது, அழியாது. மனிதன் இந்த உலகில் எங்குச் சென்றாலும் அவன் தன் உலக உடைமைகளை எடுத்துச் செல்லலாம். ஆனால் விரைவிலேயே அவன் அவற்றை இழக்கவேண்டி வரும். அவன் அவற்றை மட்டுமே நம்பி தன் எல்லா மகிழ்ச்சியையும், அவற்றில் இருந்தே பெறுகிறான் என்றால் அவன் ஆன்மீக உள்மன உலகில் ஒரு வெற்றிடம் ஏற்பட்டு அவன் தவிப்பான். ஆனால் ஆன்மீக உலகின் உடைமைகளைப் பெற்றவனது

மகிழ்ச்சியின் ஊற்றுக்கண் என்றும் வற்றாது. அவன் அவற்றை இழக்க வேண்டி வராது. அவன் பிரபஞ்சத்தில் எங்குச் சென்றாலும் அவற்றை அவன் கூடவே கொண்டு செல்வான். அவனது ஆன்மீக முடிவு முழு மகிழ்ச்சியானதாக இருக்கும்.

வாழ்வில் தான் என்ற அகம்பாவ எண்ணத்தை ஒழித்தவன் என்றும் நிலையான மகிழ்ச்சியில் இருக்கிறான். அவன் இந்த வாழ்விலேயே சுவர்கத்திற்குள் நுழைந்து விட்டான். புத்தர் விளக்கிய நிர்வான நிலையை அடைந்துவிட்டான். விண்ணுலகை, புதிய யெருசலத்தை, ஜூபிடரின் ஒலிம்பஸ் - ஐ இப்போது இந்த வாழ்விலேயே பார்த்து விட்டான். இவை எல்லாம் கால சக்கரத்தில் மாறிக் கொண்டிருக்கும் பெயர்கள் தான். வெறும் வாய் வார்த்தைகள் தான் என்று அறிகிறான். எல்லா உயிர்களும் ஒன்று தான், வாழ்வு அனைத்தும் ஒன்று தான் என்ற பேருண்மையை உணர்கிறான். எல்லையற்ற தன்மையைத் தழுவி ஓய்வில் இருக்கிறான்.

அருள் பொழியும் நிழல் பாதைகள்

தன் உள்ளத்திலிருந்து இச்சைகளையும், காழ்ப்புணர்வுகளையும், இருண்ட ஆசைகளையும் நீக்கியவனின் பேரானந்தம் பேராழமானது. அவன் ஓய்வு பேரின்பமானது. கசப்புணர்வின், சுயநலத்தின் எந்தச் சுவடும் இல்லாமல் அவற்றின் நிழல் கூடநெருங்க முடியாமல் வாழ்பவன் எல்லையற்ற இரக்கத்தோடும் அன்போடும் உலகை நோக்கி தன் இதயத்தில் சுவாசிக்கும் பேரருள் எண்ணம் :

"நிம்மதி எல்லா உயிர்களையும் தழுவட்டும்",

எதையும் ஒதுக்காமல், எந்தப் பாகுபாடும் கொள்ளாமல் இந்தப் பேரருள் எண்ணத்தைச் செலுத்துபவன் அடைந்துள்ள மகிழ்ச்சியான முடிவை என்றும் பறிக்க முடியாது. அது தான் வாழ்வின் முழுமை, நிம்மதியின் முழுமை, பேரருளின் பொழியும் தன்மை.

சே.அருணாசலம்

அச்சு புத்தக விலைப்பட்டியல்

வ. எண்	ஜேம்ஸ் ஆலன் முதன்நூல்	தமிழ் மொழிபெயர்ப்பு நூல்	விலை ரூ
1	Man: King of Mind, Body and Circumstance	மனிதன்: மனம், உடல், சூழ்நிலையின் தலைவன்	125/-
2	Foundation Stones to Happiness and Success	மகிழ்ச்சிக்கும் வெற்றிக்குமான அடிதளம்	125/-
3	Out from the Heart	உள்ளத்திலிருந்தே வாழ்வு	125/-

அருள் பொழியும் நிழல் பாதைகள்

4	Byways of Blessedness	அருள் பொழியும் நிழல் பாதைகள்	400/-
5	All These Things Added (Entering the Kingdom The Heavenly Life)	வேண்டுவன யாவும் கிட்டும் (சுவர்கத்தின் நுழைவாயில் சுவர்க வாழ்வின் தன்மைகள்)	
6	Above Life's Turmoil	வாழ்வின் கொந்தளிப்புகளை கடந்த உயர்நிலைகள்	
7	Men and Systems	மனிதர்களும் அமைப்புகளும்	
8	Mastery of Destiny	விதியை நிர்ணயிக்கும் ஆற்றல்	
9	From Passion to Peace	வெறியுணர்வு முதல் நிம்மதி வரை	
10	Eight Pillars of Prosperity	வளமான வாழ்வைக் கட்டமைக்கும் எட்டு தூண்கள்	250/-
11	Through the Gate of Good or Christ and Conduct	நல்வாசலின் வழியே அல்லது கிறிஸ்துவும் நல்லொழுக்கமும்	

12	Morning and Evening Thoughts	Morning and Evening Thoughts -காலை மாலை சிந்தனைகள் ஆங்கில மூலம்-தமிழ் மொழிபெயர்ப்பு இரண்டும் கொண்ட இரு மொழி நூல்)	200/-
13	Life Triumphant (Mastering the Heart and Mind)	வெற்றிகரமான வாழ்வு (மனதையும் இதயத்தையும் பண்படுத்தி ஆளுதல்)	
14	Poems of Peace	நிம்மதியின் பாடல்கள்	
15	The Shining Gateway	நேர்வழியின் சீரிய ஒளி	

தொடர்புக்கு

வள்ளியம்மை பதிப்பகம்

மின்னஞ்சல்: arun2010g@gmail.com

வாட்ஸ் அப் எண்: 91-8939478478

அருள் பொழியும் நிழல் பாதைகள்

குறிப்புகள்;-